ಮೈಸೂರ್ ಪೋಸ್ಟ್

ಅಬ್ದುಲ್ ರಶೀದ್

ಮೈಸೂರ್ ಪೋಸ್ಟ್ : ಅಬ್ದುಲ್ ರಶೀದ್ ಅವರ ಅಂಕಣ ಬರಹಗಳ ಸಂಕಲನ
ಹಕ್ಕುಗಳು : ಲೇಖಕರವು
ಮೊದಲ ಮುದ್ರಣ : ೨೦೧೦
ಎರಡನೇ ಮುದ್ರಣ : ೨೦೨೧

ಐ ಎಸ್ ಬಿ ಎನ್ : 978-81-947166-3-1
ಮುಖಪುಟ ವಿನ್ಯಾಸ : ಗೌರೀಶ್ ಕಪನಿ
ಪುಸ್ತಕದ ಅಳತೆ : ೧/೮ ಡೆಮಿ
ಕಾಗದ : ೭೦ ಜಿ ಎಸ್ ಎಂ ಎನ್ ಎಸ್ ಮ್ಯಾಪ್ಲಿತೊ
ಪುಟಗಳು : 90
ಬೆಲೆ : ೧೨೫ ರೂಪಾಯಿ

ಪ್ರತಿಗಳಿಗೆ ಸಂಪರ್ಕಿಸಿ : 9480035877/ 9972673611
ಪ್ರಕಾಶಕರು : ಅಬ್ದುಲ್ ರಶೀದ್ - ಫಿಜ್ ಇಂಕ್ , ಬೆಂಗಳೂರು ಮೂಲಕ

TECH FIZ .INC

Pustaka ink & weave

ರಶೀದ್ ಮೂಲತ: ಕಥೆಗಾರ ಮತ್ತು ಅಲೆಮಾರಿ.

ಒಂದು ಕಾದಂಬರಿ, ಮೂರು ಕಥಾಸಂಕಲನಗಳು, ಎರಡು ಕವಿತಾ ಸಂಕಲನಗಳು, ನಾಲ್ಕು ಅಂಕಣ ಬರಹಗಳ ಸಂಕಲನ ಪ್ರಕಟಿತ ಕೃತಿಗಳು.

ಆಕಾಶವಾಣಿಯಲ್ಲಿ ಕಾರ್ಯಕ್ರಮ ನಿರ್ವಾಹಕನಾಗಿರುವ ನಿಮಿತ್ತ ಮಂಗಳೂರು, ಮೇಘಾಲಯದ ರಾಜಧಾನಿ ಶಿಲ್ಲಾಂಗ್, ಗುಲ್ಬರ್ಗ, ಮಡಿಕೇರಿ, ಮೈಸೂರು ಮತ್ತು ಇದೀಗ ಲಕ್ಷದ್ವೀಪದ ಕವರತ್ತಿಯಲ್ಲಿ ಕೆಲಸ.

ಕಳೆದ ಹದಿನಾಲ್ಕು ವರ್ಷಗಳಿಂದ ಪ್ರಕಟವಾಗುತ್ತಿರುವ ಕೆಂಡಸಂಪಿಗೆ ಅಂತರ್ಜಾಲ ಸಾಹಿತ್ಯ ಪತ್ರಿಕೆಯ ಗೌರವ ಸಂಪಾದಕ.

ಕೇಂದ್ರ ಸಾಹಿತ್ಯ ಅಕಾಡೆಮಿಯ ಸುವರ್ಣ ಮಹೋತ್ಸವ ಪ್ರಶಸ್ತಿ, ರಾಜ್ಯ ಸಾಹಿತ್ಯ ಅಕಾಡೆಮಿಯ ಪುಸ್ತಕ ಪ್ರಶಸ್ತಿ, ವರ್ಧಮಾನ ಪ್ರಶಸ್ತಿ ಮೊದಲಾದವು ಕೆಲವು ಮನ್ನಣೆಗಳು. ತಮ್ಮ ರೇಡಿಯೋ ಕಾರ್ಯಕ್ರಮಗಳಿಗಾಗಿ ಅಂತರಾಷ್ಟ್ರೀಯ ಮನ್ನಣೆಗೂ ಪಾತ್ರ.

ರಶೀದ್ ಊರು ಕೊಡಗು. ಓದಿದ್ದು ಮೈಸೂರಿನ ಮಹಾರಾಜಾ ಕಾಲೇಜಿನಲ್ಲಿ ಪತ್ರಿಕೋದ್ಯಮ, ಮಾನಸಗಂಗೋತ್ರಿಯಲ್ಲಿ ಇಂಗ್ಲಿಷ್ ಸಾಹಿತ್ಯದಲ್ಲಿ ಎಂ ಎ.

'ಕಥೆಗಳನ್ನು ಕೇಳುವುದು ಮತ್ತು ಬರೆಯುವುದು, ಪ್ರೀತಿಯಲ್ಲಿ ಸಿಕ್ಕಿಹಾಕಿಕೊಳ್ಳುವುದು ಮತ್ತು ಅದರಿಂದ ಹೊರಗೆ ಬರಲಾಗದೆ ಒದ್ದಾಡುವುದು, ತಿರುಗಾಡಲಾಗದಿರುವಾಗ ಒಂಟಿಯಾಗಿರುವುದು ನನ್ನ ಜೀವನದ ಮಹಾವ್ಯಸನಗಳಲ್ಲಿ ಕೆಲವು' ಎಂದು ಹೇಳುವ ರಶೀದ್, 'ಬರಹದಿಂದ ಸಿಗುವ ಖ್ಯಾತಿ, ಪ್ರಶಸ್ತಿ ಇತ್ಯಾದಿಗಳು ಕೇವಲ ಉಪ ಉತ್ಪನ್ನಗಳು ಮಾತ್ರ. ಬದುಕು ಮತ್ತು ಪ್ರಕೃತಿಯ ಬಣ್ಣಗಳಲ್ಲಿ ಕರಗಿ ಹೋಗುವ ಸುಖವೇ ಎಲ್ಲಕ್ಕಿಂತ ಮಿಗಿಲು' ಎನ್ನುತ್ತಾರೆ.

ಟಿ.ಎಸ್. ರಾಮಸ್ವಾಮಿಯವರಿಗೆ
ಪ್ರೀತಿಯಿಂದ

ಮುನ್ನುಡಿ

ಮೈಸೂರು ನನ್ನ ಬಾಲ್ಯವನ್ನು ಕಳೆದ ಸ್ಥಳ. ಅಜ್ಜನ ಮನೆ ಅಲ್ಲಿ ಇದ್ದಿದ್ದರಿಂದ ಆಗಾಗ ಹೋಗುತ್ತಲೇ ಇರುತ್ತಿದ್ದೆ. ಹೋದಾಗೆಲ್ಲ ಅದೇ ಬಲ್ಲಾಳ್ ಹೋಟೆಲ್, ಇಂದ್ರ ಭವನ್, ಒಂಟಿ ಕೊಪ್ಪಲ್, ಕೃಷ್ಣಮೂರ್ತಿ ಪುರಂ ಅಂತ ನಮ್ಮ ಮಾಮೂಲಿ ಸ್ಥಳಗಳ ಭೇಟಿ... ಅದು ಬಿಟ್ಟರೆ ದಸರಾ ಬಂದಾಗ ಅರಮನೆ, ಸಾಲು ದೀಪ, ಝಗಮಗ, ವಸ್ತು ಪ್ರದರ್ಶನ, ಡೆಲ್ಲಿ ಹಪ್ಪಳ, ರಿಬ್ಬನ್ನು, ಲೋಲಾಕು ಅಷ್ಟೇ. ಆಗೇನೋ ಚಿಕ್ಕವಳು ಸರಿ, ಆದರೆ ದೊಡ್ಡವಳಾದ ನಂತರವೂ ಅದರಾಚೆಗೆ ಬದುಕನ್ನು ನೋಡುವ ಪ್ರಯತ್ನ ನಾನು ಮಾಡಲೇ ಇಲ್ಲ. ಸಿದ್ಧ ಮಾದರಿಯ ರಸ್ತೆಗಳಲ್ಲಿ ಓಡಾಡುವವರ ಹಣೆಬರಹವೇ ಇಷ್ಟು. ಅದದೇ ದಾರಿಯಲ್ಲಿ ನಡೆಯುತ್ತಿರುತ್ತೇವೆ ಆಚೀಚೆ ನೋಡದೇ. ಯಾಕೆಂದರೆ ರಸ್ತೆ ಅದೇ ಆದ್ದರಿಂದ, ಆಚೀಚೆ ಏನಿದೆ ಎಂಬುದು ಅದಾಗಲೇ ಗೊತ್ತಿರುವುದರಿಂದ ಪ್ರತಿಬಾರಿ ನೋಡಿದಾಗಲೂ ಅದಲ್ಲದೇ ಮತ್ತೇನೂ ಇರುವುದಿಲ್ಲ. ಕೆಲವು ಸಲ ದಾರಿ ತಪ್ಪಿ ಹೋಗಿ ಅಲೆಯುವಾಗಲೇ ಅದರಾಚೆಗಿನ ಬದುಕನ್ನು ನೋಡಲು ಸಾಧ್ಯವಾಗುವುದು. ರಶೀದರ ಥರದ ಅಲೆಮಾರಿಗಲ್ಲದೇ ಮತ್ತೆ ಯಾರಿಗೆ ಹೀಗೆ ದಾರಿ ತಪ್ಪಿ ಹೋಗುವ ಸುಖ ಸಿದ್ದಿಸಲು ಸಾಧ್ಯ! ಹೀಗೆ ಸಿದ್ಧ ಹಾದಿ ಬಿಟ್ಟು ಎಲ್ಲೆಲ್ಲಿಯೋ ಅಲೆಯುವಾಗ ಎದುರಾದ ವ್ಯಕ್ತಿಗಳ ಚಿತ್ರಣಗಳೇ 'ಮೈಸೂರ್ ಪೋಸ್ಟ್'. ಈ ಪುಸ್ತಕಕ್ಕೆ ಟ್ಯಾಗ್ ಲೈನ್ ಕೂಡಾ 'ಅರಮನೆ ನಗರಿಯ ಉಳಿದ ಚಿತ್ರಗಳು' ಎಂದೇ ಇದೆ!

ರಶೀದ್ ಬರಹಗಳನ್ನು ಮೊದಲಲ್ಲಿ ಓದುವಾಗ ಒಂದು ಪ್ರಶ್ನೆ ಸದಾ ಕಾಡುತ್ತಿತ್ತು 'ಅದು ಹೇಗೆ ಇವರ ಬದುಕಿನಲ್ಲಿ ನನಗೆ ಅಸಾಧ್ಯವಾದ ಏನೆಲ್ಲ ಆಗುತ್ತದಲ್ಲ' ಎಂದು. ಅದು ಕೇವಲ ನನ್ನ ಪ್ರಶ್ನೆಯಲ್ಲದೇ ಬೆರಗು ಕೂಡಾ ಆಗಿತ್ತು! ಬದುಕಿನ ಒಂದು ಹಂತದಲ್ಲಿ ನನಗೆ ಅರ್ಥವಾಗಿತ್ತು ರಶೀದ್ ಬದುಕಿನಲ್ಲಿ ಯಾಕೆ ಅವೆಲ್ಲ ಆಗುತ್ತಿತ್ತು ಎಂಬುದಕ್ಕೆ ಕಾರಣ. ಅವರು ಅಲೆಮಾರಿಯಂತೆ ಅಡ್ಡಾಡುವಾಗ ಹಾದಿಯುದ್ದಕ್ಕೂ ಸಿಗುವವರನ್ನೆಲ್ಲ ಮಾತನಾಡಿಸುವುದರಿಂದ, ಅವರ ಕಥೆಗಳಿಗೆ ಕಿವಿಯಾಗುವುದರಿಂದಲೇ ಅವರ ಬದುಕಿನಲ್ಲಿ ನನಗೆ ಎದುರಾಗದ್ದೆಲ್ಲವೂ ಎದುರಾಗುತ್ತಿತ್ತು ಎಂಬ ಸರಳ ಸತ್ಯ ಅರ್ಥವಾಯಿತು. ಆ ನಂತರ, ಅಪರಿಚಿತರನ್ನು ಕಂಡರೆ ಮಾರು ದೂರದಲ್ಲಿ ನಿಲ್ಲುತ್ತಿದ್ದ ನಾನು, ಚಿಪ್ಪಿನಲ್ಲಿ ಅಡಗುತ್ತಿದ್ದ ನಾನು, ರಸ್ತೆಯಲ್ಲಿ ಎದುರಾಗುವ ಎಲ್ಲರೊಡನೆಯೂ ಸಂವಹನ ಶುರು ಮಾಡಿದೆ. ಹಣ್ಣು-ತರಕಾರಿ ವ್ಯಾಪಾರಿಗಳು, ಆಟೋ ಚಾಲಕರು, ಮನೆ

ಸಹಾಯಕರು ಎಲ್ಲರೊಡನೆಯೂ ಮಾತನಾಡುವುದರಿಂದ ನನಗೆ ನನ್ನದಲ್ಲದ ಲೋಕದ ಅನೇಕ ಅನೂಹ್ಯ ಬದುಕುಗಳು ಎದುರಾಗುತ್ತವೆ. ಬದುಕನ್ನು ತುಂಬ ಕಠೋರವಾಗಿ... ಅಂದರೆ ಅಗತ್ಯಕ್ಕಿಂತ ಹೆಚ್ಚು ಕಠೋರವಾಗಿ ಬದುಕುವ ಅಗತ್ಯವಿಲ್ಲ ಮತ್ತು ಸಣ್ಣದೊಂದು ಕಾರುಣ್ಯದ ಹನಿ ಜಗತ್ತಿಗೆ ಚುಮುಕಿಸಲು ಹೆಚ್ಚೇನೂ ಶ್ರಮ ವಹಿಸಬೇಕಿಲ್ಲ ಎಂದು ಅರ್ಥವಾದ ನಂತರ, ಅವರ ಕಷ್ಟಸುಖ ಕೇಳುತ್ತಲೇ ಎದೆಯಲ್ಲಿ ಕಾರುಣ್ಯ ಮೂಡಿ, ತುಸು 'ಹೆಚ್ಚು ಮನುಷ್ಯಳಾಗುತ್ತಾ' ಹೋದೆ ಅನ್ನಬಹುದು. ಹಾಗೆ ಮನುಷ್ಯಳಾಗಲು ಪರೋಕ್ಷವಾದ ಕಾರಣ ಅಬ್ದುಲ್ ರಶೀದ್ ಬರಹಗಳು!

ರಶೀದ್ 'ಮೈಸೂರ್ ಪೋಸ್ಟ್'ನ ಲೇಖಕನ ಮಾತಿನಲ್ಲಿ ಬರೆಯುತ್ತಾರೆ 'ಬರೆದು ಎಷ್ಟೋ ಕಾಲವಾದ ಬಳಿಕ ನಾನೇ ಓದಿದಾಗ ವಿಷಣ್ಣತೆಯಂಥದ್ದು ಗಂಟಲಿಗೆ ಸಿಕ್ಕಿಹಾಕಿಕೊಂಡಂತಾಗುತ್ತಿದೆ. ನಾನು ಬರೆಯಲೋಸುಗ ಇವರೆಲ್ಲ ನೆಪದಂತೆ ಆಗಿಬಿಟ್ಟರಲ್ಲಾ ಎಂದು' ಎಂದು. ಪ್ರವಾಸಿ ತಾಣಗಳ ಬಗ್ಗೆ ಬರೆಯುವಾಗಲೂ ಎಷ್ಟೋ ಬಾರಿ ಹೀಗೆ ಅನ್ನಿಸುತ್ತಿರುತ್ತದೆ. ಬರೆದರೆ ಆ ಸ್ಥಳ ಪ್ರಾಮುಖ್ಯತೆ ಪಡೆದು, ಆ ಸ್ಥಳಕ್ಕೆ ಒಂದಿಷ್ಟು ಜನರು ಬಂದು ಹೋಗಿ ಸ್ಥಳೀಯರಿಗೊಂದಿಷ್ಟು ಉದ್ಯೋಗಾವಕಾಶಗಳು ದೊರೆಯಬಹುದೇನೋ ಎಂದೂ, ಬರೆದ ನಂತರ ಪ್ರವಾಸಿಗಳು ಆ ಸ್ಥಳದಲ್ಲಿ ಸ್ವೇಚ್ಛೆಯಾಗಿ ವರ್ತಿಸುವುದನ್ನು ಕಂಡಾಗ ಯಾಕಾದರೂ ಬರೆದೆವೋ, ಅವರ ಪಾಡಿಗವರು ಸುಖವಾಗಿದ್ದರು ಎಂದೂ ಅನ್ನಿಸುತ್ತಿರುತ್ತದೆ. ಬದುಕಿನ ಅಸ್ಪಷ್ಟ ಗೆರೆಗಳ cut off point ಎಲ್ಲಿರುತ್ತದೆ ಎನ್ನುವುದೇ ನಮಗೆ ಸರಿಯಾಗಿ ಕಾಣಿಸುವುದಿಲ್ಲ. ಬರೆದರೆ ಇನ್‌ಸೆನ್ಸಿಟಿವ್ ಆದೆವೇನೋ ಎನ್ನಿಸುತ್ತದೆ, ಬರೆಯದಿದ್ದರೆ ಇದನ್ನೆಲ್ಲ ಲೋಕದೆದುರು ತೆರೆದಿಡಲು ಶಕ್ತರಾಗಿದ್ದೂ, ತೆರೆದಿಡದೆ ತಪ್ಪು ಮಾಡಿದೆವೇನೋ ಅನ್ನಿಸುತ್ತದೆ... ಒಟ್ಟಿನಲ್ಲಿ ಅರ್ಥವಾಗುವುದಿಲ್ಲ ಯಾವುದು, ಎಲ್ಲಿಂದ, ಎಲ್ಲಿಯವರೆಗೆ ಎನ್ನುವ ಮನಸ್ಸಿನ ತಾಕಲಾಟಗಳು. ಆದರೆ ರಶೀದ್ ಇಂಥ ಬರಹಗಳನ್ನು ನನ್ನೆದುರು ಇಡುವುದರಿಂದ ನಾನು ಹೆಚ್ಚು ಮನುಷ್ಯಳಾಗುತ್ತ ಹೋದೆ ಅನ್ನುವುದು ಈ ರೀತಿಯ ಚಿತ್ರಣಗಳನ್ನು ಬರೆಯುವುದರ ಸಾರ್ಥಕತೆ ಅನ್ನಬಹುದಲ್ಲವಾ? ನನ್ನಂತೆ ಎಷ್ಟು ಜನರು ಹೀಗೆ ಕಥೆಗಳಿಗೆ ಕಿವಿಯಾಗುತ್ತಾ, ಹೆಚ್ಚು ಮನುಷ್ಯರಾಗುತ್ತಾ ಇದ್ದಾರೋ! ಅಸಲಿಗೆ ಗೊಂದಲಗಳಿಂದ, ನೋವಿನಿಂದ ತುಂಬಿದ ಜಗತ್ತಿನಲ್ಲಿ ಇರುವವರಿಗೆ ಹಲವಾರು ಬಾರಿ ಕೇಳಲೊಂದು ಕಿವಿ ಬೇಕಿರುತ್ತದೆ. ಕಷ್ಟಗಳೆಂದರೆ ಕೇವಲ ಹಣದ್ದಲ್ಲ, ಊಟ-ಬಟ್ಟೆಯದ್ದಲ್ಲ... ಎಷ್ಟೋ ಸಾವಿರ ಕಷ್ಟಗಳಿರುತ್ತವೆ ಜಗತ್ತಿನಲ್ಲಿ. ಈ 'ಅರಮನೆಯ ನಗರಿಯ ಉಳಿದ ಚಿತ್ರಗಳಲ್ಲಿ' ಅಂಥ ಅನೇಕ ಕಥೆಗಳಿವೆ.

ರಶೀದರ ಬರಹಗಳಲ್ಲಿನ ಒಂದು ಸ್ಪೆಷಾಲಿಟಿ ಅಂದರೆ ವಿಷಾದದ, ದುಃಖದ ಕಥೆಗಳನ್ನು ದುಃಖದ ಕಡಾಯಿಯಲ್ಲಿ ಅದ್ದಿ ತೆಗೆಯದೆ, ಹಗುರವಾಗಿ ಹೇಳಿದರು ಕೂಡಾ ಆ exact ಭಾವವನ್ನು ನಮಗೆ ತಲುಪಿಸಲು ಶಕ್ತರಾಗುವುದು. ಅವರು ಭೇಟಿಯಾದವರೆಲ್ಲ ನೋವಿದ್ದರೂ, ನೋವಿನಲ್ಲಿ ಎದೆ ಎದೆ ಬಡಿದುಕೊಂಡು ಅಳುತ್ತಾ ಕೂರುವುದಿಲ್ಲ. ಬದಲಿಗೆ ಸ್ವಲ್ಪ ನಗುತ್ತಾ, ಸ್ವಲ್ಪ ಅಳುತ್ತಾ, ಸ್ವಲ್ಪ ವಿಷಾದಿಸುತ್ತಾ ಬದುಕು ಸಾಗಿಸುತ್ತಿರುತ್ತಾರೆ.

'ಬುಟ್ಟಿ ಕೊರಚರ ಮದುವೆ ಹಾಡು'ವಿನಲ್ಲಿ 'ಸಾರ್ ವಾರಕ್ಕೊಮ್ಮೆ ಹಸಿವು ಆಗುವಂತಿದ್ದರೆ ಎಷ್ಟು ಚೆನ್ನಾಗಿತ್ತು. ದಿನಕ್ಕೊಂದು ಸಲ ಹಸಿವೆಯಾಗುವ ಹಾಗೆ ಮಾಡಿ ಆ ಭಗವಂತ ಏನು ಅನ್ಯಾಯ ಮಾಡಿಬಿಟ್ಟ ಸಾರ್' ಎಂದು ನಗೆಯಾಡುವ ಮುನಿಯಮ್ಮ, 'ದೇವರು ನಮಗೆ ಮೋಸ ಮಾಡಿದರು. ಯಾರೋ ನಮ್ಮ ತಲೆಯಲ್ಲಿ ಸಿಂಹಾಸನ ಭಾಗ್ಯ ಅಂತ ಹಣೆಬರಹ ಬರೆದಿದ್ರು ಸಾರ್. ಹಣೆಯಲ್ಲಿ ಬರೆದಿದೆ ಅಂತ ತಲೆ ಕಡಿದು ಸಿಂಹಾಸನದ ಮೇಲಿಡಬಹುದಾ' ಎಂದು ಗೊಣಗುವ ಕಟ್ಟ ಪೋಲಯ್ಯ,

ಬಿ.ಎಂ.ಶ್ರೀ ಅವರ ಕರುಣಾಳು ಬಾ ಬೆಳಕೆ, ಕುವೆಂಪುರವರ ಎಲ್ಲೋ ಹುಡುಕಿದೆ ಇಲ್ಲದ ದೇವರ ಎಲ್ಲವನ್ನೂ ಪೂರ್ತಿಯಾಗಿ ಹೇಳುವವರಿಗೆ ಹೆಂಡತಿ ಹಾರ್ಮೋನಿಯಂ ನುಡಿಸುತ್ತಿದ್ದರು ಎನ್ನುವುದೊಂದನ್ನು ಬಿಟ್ಟು ಅವರ ಬಗ್ಗೆ ಮತ್ತೇನೂ ನೆನಪಿಲ್ಲದಂತಾಗಿ 'ಮೆಮೊರಿಗಳು ಎಲ್ಲ ಕ್ಲಾಷ್ ಆಗುತ್ತಿವೆ' ಎಂದು ಸುಸ್ತಾಗಿ ಕೈ ಚೆಲ್ಲುವ ಅಠಾಣಾ ರಾಮಣ್ಣ, 'ಈಸ್ಟ್ ಇಂಡಿಯಾ ಕಂಪನಿಗೆ ತನ್ನ ಮುತ್ತಜ್ಜಿ ಆ ಕಾಲಕ್ಕೆ ಅರವತ್ತೈದು ಸಾವಿರ ರೂಪಾಯಿ ಶೇಕಡಾ ಆರರ ಬಡ್ಡಿಯ ಮೇರೆಗೆ ಸಾಲ ಕೊಟ್ಟಿದ್ದರು. ಈಗ ನಮಗೆ ಒಂದು ಲಕ್ಷದ ಐವತ್ತೈದು ಸಾವಿರ ಕೋಟಿ ಬರಬೇಕಿದೆ. ಅದು ಬರದಿದ್ದಲ್ಲಿ ಹೋಗಲಿ ಕೊಡಗಿನ ರಾಜಾಸೀಟು, ಗದ್ದುಗೆ, ಕೋಟೆ, ಅರಮನೆ, ಕಾಫಿತೋಟ ಇವೆಲ್ಲವೂ ನನಗೆ ಬರಬೇಕಿದೆ' ಎನ್ನುವ ವಿಲಕ್ಷಣ ಮಾತುಗಳ ಹಿಟ್ಟಿನ ಗಿರಣಿಯ ನಾಗರಾಜ ಒಡೆಯರು, ಹಿಡಿದ ಕಳ್ಳ ಹೇಗಿದ್ದ ಅಂದರೆ 'ನಿಮ್ಮ ಹಾಗೇ ಇದ್ದ' ಎನ್ನುವ ಮುಗ್ಧ ಮನೋರಮಾ, 'ನಿಜವಾಗಿ ನಾವು ಕುರುಡರಾದದ್ದು ಅಪ್ಪ ಸತ್ತ ಮೇಲೇ' ಎನ್ನುವ ನಾಲ್ವರು ಅಂಧ ಸಹೋದರಿಯರು, ಸಮುದ್ರದಲ್ಲಿ ಕುಳಿತು ಆತ್ಮಹತ್ಯೆ ಮಾಡಿಕೊಳ್ಳಲು ಹೋದವರು, ಸ್ವಲ್ಪ ಧೈರ್ಯ ಬರಲಿ ಎಂದು ಒಂದು ಲೋಟಾದಲ್ಲಿ ಮದ್ಯಕ್ಕೆ ವಿಷವನ್ನು ಬೆರೆಸಿ ಎದುರಿಗಿಟ್ಟುಕೊಂಡು, ಇನ್ನೊಂದರಲ್ಲಿ ಏನೂ ಬೆರೆಸದ ಮದ್ಯವನ್ನು ಕುಡಿದ ನಂತರ ಮದ್ಯದ ನಶೆ ತಲೆಗೇರಿ, ಹಾಗೆಯೇ ನಿದ್ದೆ ಬಂದು, ನಿದ್ದೆಯಲ್ಲಿ ಕಾಲು ತಾಗಿ ವಿಷದ ಲೋಟ ಸಮುದ್ರದ ಮರಳು ಸೇರಿ, ಮರುದಿನ ಮುಂಜಾನೆ ಜುಹು ಬೀಚಿನಲ್ಲಿಯೇ ನಿದ್ರೆಯಿಂದೆದ್ದ ಸೂರ್ಯನಾರಾಯಣ ಪಾಂಡೆ...

ವಿಚಿತ್ರ ಬದುಕುಗಳು, ವಿಲಕ್ಷಣ ಅಳಲುಗಳ ಬದುಕುಗಳ ಬಗ್ಗೆ ಓದುವಾಗ ಎದೆ ಮತ್ತು ಕಣ್ಣು ಎರಡೂ ಒದ್ದೆಯಾಗುತ್ತದೆ.

ಅರಮನೆ ನಗರಿಯ ಉಳಿದ ಚಿತ್ರಗಳು ಎಂದು ಹೇಳಿದರೂ ಇಲ್ಲಿನ ಬರಹಗಳಲ್ಲಿನ ಸಾಕಷ್ಟು ಬದುಕುಗಳು ಅರಮನೆಗೆ ತಳುಕು ಹಾಕಿಕೊಂಡಿವೆ. ಅರಮನೆಯ ಆಭರಣಗಳನ್ನು ಪಾಲಿಷ್ ಮಾಡುತ್ತಿದ್ದ ಅಕ್ಕಸಾಲಿ, ಮಹಾರಾಜರ ಕೃಪೆಯಿಂದ ಗಡಿಯಾರದ ಅಂಗಡಿಯನ್ನಿಟ್ಟವರು, ಸ್ಥೂಲಕಾಯರಾಗಿದ್ದ ಮಹಾರಾಜರಿಗೆ ಸಿಂಹಾಸನ ಕೂರಲು ಸಾಲದಾದಾಗ ಅದರ ಮೂಲರೂಪಕ್ಕೆ ಕುಂದು ಬಾರದಂತೆ ಹಿಗ್ಗಿಸಿದ ಅರಮನೆಯ ಬಡಗಿ, ಲಲಿತ ಮಹಲ್ ಅರಮನೆಯ ಎದುರಿನ ಉದ್ಯಾನವನ ಮಾಡಿದವರು ಈ ರೀತಿಯವರೆಲ್ಲರ ಪರಿಚಯದ ಜೊತೆಗೆ, ದೇವನೂರು ಮಹಾದೇವ, ಬರಹಗಾರ

ಚದುರಂಗ, ನಮ್ಮ ಪ್ರೀತಿಯ ತೇಜಸ್ವಿ ಅವರ ಕಥೆಯೂ ಸೇರಿದ 'ಮೈಸೂರ್ ಪೋಸ್ಟ್', ಅಲೆಮಾರಿಯಂತೆ ಬದುಕಬೇಕೆನ್ನುವ ಪ್ರತಿಯೊಬ್ಬರಿಗೂ ಇಷ್ಟವಾಗುತ್ತದೆ!

ನಿಜಕ್ಕೂ ಗುರುವಲ್ಲದ ಗುರುವಿನ ಪುಸ್ತಕದ ಬಗ್ಗೆ ನಾನು ಬರೆಯುತ್ತಿರುವುದು ರಶೀದರ ಬರಹಗಳಷ್ಟೇ ಅನೂಹ್ಯವಾದ, ಅನಿರೀಕ್ಷಿತವಾದ ಒಂದು ಸಂಗತಿ ಅನ್ನಿಸುತ್ತಿದೆ. 'ಕೆಂಡಸಂಪಿಗೆ'ಗೆ ಬರೆಯಲು ಹೊರಟ ಕಾಲಕ್ಕೆ 'ದುಃಖವನ್ನು ತೀರಾ ಅಳುಬುರುಕಿಯಂತೆ ಹೇಳದೆ, ತೆಳುವಾಗಿಸಿ ಅದರಲ್ಲಿನ ದುಃಖವನ್ನು, ವಿಷಾದವನ್ನು ಓದುಗರಿಗೆ ಮುಟ್ಟಿಸು' ಎಂದು ಸಲಹೆ ಇತ್ತು ಬರೆಸಿದ ರಶೀದ್ ಪುಸ್ತಕದ ಬಗ್ಗೆ ನಾನು ಬರೆಯುವುದು ಒಂಥರಾ ಪುಳಕವೂ ಹೌದು, ಸಂಕೋಚವೂ ಹೌದು. ಒಂದು ರೀತಿಯಲ್ಲಿ ಬೆರಗುಗಣ್ಣಿನ ಶಿಷ್ಯೆಯ ಥರದ ಮಾತುಗಳು ಅನ್ನಬಹುದು. ಏನು ಹೇಳಲು ಹೊರಟು ಏನು ಹೇಳಿರುವೆನೋ ಗೊತ್ತಿಲ್ಲ. ತೀರಾ ಗಂಭೀರವಾಗಿಲ್ಲವಾದರೂ, ಎದೆಯಿಂದ ಹುಟ್ಟಿದ ಪ್ರಾಮಾಣಿಕ ಮಾತುಗಳು ಇವು ಅನ್ನುವುದು ಮಾತ್ರ ಸತ್ಯ.

ಓದುವ ಖುಷಿ ನನ್ನದಾದಂತೆ, ನಿಮ್ಮದೂ ಆಗಲಿ...

ಪ್ರೀತಿಯಿಂದ
ಭಾರತಿ ಬಿ ವಿ

ಲೇಖಕನ ಮಾತು

ಇಲ್ಲಿರುವುದು ಮೈಸೂರಿನಿಂದ "ಉದಯವಾಣಿ"ಗೆ ನಾನು ಬರೆದ ಅಂಕಣಗಳು. ಆಮೇಲೆ ಇವುಗಳು ನನ್ನದೊಂದು ಬ್ಲಾಗಿನಲ್ಲೂ ಬಂದವು. ಮಂಗಳೂರಿನಲ್ಲಿದ್ದಾಗಲೂ ಹೀಗೆ ಬರೆದಿದ್ದೆ. ಷಿಲ್ಲಾಂಗಿನಿಂದಲೂ ಬರೆದೆ. ಗುಲ್ಬರ್ಗದಿಂದಲೂ ಹೀಗೆ ಬರೆಯುತ್ತಿದ್ದೆ. ಈಗ ಮಡಿಕೇರಿಯಿಂದಲೂ ಬರೆಯುತ್ತಿರುವೆ. ಕಥೆ ಬರೆಯಲು ನೆನಪುಗಳು ಬೇಕಂತೆ. ಕವಿತೆಗಳಿಗೆ ಪ್ರತಿಮೆಗಳು ಬೇಕಂತೆ. ಇವು ಯಾವುದರ ಹಂಗೂ ಇಲ್ಲದೆ, ನಡೆದು ನೋಡಿದ್ದನ್ನ ಬೇರೆ ಏನೂ ಇಲ್ಲದೆ ಹೀಗೆ ಬರೆದು ನಿಲ್ಲಿಸುವುದು ನನಗಂತೂ ಒಂದು ರೀತಿಯ ನೆಮ್ಮದಿಯನ್ನು ನೀಡುತ್ತದೆ.

ಈಗ ಬರೆದು ಎಷ್ಟೋ ಕಾಲವಾದ ಬಳಿಕ ನಾನೇ ಇವುಗಳನ್ನ ಓದಿದಾಗ ಒಂದು ರೀತಿಯ ವಿಷಣ್ಣತೆಯಂತಹದು ಗಂಟಲಿಗೆ ಸಿಕ್ಕಿಹಾಕಿಕೊಂಡಂತಾಗುತ್ತಿದೆ. ನಾನು ಬರೆಯಲೋಸುಗ ಇವರೆಲ್ಲ ನೆಪದಂತೆ ಆಗಿಬಿಟ್ಟರಲ್ಲಾ ಅಂತ. ಬಹಳ ವರ್ಷಗಳ ಹಿಂದೆ ಮೈಸೂರಿನ ನನ್ನ ತಾರುಣ್ಯದ ದಿನಗಳಲ್ಲಿ ಹಂಪಾಪುರ ಎಂಬಲ್ಲಿಂದ ಖಾಲಿಖಾಲಿಯಾಗಿದ್ದ ಕೆಂಪು ಬಸ್ಸೊಂದನ್ನ ಹತ್ತಿ ಮೈಸೂರಿಗೆ ಒಬ್ಬನೇ ಹೊರಟಿದ್ದೆ. ಹೆಂಗಸೊಬ್ಬಳು ಬಹುತೇಕ ಖಾಲಿಯಾಗಿದ್ದ ಬುಟ್ಟಿಯೊಂದನ್ನು ಹೊತ್ತುಕೊಂಡು ಆ ಬಸ್ಸು ಹತ್ತಿ ಪಕ್ಕದಲ್ಲಿ ಕುಳಿತುಕೊಂಡಳು. ಅವಳು ಹಳ್ಳಿಹಳ್ಳಿಗೆ ಬಾಚಣಿಗೆ, ಬ್ರಾ, ಹೇರುಪಿನ್ನುಗಳನ್ನು ಮಾರಿಕೊಂಡು ಹೋಗುವ ಹೆಂಗಸಾಗಿದ್ದಳು. ಬಾಯಿ ತುಂಬಾ ಎಲೆಯಡಿಕೆ ಹಾಕಿಕೊಂಡಿದ್ದಳು. ಅವಳ ಮೈಯಿಂದ ಯಾವುದೋ ಅಲೌಕಿಕ ಬೆವರ ಪರಿಮಳ ಬರುತ್ತಿರುವಂತೆ ನನಗೆ ಅನಿಸುತ್ತಿತ್ತು. ಈಗ ಇದನ್ನು ಬರೆಯುವಾಗಲೂ ಆ ಪರಿಮಳ ಬರುತ್ತಿದೆ. ಮೈಸೂರಿನ ದೀಪಗಳು ಕಾಣಿಸಿಕೊಳ್ಳುವ ಹೊತ್ತಲ್ಲಿ ಅವಳು ಬಸ್ಸು ಇಳಿದು ಹೋದಳು. ಅದು ಅವಳು ಇದೀಗ ಇಳಿದು ಹೋದಂತೆ ಅನಿಸುತ್ತಿದೆ. ಯಾಕೋ ಆಗ ಯಾಕೋ ಅವಳು ಹಾಗೆ ತಟ್ಟನೆ ಇಳಿದು ಹೋಗಬಾರದಿತ್ತು ಅನಿಸುತ್ತಿತ್ತು. ಇದೀಗ ಈಗಲೂ ಹಾಗೇ ಅನಿಸುತ್ತಿದೆ.

ನಾನು ಬರೆಯುವುದಕ್ಕೆ ಇಂತಹ ಹುಚ್ಚುಹುಚ್ಚು ಹಂಬಲಗಳೇ ಕಾರಣ ಎಂಬುದು ನನಗಂತೂ ಗೊತ್ತಿದೆ. ಉಳಿದ ಕಾರಣಗಳು ನಿಜವಾಗಿಯೂ ಸುಳ್ಳಾಗಲಿ ಎಂಬ ಆಸೆ ಇದೆ. ಮೈಸೂರಿನ ನನ್ನ ತಾರುಣ್ಯದ ದಿನಗಳಲ್ಲಿ ಚೆನ್ನಾಗಿ ನೋಡಿಕೊಂಡ ರಾಮುವಿಗೆ ಅರ್ಪಿಸುತ್ತಿರುವೆ. ಉದಯವಾಣಿಯ ಶ್ರೀ ಪೃಥ್ವಿರಾಜ್ ಕವತ್ತಾರು ಮತ್ತು ಸತ್ಯಗಣಪತಿಯವರಿಗೆ ನನ್ನ ಕೃತಜ್ಞತೆಗಳು.

ನನ್ನ ಕೀಟಲೆಗಳನ್ನು ಸಹಿಸಿಕೊಳ್ಳುವ ಪಾಪದ ಹೆಂಡತಿ ಮೋಳಿ, ಜೋರಿನ ಮಕ್ಕಳು ಅಕಿ, ಸರಿ ಇವರಿಗೆ ತುಂಬಾ ಪ್ರೀತಿ. ಈ ಪುಸ್ತಕದ ಬೆನ್ನಿನಲ್ಲಿ ನನ್ನ ಬ್ಲಾಗಿಗೆ ಬಂದ ಕೆಲವು ಪ್ರತಿಕ್ರಿಯೆಗಳಿವೆ ಅವರಿಗೂ ನನ್ನ ನೆನಕೆಗಳು.

ಅಬ್ದುಲ್ ರಶೀದ್
ನವಂಬರ್ 17,2010
ಆಕಾಶವಾಣಿ
ಮಡಿಕೇರಿ

ಪರಿವಿಡಿ

ಒಂಟಿ ಸಲಗ ಮತ್ತು ಒಬ್ಬರು ಸ್ತ್ರೀ

‘ಆ ಒಂಟಿ ಸಲಗ ನನ್ನನ್ನು ಹೂವಿನಂತೆ ಆಕಾಶದಲ್ಲಿ ಹತ್ತು ಅಡಿ ಎತ್ತರಕ್ಕೆ ಎಸೆಯಿತು. ಚೆಂಡಿನಂತೆ ಕಾಡಿನೊಳಕ್ಕೆ ಅಷ್ಟು ದೂರ ಕಾಲಿನಿಂದ ದೂಡಿತು, ಸೊಂಡಿಲಿನಿಂದ ಎತ್ತಿ ದಂತಗಳ ಮೇಲೆ ಕೂರಿಸಿತು, ನೆಲದಲ್ಲಿ ಮಲಗಿಸಿ ದೂರದಿಂದ ನೋಡಿತು.. .. ಒಟ್ಟಿನಲ್ಲಿ ಈಗ ಯೋಚಿಸಿದರೆ ಆ ಒಂಟಿಸಲಗ ನನ್ನನ್ನು ಓರ್ವ ಪ್ರೇಮಿಯಂತೆ ಒಂದೂವರೆ ತಾಸುಗಳ ಹೊತ್ತು ಕಾಡಿಸಿತ್ತು’

ನಡುವಯಸ್ಸಿನ ಆ ಮಹಿಳೆ ಸುಮಾರು ಹದಿನೈದು ವರ್ಷಗಳ ನಂತರ ಆ ಘಟನೆಯನ್ನು ನೆನಪಿಸಿಕೊಂಡು ನಿರ್ವಿಕಾರವಾಗಿ ವಿವರಿಸುತ್ತಿದ್ದರು. ನಾನು ಬಾಯಿ ಬಾರದವನಂತೆ ಹೂಂಗುಟ್ಟುತ್ತಿದ್ದೆ. ಅವರು ನಡೆದ ಕಥೆಯೆಲ್ಲವನ್ನೂ ಒಂದೇ ಉಸುರಿನಲ್ಲಿ ಹೇಳಿಮುಗಿಸುವ ಉತ್ಸಾಹದಲ್ಲಿದ್ದಂತೆ ಕಂಡಿತು. ಅವರ ಉತ್ಸಾಹಕ್ಕೆ ಒಂದಿಷ್ಟು ಕಡಿವಾಣ ಹಾಕುವುದು ಬಾನುಲಿ ತಂತ್ರದ ದೃಷ್ಟಿಯಿಂದ ಉತ್ತಮ ಎಂದು ಅನಿಸಿ ‘ನಾಗರಹೊಳೆ ಕಾಡಿನಲ್ಲಿ ಹೀಗೆ ನಿಮ್ಮ ಮೇಲೆ ಒಂಟಿ ಗಂಡಾನೆಯ ಅಂಗ ಚೇಷ್ಟೆ ನಡೆಯುತ್ತಿರುವಾಗ ನಿಮ್ಮ ಪತಿ ಏನು ಮಾಡುತ್ತಿದ್ದರು?’ ಎಂದು ಕೇಳಿದೆ.

ಅವರು ಅದಾಗಲೇ ಇದೆಲ್ಲವ ಕಣ್ಣಿಂದ ಕಾಣಲಾಗದೇ ಪ್ರಜ್ಞೆ ತಪ್ಪಿ, ಕಾಡಿನೊಳಗಿದ್ದ ಕಾಲೇಜು ಹುಡುಗಿಯರು ಪ್ರವಾಸ ಬಂದಿದ್ದ ಬಸ್ಸೊಂದರಲ್ಲಿ ಕುಸಿದು ಬಿದ್ದಿದ್ದರು. ಅವರೇನಾದರೂ ಅಕಸ್ಮಾತ್ ಪ್ರಜ್ಞೆ ತಪ್ಪಿರದಿದ್ದರೆ ಹೃದಯಾಘಾತದಿಂದ ತೀರಿ ಹೋಗಿ ಬಿಡುತ್ತಿದ್ದರು. ಆಕೆ ಎಲ್ಲವೂ ಸುಖಾಂತ್ಯಗೊಂಡ ಮೇಲೆ ಬರುವ ಸಹಜ ತುಂಟತನದ ನಗುವಿನಲ್ಲಿ ಉಲಿಯುತ್ತಿದ್ದರು.

ನಮ್ಮಿಬ್ಬರ ದೂರವಾಣಿ ಮಾತುಕತೆ ಎಫ್.ಎಂ.ರೇಡಿಯೋದಲ್ಲಿ ನೇರವಾಗಿ ಪ್ರಸಾರವಾಗುತ್ತಿತ್ತು.

ಹಾಗೆ ನೋಡಿದರೆ ಹದಿನೈದು ವರ್ಷಗಳ ಹಿಂದೆ ಅಕ್ಟೋಬರ್ ತಿಂಗಳ ಒಂದು ಸಂಜೆ ಹೊಸತಾಗಿ ಕೊಂಡಿದ್ದ ಹೀರೋ ಬೈಕಲ್ಲಿ ಐದು ವರ್ಷಗಳಿಂದ ಮದುವೆಯಾಗಿರುವ ಗಂಡನ ಸೊಂಟ ತಬ್ಬಿಕೊಂಡು ನಾಗರಹೊಳೆ ಕಾಡಿನ ನಡುವಿನ ಟಾರು ದಾರಿಯಲ್ಲಿ ಮೈಸೂರಿಗೆ ಮುಸ್ಸಂಜೆಯ ಕತ್ತಲಲ್ಲಿ ವಾಪಾಸಾಗುತ್ತಿದ್ದವಳಿಗೆ ಯಾಕೋ ಈ ಕಾಡಿನೊಳಗಡೆಯೇ ಐಕ್ಯವಾಗಿ ಬಿಡಬೇಕೆನ್ನಿಸುತ್ತಿತ್ತು. ಇಬ್ಬರಿಗೂ ಜೀವನದಲ್ಲಿ ಏನನ್ನಾದರೂ

ಸಾಧಿಸಬೇಕು ಅಂತ ಇತ್ತೀಚಿನ ದಿನಗಳಲ್ಲಿ ತುಂಬಾ ಅನಿಸುತ್ತಿತ್ತು. ಮದುವೆಯಾಗಿ ಐದು ವರ್ಷಗಳಾದರೂ ಮಗುವಾಗಿಲ್ಲ ಅಂತ ನೆರೆಕರೆಯವರು ಗಂಡನ ಕಡೆಯವರು ತವರಿನ ಕಡೆಯವರು ಒಂದು ತರಹ ಹೀಗಳೆಯುವಂತೆ ನೋಡುತ್ತಿದ್ದಾರೆ ಮಗುವಾಗುವುದೇ ಒಂದು ಸಾಧನೆ ಎಂಬಂತೆ ತಿಳಕೊಂಡಿದ್ದಾರೆ ಎಂದು ಇಬ್ಬರಿಗೂ ಕಸಿವಿಸಿಯಾಗಿ ಏನನ್ನಾದರೂ ಸಾಧಿಸಬೇಕು ಅಂದುಕೊಂಡು ಒಂದು ಬೈಕು ಕೊಂಡಿದ್ದರು. ಬೈಕು ಕೊಂಡು ಮೈಸೂರಿನ ತುಂಬ ಓಡಾಡಿದ್ದರು.ಆದರೂ ಏನೂ ಸಾಧಿಸಲಾಗಲಿಲ್ಲ ಅನಿಸಿ ಯಾರಿಗೂ ಹೇಳದೆ ನಾಗರಹೊಳೆಯ ಕಡೆ ಬೈಕು ಓಡಿಸಿದ್ದರು.ಕಾಡಿನಲ್ಲಿ ಕಂಡ ಜಿಂಕೆ, ಕಡವೆ, ಮೊಲ ಕಾಡುಹಂದಿಗಳಿಗೆಲ್ಲ ಟಾಟಾ ಹೇಳಿ ಕತ್ತಲು ಕವಿಯುವುದಕ್ಕಿಂತ ಮೊದಲೇ ಯಾರಿಗೂ ಅರಿವಾಗದಂತೆ ಮನೆಸೇರಬೇಕೆಂದು ಹಸುಗೂಸಿನಂತ ಗಂಡ ಜೋರಾಗಿಯೇ ಬೈಕು ಓಡಿಸುತ್ತಿದ್ದ. ಏನೇನೋ ಹೇಳಿಕೊಳ್ಳಬೇಕೆಂದಿದ್ದವಳು ಗಂಡನ ಏಕಾಗ್ರತೆಗೆ ಭಂಗವಾದೀತೆಂದು ಸುಮ್ಮನೆ ಆತನ ಬೆನ್ನಿಗೆ ಮುಖ ಉಜ್ಜುತ್ತಾ ಸುಮ್ಮನಿದ್ದಳು. ಬೈಕು ಕಾಡಿನೊಳಗಿನ ಹಳ್ಳ ತುಂಬಿದ ಹಾದಿಯಲ್ಲಿ ಕುಲುಕುತ್ತಾ ಓಡುತ್ತಿತ್ತು. ಒಂದು ವರ್ಷದ ಹಿಂದೆ ಗಂಡನಿಗೊಂದು ಬೈಕು ತೆಗೆಸಿಕೊಡಬೇಕೆಂದು ಕಾಗದ ತಯಾರಿಸುವ ಕಾರ್ಖಾನೆಯೊಂದರಲ್ಲಿ ಕೆಲಸಕ್ಕೆ ಸೇರಿಕೊಂಡಿದ್ದಳು. ಆ ಕಾರ್ಖಾನೆಯ ಮುಖ್ಯಸ್ಥ ನೋಡಲು ಸುಂದರಿಯಾಗಿದ್ದ ಈಕೆಯನ್ನು ವಿನಾಕಾರಣ ಧೃಷ್ಟಿಸಿ ನೋಡುತ್ತಿದ್ದ. ವಿನಾಕಾರಣ ಹೊಗಳುತ್ತಿದ್ದ. ಲೈಂಗಿಕ ವಿಷಯಗಳ ಕುರಿತು ಮಾತಾಡುತಿದ್ದ. ತನ್ನ ಹೆಂಡತಿ ತೀರಾ ಮಡಿ ಹೆಂಗಸು ಎಂದು ಹೀಗಳೆಯುತಿದ್ದ. ಆಗಾಗ ಕ್ಯಾಂಟೀನಿಗೆ ಕಾಫಿ ಕುಡಿಯಲು ಆಹ್ವಾನಿಸುತಿದ್ದ. ಕಾರಿನಲ್ಲಿ ಮನೆಗೆ ಬಿಡಲಾ ಎಂದು ಒತ್ತಾಯಿಸುತ್ತಿದ್ದ. ಇವನದು ಅತಿಯಾಗುತ್ತಿದೆ ಅನಿಸಿ ಗಂಡನಿಗೆ ನಾಗರಹೊಳೆ ಕಾಡಿನಲ್ಲಿ ಇದನ್ನೆಲ್ಲಾ ವಿವರಿಸಿ ಹೇಳಿಬಿಡಬೇಕು ಅಂದುಕೊಂಡರೂ ಹಸುಗೂಸಿನಂತಹ ಆತ ನೊಂದುಕೊಳ್ಳಬಹುದು ಅಂತ ಸುಮ್ಮನಾಗಿದ್ದಳು. ಈಗ ನೋಡಿದರೆ ಕಾಡಿನಲ್ಲಿ ಕತ್ತಲಾಗುತಿತ್ತು. ಮರಗಳು,ಮೃಗಗಳು ಮಂಜಿನಲ್ಲಿ ಮುಳುಗುತ್ತಿರುವ ಸೂರ್ಯ ಎಲ್ಲವೂ ಯಾಕೋ ಬೇಸರ ಹುಟ್ಟಿಸುತ್ತಿತ್ತು.

ಆ ಹೊತ್ತಿನಲ್ಲೇ ಆ ಕಾಡಿನ ನೀರವತೆಯ ಹುಟ್ಟಡಗಿಸುವಂತೆ ಮೈಸೂರಿನ ಮಹಾರಾಣಿ ಕಾಲೇಜಿನ ಹುಡುಗಿಯರು ಪ್ರವಾಸ ಹೊರಟಿದ್ದ ಬಸ್ಸು ಇವರನ್ನು ಹಿಂದಕ್ಕೆ ಹಾಕಿ ಮುಂದೆ ಹೋಗಿದ್ದು.

ಆ ಬಸ್ಸಿನ ಹುಡುಗಿಯರು ಮದಗಜಗಳೂ ನಾಚುವಂತೆ ಕೇಕೆ ಹಾಕುತ್ತಿದ್ದರಂತೆ, ಪೀಪಿ ಊದುತ್ತಿದ್ದರಂತೆ.ಆ ಮದ ತುಂಬಿದ ಹುಡುಗಿಯರ ಕೇಕೆ ಯ ಸದ್ದಿನಿಂದ ರೇಗಿ ಹೋದ ಒಂಟಿಸಲಗವೊಂದು ಬಸ್ಸನ್ನು ಅಡ್ಡಹಾಕಿ ಹೋಗಲು ಬಿಡದೆ ನಂತರ ಹಿಂದೆ ಬರುತ್ತಿದ್ದ ಇವರ ಬೈಕನ್ನು ಬೀಳಿಸಿ ಗಂಡ ಬಿದ್ದು ಎದ್ದು ಓಡಿಹೋಗಿ ಬಸ್ಸಿನೊಳಗೆ ಪ್ರಜ್ಞೆ ತಪ್ಪಿ ಬಿದ್ದು ಆಕೆಯ ಹೊಸ ಚೂಡಿದಾರದ ವೇಲ್ ಬೈಕಿಗೆ ಸಿಕ್ಕಿ ಹಾಕಿಕೊಂಡು ಆ ಒಂಟಿ ಸಲಗ ಆಕೆಯನ್ನು ಅನಾಮತ್ತಾಗಿ ಎತ್ತಿಕೊಂಡು ಆಕೆಯನ್ನು ಆ ಅರಣ್ಯದೊಳಗೆ ಕನಿಷ್ಟ ಒಂದೂವರೆ ಗಂಟೆಗಳ ಕಾಲ ಹೂವಿನ ಚೆಂಡಿನಂತೆ ಕಾಡಿಸಿದ್ದು , ಪ್ರಜ್ಞೆ ತಪ್ಪಿ ಎಚ್ಚರಾದಾಗಲೆಲ್ಲಾ ಅದರ ಸೊಂಡಿಲಿನಲ್ಲಿ, ಕಾಲನಡುವೆ, ಆಕಾಶದಲ್ಲಿ ಶವದಂತೆ ಬಿದ್ದಿದ್ದ ತಾನು .. ..

ಆಕೆ ತನ್ಮಯಳಾಗಿ ದೂರವಾಣಿಯಲ್ಲಿ ಆ ಘಟನೆ ನಡೆದು ಸರಿಯಾಗಿ ಹದಿನೈದು ವರ್ಷಗಳ ನಂತರ ವಿವರಿಸುತ್ತಿದ್ದರೆ ನಾನು 'ಈಗ ಹೇಗಿದ್ದೀರಿ? ಗಂಡ ಮಕ್ಕಳು ಎಲ್ಲಾ ಹೇಗಿದ್ದಾರೆ?' ಎಂದು ಕೊನೆಯ ಪ್ರಶ್ನೆ ಕೇಳಿದೆ.

'ಇಲ್ಲೇ ಇದ್ದಾರೆ. ರೇಡಿಯೋದಲ್ಲಿ ನನ್ನ ಮಾತುಗಳನ್ನು ಕೇಳಿ ನಗುತ್ತಿದ್ದಾರೆ. ಮಕ್ಕಳೂ ಶಾಲೆಗೆ ಹೋಗಲು ರೆಡಿಯಾಗುತ್ತಿದ್ದಾರೆ' ಎಂದು ಉತ್ತರಿಸಿದರು.

'ನಿಮ್ಮ ಬಾಯ್ ಫ್ರೆಂಡ್ ಒಂಟಿಸಲಗ ನಾಗರಹೊಳೆಯಲ್ಲಿ ಬಹುಶಃ ನೀರಾಟವಾಡುತ್ತಿರಬಹುದು' ಎಂದು ಕೀಟಲೆ ದನಿಯಲ್ಲಿ ಅಂದೆ.

'ಇಲ್ಲ.ಬಹುಶಃ ಅದಕ್ಕೂ ವಯಸ್ಸಾಗಿರಬಹುದು.ಆದರೂ ಅದಕ್ಕೆ ನನ್ನ ನೆನಪಿರಬಹುದು' ಎಂದು ಮಾತು ಮುಗಿಸಿದರು.

ರೇಡಿಯೋ ಕೇಳುತ್ತಿರುವವರಲ್ಲಿ ಯಾರಾದರೂ ಹದಿನೈದು ವರ್ಷಗಳ ಹಿಂದೆ ಮಹಾರಾಣಿ ಕಾಲೇಜಿನ ಆ ಬಸ್ಸಿನಲ್ಲಿ ನಾಗರಹೊಳೆಕಾಡಿನಲ್ಲಿ ಕೇಕೆ ಹಾಕಿದ್ದರೆ, ಒಂಟಿಸಲಗವೊಂದು ಸ್ತ್ರೀಯೊಬ್ಬರನ್ನು ಒಂದೂವರೆ ಗಂಟೆಗಳ ಕಾಲ ವಿನಾಕಾರಣ ಕಾಡಿಸಿದ್ದನ್ನು ಕಂಡಿದ್ದರೆ, ಅದರ ಫೋಟೋ ತೆಗೆದಿದ್ದರೆ ದಯವಿಟ್ಟು ಎಸ್ಸೆಮ್ಮೆಸ್ ಮಾಡಿ ಎಂದು ನಾನೂ ಮಾತು ನಿಲ್ಲಿಸಿದೆ.

ಈಗ ಈ ಅಂಕಣ ಓದುತ್ತಿರುವ ಓದುಗರಲ್ಲೂ ಅದೇ ವಿನಂತಿ.

ಗುಂನಾಂ ಬಾದಶಾನ ಗುಡ್ಡದಲ್ಲಿ

ನಿಮ್ಮ ಸೂಫಿ ಸಂತನ ಹೆಸರೇಕೆ ಗುಂನಾಂ ಬಾದಶಾ ಎಂದಿದೆ ಎಂಬ ಸರಳ ಪ್ರಶ್ನೆಗೆ ಅಷ್ಟೇ ಸರಳವಾಗಿ 'ನಿನ್ನ ಹೆಸರೇನು?' -ಎಂದು ಸೂಫಿ ಮಹಮ್ಮದ್‌ರೂಹುಲ್ಲಾ ಶಾ ಖಾದ್ರಿ ನನ್ನನ್ನು ಕೇಳಿದರು.

ನಾನು ನನ್ನ ಹೆಸರು ಹೇಳಿದೆ.

'ನಿನ್ನ ವಯಸ್ಸು ಎಷ್ಟು?'

ಅದನ್ನೂ ಹೇಳಿದೆ.

'ಅದಕ್ಕೂ ಮೊದಲು ನಿನ್ನ ಹೆಸರೇನಾಗಿತ್ತು?'

ನಾನು ಸುಮ್ಮನೆ ಅವರ ಮುಖನೋಡಿದೆ.

'ನೀನು ಇನ್ನು ಎಷ್ಟು ವರ್ಷ ಬದುಕಬಹುದು?'

ಹೆಚ್ಚು ಕಡಿಮೆ ಅದನ್ನೂ ಹೇಳಿದೆ.

'ಆನಂತರ ನಿನ್ನ ಹೆಸರೇನಿರಬಹುದು?'

ಏನೂ ಹೇಳಲಾಗದೆ ಸುಮ್ಮನೇ ನಕ್ಕೆ. ಆಮೇಲೆ ಅವರೇ ಮುಂದುವರಿಸಿದರು. ನಾನು ಕೇಳುತ್ತಲೇ ಇದ್ದೆ. ಕೇಳುತ್ತಾ ಕೇಳುತ್ತಾ ನನ್ನ ಜೊತೆ ಇನ್ನಾರಾದರೂ ಜೀವದ ಗೆಳೆಯನನ್ನು ಇಲ್ಲಿ ಕರಕೊಂಡು ಬರಬೇಕಿತ್ತು ಅನಿಸಿತು. ಈ ಹಸಿರು, ಕಾವಿ,

ಕಾಷಾಯಧಾರಿ ಸೂಫಿಗಳ ಸವಾಲುಗಳಿಗೆ ಅಸಹಾಯನಾಗಿ ನಸುನಗುತ್ತಿರುವ ನನ್ನನ್ನು ಅವನಾದರೂ ಅರ್ಥ ಮಾಡಿಕೊಳ್ಳುತ್ತಿದ್ದ, ಆಮೇಲೆ ನಾವಿಬ್ಬರೂ ಈ ರಾತ್ರಿಯಲ್ಲಿ ಈ ಗುಡ್ಡ ಇಳಿದು ಕತ್ತಲೆಯಲ್ಲಿ ನಡೆದು ಎಲ್ಲಾದರೂ ನಮ್ಮ ಸುಸ್ತು ಸಾವರಿಸಿಕೊಂಡು ಆಮೇಲೆ ಹೆಂಡತಿ ಮಕ್ಕಳನ್ನು ಸೇರಿಕೊಳ್ಳಬಹುದಿತ್ತು ಅನಿಸುತ್ತಿತ್ತು. ಆದರೆ ಆ ಸೂಫಿ ರೂಹುಲ್ಲಾ ಶಾ ಖಾದ್ರಿಯವರು ಮಾತನಾಡುತ್ತಲೇ ಇದ್ದರು.

ನಾನಾದರೋ ಮೊನ್ನೆ ಜನವರಿ ೧೬ಕ್ಕೆ ಸೂಫಿ ಸಂತರು ಕೂಡಿ ಈ ಗುಡ್ಡಕ್ಕೆ ಬಂದಿದ್ದೆ. ಈ ಗುಡ್ಡದಲ್ಲಿ ಸುಮಾರು ನೂರು ವರ್ಷಗಳ ಹಿಂದೆ ವಾಸವಾಗಿದ್ದ ಗುಮ್‌ನಾಮ್ ಬಾದಶಾ ಎಂಬ ಸೂಫಿ ಸಂತನ ಗೋರಿಯಿತ್ತು. ಇತ್ತೀಚೆಗೆ ೨೫ ವರ್ಷಗಳ ಹಿಂದೆಯವರೆಗೆ ಮೈಸೂರಿನಿಂದ ಬೆಂಗಳೂರಿಗೆ ಹೊರಡುತ್ತಿದ್ದ ಎಲ್ಲ ರೈಲು ಬಂಡಿಗಳೂ ಈ ಸೂಫಿ ಸಂತನ ಗುಡ್ಡದ ಬಳಿ ನಿಲ್ಲುತ್ತಿದ್ದವಂತೆ. ನಿಂತು ಅದರಿಂದ ರೈಲಿನ ಚಾಲಕ ಇಳಿದು ಗುಡ್ಡಹತ್ತಿ ಈ ಸಂತನ ಸಮಾಧಿಯ ಬಳಿ ಚಿರಾಗ್ ಎಂಬ ದೀಪ ಹೊತ್ತಿಸಿ ಆಮೇಲೆ ರೈಲುಬಂಡಿ ಹೊರಡುತ್ತಿದ್ದಂತೆ. ಎಲ್ಲೋ ಬಾಗ್ದಾದಿನ ಬಳಿಯಿಂದ ಬಂದು ಇಲ್ಲಿ ನೆಲೆಸಿ ಅನೇಕ ಚಮತ್ಕಾರಗಳನ್ನು ತೋರಿಸಿದ್ದ ಈ ಸಂತನ ಗೋರಿ ಇಲ್ಲಿ ಇರುವುದು ಬಹಳ ವರ್ಷ ಯಾರ ಅರಿವಲ್ಲೂ ಇರಲಿಲ್ಲವಂತೆ. ಈ ಗೋರಿ ಇಲ್ಲಿರುವ ವಿಷಯವನ್ನು ಎಲ್ಲರಿಗೂ ತಿಳಿಸಿದ ಮೈಸೂರಿನ ಮಹಾನುಭಾವರೊಬ್ಬರು ಐವತ್ತು ವರ್ಷಗಳ ಹಿಂದೆ ತೀರಿಕೊಂಡರಂತೆ.

ಕನಕಪುರದ ಕಡೆಯಿಂದ ಬಂದು ಈ ಗೋರಿಯ ಸುತ್ತಮುತ್ತ ಭಿಕ್ಷೆ ಬೇಡುತ್ತಿದ್ದ ಮುದುಕನೊಬ್ಬ ಈ ಕತೆ ಹೇಳಿದ್ದ. ಈ ಮುದುಕನೂ ನೋಡಲು ಒಬ್ಬ ಸಂತನಂತೆಯೇ ಇದ್ದ ಹೆಗಲಿಗೆ ಹಸಿರು ಜರತಾರಿಯ ಶಾಲು ಹಾಕಿಕೊಂಡು ತಲೆಗೆ ಕಾವಿ ರುಮಾಲು ಸುತ್ತಿಕೊಂಡು ಮುಖದಲ್ಲಿ ಸಿಡುಬಿನ ಕಲೆ ಮೆತ್ತಿಕೊಂಡು ಕಣ್ಣಿಗೆ ಗಾಂಧಿಯ ಹಾಗಿನ ಕನ್ನಡಕ ಹಾಕಿಕೊಂಡು, ಕಾಲಿಗೆ ಚಡಾವು ತೊಟ್ಟುಕೊಂಡು ನಡುವಲ್ಲಿ ಹರಿದು ಚಿಂದಿಯಾದ ನೀಲಿ ಚೌಕಳಿಯ ಲುಂಗಿ ಸುತ್ತಿಕೊಂಡು ಗೋರಿಯ ಸುತ್ತಮುತ್ತ ಚುರುಕಾಗಿ ಓಡಾಡುತ್ತಿದ್ದ ಈ ಮುದುಕ ಅದ್ಭುತವಾಗಿ ಹಳ್ಳಿ ಕನ್ನಡದಲ್ಲಿ ಮಾತನಾಡುತ್ತಿದ್ದ ನನಗೆ ಆತನ ತಲೆಯಲ್ಲಿದ್ದ ಖಾವಿ, ಹೆಗಲಲ್ಲಿದ್ದ ಹಸಿರು ಇದೆಲ್ಲ ಚೋದ್ಯವಾಗಿ 'ಇದೇನಿದು ಖಾವಿ ಇದೇನಿದು ಹಸಿರು' ಎಂದು ಕೇಳಿಬಿಟ್ಟಿದ್ದೆ.

'ನಾವು ಐದು ಬಣ್ಣದಲ್ಲೂ ಇರುತ್ತೀವಿ' ಎಂದು ಮುದುಕ ಅಂದಿದ್ದ. ನಾವು ಹಸಿರಲ್ಲೂ ಇರುತ್ತೀವಿ. ಕಾಷಾಯದಲ್ಲೂ ಇರುತ್ತೀವಿ. ಕಪ್ಪು, ಬಿಳಿ, ಹಸಿರು, ಖಾವಿ, ಹಳದಿ – ಪಂಚರಂಗಿಗಳು ನಾವು. ನಮ್ಮ ಖಲ್ಮಾ ಇದೆಯಲ್ಲಾ ಅದು ಐದು ಬಣ್ಣಗಳಿಂದ ಕೂಡಿದೆ. ಖಾಲಾ, ಲಾಲ್, ಉಜಾಲಾ, ಹರಾಲ್, ಪೀಲಾ – 'ನಾವೆಲ್ಲಾ ಒಂದೇ ಅಲ್ಲಾಕೇ ಬಂದೇ, ಆದರೆ ನೀನಿಲ್ಯಾಕೆ ಬಂದೇ?' ಎಂದು ಗಹಗಹಿಸಿ ನಕ್ಕಿದ್ದ.

ನಾನು ಯಾಕೆ ಹುಚ್ಚುಹಿಡಿದವನಂತೆ ಹೀಗೆಲ್ಲಾ ಓಡಾಡುತ್ತೇನೆಂದೂ ಯಾಕೊ ಕೆಲವೊಮ್ಮೆ ನನಗೆ ಜೀವನವೇ ಬೇಡ ಎನಿಸುವುದೆಂದೂ, ನನಗೆ ಕೆಲವೊಮ್ಮೆ ಆಗುವುದು ಮತಿ ಭ್ರಮಣೆಯೋ ಅಥವಾ ವೃದ್ಧಾಪ್ಯ ಸಮೀಪಿಸುತ್ತಿರುವ ಲಕ್ಷಣಗಳೋ ಎಂದು

ಗೊತ್ತಾಗುತ್ತಿಲ್ಲವೆಂದೂ ಹಾಗಾಗಿ ಹೀಗೆ ಒಮ್ಮೊಮ್ಮೆ ಬೆಟ್ಟಗುಡ್ಡ, ಗಲ್ಲಿ ಬೀದಿಗಳಲ್ಲಿ ಸುತ್ತಾಡುತ್ತಿರುವೆನೆಂದೂ ಆ ಮುದುಕನಿಗೆ ನಾನು ಹೇಳುವ ಹಾಗಿರಲಿಲ್ಲ. ಏಕೆಂದರೆ ಅವನು ಅವನದೇ ಸಂಕಷ್ಟಗಳ ಲೋಕದಲ್ಲಿ ಮುಳುಗಿರುವಂತೆ ತೋರುತ್ತಿತ್ತು. ಹಾಗಾಗಿ ನಾನು ಅವನಿಗೇ 'ನೀವು ಯಾಕೆ ಈ ಗುಡ್ಡದಲ್ಲಿ ಬಂದಿರುವಿರಿ' ಎಂದು ಕೇಳಿದ್ದೆ.

ಇನ್ನೆರೆಡು ಮೂರು ದಿನಗಳಲ್ಲಿ ಈ ಗುಮ್‌ನಾಮ್ ಬಾದಶಾ ಎಂಬ ಸಂತನ ಉರುಸ್ ಮಹೋತ್ಸವ ಜರುಗುವುದೆಂದೂ ಸೂಫಿಗಳೂ, ಚಿಸ್ತಿಗಳು, ಖಾದ್ರಿಗಳು, ರಫಾಯಿಗಳು, ಫಕೀರರು, ಹಠಯೋಗಿಗಳು, ರೋಗಿಗಳು, ಮಾನಸಿಕ ಅಸ್ವಸ್ಥರು ಇಲ್ಲಿ ಬಂದು ಸೇರುವರೆಂದೂ ಅವರು ಸಂತನ ಗೋರಿಯಬಳಿ ಹೋಗುವಾಗ ಬಿಟ್ಟುಹೋಗುವ ಚಪ್ಪಲಿ ಶೂಗಳನ್ನು ನೋಡಿಕೊಳ್ಳಲು ತಾನು ಸ್ವಕುಟುಂಬ ಸಮೇತನಾಗಿ ಬಂದಿರುವೆನೆಂದೂ ಇದೇ ತನ್ನ ಆದಾಯದ ಮೂಲವೆಂದೂ, ಸಂತನಿಗೆ ತನ್ನ ಸೇವೆಯೆಂದೂ ಹೇಳಿದ್ದ. ಉರೂಸಿನ ರಾತ್ರಿ ಬರಲೇ ಬೇಕೆಂದೂ, ಬಂದರೆ ಚಪ್ಪಲಿಯನ್ನು ತನ್ನ ಬಳಿಯೇ ಬಿಡಬೇಕೆಂದೂ ಕೋರಿದ್ದ.

ಅವನು ಹೇಳಿದ ಹಾಗೇ ಬಂದಿದ್ದೆ. ಚಪ್ಪಲಿಯನ್ನೂ ಅವನ ಬಳಿಯೇ ಬಿಟ್ಟಿದ್ದೆ. ಬಿಟ್ಟು ಮೇಲಕ್ಕೆ ಹೋದರೆ ಆ ಜನ ಜಂಗುಳಿಯಲ್ಲಿ ಗುಮ್‌ನಾಮ್ ಎಂಬ ಸಂತನ ಗೋರಿ ಶೋಭಾಯಮಾನವಾಗಿ ಹೊಳೆಯುತ್ತಿತ್ತು. ಹಠಯೋಗಿಗಳಾದ ರಫಾಯಿ ಸೂಫಿಗಳು ತಮಟೆಯ ಸದ್ದಿಗೆ ಕಬ್ಬಿಣದ ಚೂಪು ಬಾಣಗಳನ್ನು ತಮ್ಮ ತೋಳಿಗೆ, ತಲೆ ಬುರುಡೆಗೆ, ತುಟಿಗಳಿಗೆ ಹೊಲಿಯುತ್ತಾ ರಕ್ತ ಸುರಿಸಿಕೊಂಡು ಕುಣಿಯುತ್ತಿದ್ದರು. ಬುರುಖಾ ಹಾಕಿದ ಹೆಂಗಸರು, ಟೋಪಿಹಾಕಿರುವ ಗಂಡಸರು, ಸುರುಮಕಣ್ಣಿಗೆ ಹಚ್ಚಿದ ಮಕ್ಕಳು ಮಂತ್ರಮುಗ್ಧರಾಗಿ ಈ ರಕ್ತಸಿಕ್ತ ನೋಟವನ್ನು ನೋಡುತ್ತಿದ್ದರು.

ನನಗೆ ತಲೆತಿರುಗಿದಂತಾಗಿ ಈ ಕಡೆ ತಿರುಗಿದರೆ ಅಲ್ಲೇ ಮರಗಳ ಅಡಿಯಲ್ಲಿ ಜಮಖಾನಾ ಹಾಸಿಕೊಂಡು ಈ ನಾಲ್ವರು ಸೂಫಿಸಂತರು ಕೂತಿದ್ದರು. ಒಬ್ಬರು ಸೂಫಿ ಮಹಮ್ಮದ್ ರೂಹುಲ್ಲಾ ಶಾ ಖಾದ್ರಿ ಬಾಗ್ದಾದಿನಿಂದ ಬಂದ ಸಂತನೊಬ್ಬರ ಸಂತತಿಯವರು. ಇವರು ಲೌಕಿಕವಾಗಿ ಚಾಮುಂಡೇಶ್ವರಿ ವಿದ್ಯುತ್ ವಿತರಣ ನಿಗಮದಲ್ಲಿ ಕೆಲಸ ಮಾಡುತ್ತಿದ್ದರು ಆದರೆ ಪಾರಮಾರ್ಥಿಕವಾಗಿ ಬಲುದೊಡ್ಡ ಜ್ಞಾನಿ. ಜಲಾಲುದ್ದೀನ್ ರೂಮಿಯನ್ನೂ, ಅಲ್ಲಮನನ್ನೂ, ಏಕ ಪ್ರಕಾರವಾಗಿ ಉಲ್ಲೇಖಿಸಬಲ್ಲವರಾಗಿದ್ದರು. ಇನ್ನೊಬ್ಬರು ಖಾಜಾ ಸೈಯ್ಯದ್ ಅಜೀಂ ಅಲಿ ಶಾ ಚಿಸ್ತಿ. ಹಿತ್ತಾಳೆಯ ಕೆತ್ತನೆಯ ಕಲೆಯಲ್ಲಿ ಪರಿಣಿತರು ಹಾಗೂ ಅಜ್ಮೀರಿನ ಸಂತನ ಕಡೆಯವರು. ಇನ್ನಿಬ್ಬರು ಅನ್ವರ್ ಶಾ ಹಾಗೂ ಅಲ್ಲಾ ಬಕ್ಸ್ ಮೌನಿಗಳು ಹೆಚ್ಚು ಮಾತನಾಡುವವರಲ್ಲ.

ನಾನು ಹಠಹಿಡಿದು ಅನ್ವರ್ ಶಾ ಖಾದ್ರಿ ಎಂಬ ಈ ಮೌನಿಯನ್ನು ಮಾತನಾಡಿಸಲೇಬೇಕೆಂದು ಪಣತೊಟ್ಟು, 'ಎಲ್ಲ ಸರಿ, ಆದರೆ ಈ ಸೂಫಿ ತತ್ವ ಎಂದರೆ ಏನು' ಎಂದು ಕೇಳಿದ್ದೆ. ಅದಕ್ಕೆ ಅವರು ಸೂಫಿ ತತ್ವ ಎಂದರೆ ಲೌಕಿಕ ಮೋಹಗಳನ್ನು ಒದ್ದು ಓಡಿಸಿ ಪಡೆದವನ ಮೋಹವನ್ನು ಮನುಷ್ಯನ ಎದೆಯಲ್ಲಿ ಕೂಡಿಸುವುದು ಅಂದರು. ಆಮೇಲೆ ಒಂದು ಕಥೆ ಹೇಳಿದರು. ಆ ರಾತ್ರಿಯಲ್ಲಿ ಆ ನಕ್ಷತ್ರಗಳ ಅಡಿಯಲ್ಲಿ ಮನುಷ್ಯರ ಗದ್ದಲದ ನಡುವೆ ಆ ಕಥೆ ಹಕ್ಕಿಯೊಂದು

ಕೂಗಿದಂತೆ ಕೇಳಿಸುತ್ತಿತ್ತು. ಅದನ್ನು ಹಾಗೇ ಇಲ್ಲಿ ಹೇಳಲಾಗುವುದಿಲ್ಲ . ಚುಟುಕಾಗಿ ಹೀಗೆ ಹೇಳುತ್ತೇನೆ.

ಹಿಂದೆ ಇಬ್ರಾಹಿಂ ಬಿನ್ ಆದಂ ಎಂಬ ಬಾದಶಾ ಇದ್ದ. ಆತನು ಒಮ್ಮೆ ವಾಯುವಿಹಾರಕ್ಕೆ ಹೊರಡುವ ಮೊದಲು ಖಾದಿಮಾ ಎಂಬ ಸೇವಕಿಯೊಬ್ಬಳನ್ನು ಕರೆದು ತನ್ನ ಶಯ್ಯಾಗೃಹವನ್ನು ಸ್ವಚ್ಛಗೊಳಿಸಲು ಹೇಳಿ ಹೋದನಂತೆ. ಸೇವಕಿ ಶಯ್ಯಾಗೃಹವನ್ನು ಶುಚಿಗೊಳಿಸುವಾಗ ಅಕಸ್ಮಾತ್ತಾಗಿ ಅವಳ ಕೈ ರಾಜನ ಪಲ್ಲಂಗದ ಮಕಮಲ್ಲಿಗೆ ತಾಕಿ ಅವಳು ಪುಳಕಿತಳಾಗಿ ಈ ಮಕಮಲ್ಲಿನ ಹೊದಿಕೆಯೇ ಇಷ್ಟು ನುಣಪಾಗಿರುವಾಗ ಪಲ್ಲಂಗ ಎಷ್ಟು ಸುಖಕೊಡಬಹುದು ಅಂದಕೊಂಡು ಆಸೆ ತಾಳಲಾರದೆ ಪಲ್ಲಂಗದಲ್ಲಿ ಮಲಗಿ ಬಿಟ್ಟಳಂತೆ. ಮಲಗಿದವಳಿಗೆ ಅಲ್ಲೇ ನಿದ್ದೆ ಬಂತಂತೆ. ಇಬ್ರಾಹಿಂ ಎಂಬ ಬಾದಶಾ ವಾಯುವಿಹಾರದಿಂದ ವಾಪಸ್ಸು ಬಂದವನು ಖಾದಿಮಾ ಎಂಬ ಈ ಸೇವಕಿ ತನ್ನ ಪಲ್ಲಂಗದಲ್ಲಿ ಪವಡಿಸಿರುವುದನ್ನು ಕಂಡು ಆಕೆಯನ್ನು ತಿವಿದು ಎಬ್ಬಿಸಿ ಕಪಾಳಕ್ಕೆ ಹೊಡೆದು ಬಿಟ್ಟನಂತೆ. ಕಪಾಳಕ್ಕೆ ಏಟುತಿಂದ ಆಕೆ ಮೊದಲು ಅತ್ತರೂ ಆಮೇಲೆ ಸಾವರಿಸಿ ಗಹಗಹಿಸಿ ನಗಲು ತೊಡಗಿದಳಂತೆ. ಅವಾಕ್ಕಾದ ಬಾದಶಾ ಯಾಕೆ ನಗುವೆ ? ಎಂದು ಕೇಳಲು ಆಕೆ ನಗು ನಿಲ್ಲಸಲೇ ಇಲ್ಲವಂತೆ. ಬಾದಶಾ ಇನ್ನಷ್ಟು ಗಲಿಬಿಲಿಗೊಂಡು ಕೇಳಲಾಗಿ, ಅಯ್ಯೋ ಬಾದಶಾ ನಾನು ಒಂದು ನಿಮಿಷ ನಿನ್ನ ಪಲ್ಲಂಗದಲ್ಲಿ ಮಲಗಿದರೆ ನನ್ನ ಒಡೆಯನಾದ ನೀನು ಇಷ್ಟು ಸಿಟ್ಟುಗೊಂಡೆ, ಶಿಕ್ಷೆಕೊಟ್ಟೆ. ನೀನು ಜೀವನವಿಡೀ ಈ ಪಲ್ಲಂಗದಲ್ಲಿ ಮಲಗುತ್ತಿರುವೆ. ನಿನ್ನ ಒಡೆಯನಾದ ಮೇಲಿರುವ ಆ ಭಗವಂತ ಇನ್ನೆಷ್ಟು ಸಿಟ್ಟುಗೊಳ್ಳಬಹುದು. ನಿನಗೆ ಇನ್ನೆಷ್ಟು ಶಿಕ್ಷೆ ಸಿಬಹುದು ಎಂದು ಯೋಚಿಸಿ ನಗುತ್ತಿರುವೆ ಅಂದಳಂತೆ. ಇಬ್ರಾಹಿಂ ಬಾದಶಾ ಆ ರಾತ್ರಿವಿಡೀ ನಿದ್ದೆಯಿಲ್ಲದೆ ಹೊರಳಾಡುತ್ತಿದ್ದನಂತೆ. ರಾತ್ರಿ ಅರಮನೆಯ ಛಾವಣಿಯ ಮೇಲೆ ಏನೋ ನಡೆದಾಡುತ್ತಿರುವ ಸದ್ದು ಕೇಳಿಸಿತಂತೆ. 'ಯಾರದು' ಎಂದು ಕೂಗಿದನಂತೆ 'ನಾನು ಸ್ವಾಮಿ ಒಬ್ಬ ರೈತ' ಎಂಬ ಉತ್ತರ ಬಂತಂತೆ. ನನ್ನ ಛಾವಣಿಯಲ್ಲಿ ಏನು ಹುಡುಕುತ್ತಿರುವೆ ಎಂದು ಬಾದಶಾ ಸಿಟ್ಟಿನಲ್ಲಿ ಕೇಳಿದನಂತೆ. 'ನನ್ನ ಒಂಟೆ ಕಾಣಿಸುತ್ತಿಲ್ಲ' ಎಂಬ ಉತ್ತರ ಬಂತಂತೆ. 'ಒಂಟೆಯನ್ನು ಅರಮನೆಯ ಛಾವಣಿಯಲ್ಲಿ ಏಕೆ ಹುಡುಕುತ್ತಿರುವೆ ಹೊರಗೆ ಹುಡುಕು ಮೂರ್ಖ' ಎಂದು ಗುಡುಗಿದನಂತೆ. ಆಗ ಮೇಲಿದ್ದ ರೈತ 'ಅಯ್ಯೋ ಬಾದಶಾ ನನ್ನ ಒಂಟೆ ನಿನ್ನ ಅರಮನೆಯ ಛಾವಣಿಯಲ್ಲಿ ಹೇಗೆ ಸಿಗುವುದಿಲ್ಲವೋ ಅದೇರೀತಿ ನಿನಗೆ ಅರಮನೆಯೊಳಗೆ ಭಗವಂತನೂ ಸಿಗುವುದಿಲ್ಲ' ಎಂದು ಮುಖಕ್ಕೆ ರಾಚುವಂತೆ ಉತ್ತರಿಸಿದನಂತೆ.

ಇಬ್ರಾಹಿಂ ಬಿನ್ ಆದಂ ಎಂಬ ಆ ಬಾದಶಾನೇ ಜಗತ್ತಿನ ಮೊದಲ ಸೂಫಿಯಂತೆ. ಆತ ಇಸ್ಲಾಂ ಧರ್ಮ ಹುಟ್ಟುವ ಮೊದಲೇ ಬದುಕಿದ್ದನಂತೆ .. ಭಿಕ್ಷುಕನಂತೆ ಲೋಕಸುತ್ತಿದನಂತೆ.

ಅನ್ವರ್ ಶಾ ಖಾದ್ರಿ ಆ ರಾತ್ರಿ ಕತೆ ಹೇಳಿದ್ದರು. ಆ ಕತೆ ಕೇಳಿದ ಮೇಲೆ ನನ್ನ ತಲೆಗೆ ಹತ್ತಿರುವ ಶೂಲೆ ಇನ್ನೂ ಹೊರಟುಹೋಗಿಲ್ಲ. ಇದನ್ನೆಲ್ಲಾ ನಿಮ್ಮೊಡನೆ ಹೇಳಿದ ಮೇಲೆ ಆ ಶೂಲೆ ತೊಲಗಿ ನಾನು ಎಂದಿನಂತೆ ಬೀದಿ ಬೆಟ್ಟ ಸುತ್ತಲೂ ಆಗಬಹುದು ಎಂಬ ಆಶೆಯಿಂದ ಇದನ್ನೆಲ್ಲಾ ಹೇಳುತ್ತಿರುವೆ.

ಪಂಡಿತಸ್ವಾಮಿಗೆ ಕಾಯುತ್ತಾ ಬೋಟೀ ಬಜಾರಿನಲ್ಲಿ

ಯಾಕೋ ಸಣ್ಣಗೆ ಚಳಿಯಾಗುತ್ತಿತ್ತು. ಹಲ್ಲುಪುಡಿಮಾರುವ ಪಂಡಿತಪ್ಪಸ್ವಾಮಿಯನ್ನು ಹುಡುಕುತ್ತಾ ಹೊರಟವನು ಬೋಟೀ ಬಜಾರಿನಲ್ಲಿ ಕುರಿ, ಕೋಳಿ, ಮೀನು, ಸಾರಾಯಿ, ಮೂಸಂಬಿ, ರಸಬಾಳೆ, ಮರಗೆಣಸು, ಮಲ್ಲಿಗೆ, ಸೇವಂತಿಗೆ ಮಾರುವ ಈ ಗಲೀಜು ರಸ್ತೆಯಲ್ಲಿ ಬೈಕು ನಿಲ್ಲಿಸಿ ಆಕಾಶ ನೋಡುತ್ತ ಕುಳಿತಿದ್ದೆ. ನೋಡಲು ಬಲು ಖುಷಿಯಾಗುತ್ತಿದ್ದ ಬೊಚ್ಚು ಬಾಯಿಯ ಶ್ಯಾಮವರ್ಣದ ಮುದುಕಿ ಎಂದಿನಂತೆ ತನ್ನ ಆಕರ್ಷಕ ನಗುನಗುತ್ತಾ ನಡುನಡುವಲ್ಲಿ ದೀನಳಾಗಿ ನೋಡುತ್ತಾ ಬಿಕ್ಷೆ ಎತ್ತುತ್ತಿದ್ದಳು. ಕಳೆದ ವಾರ ಇಂತಹದೇ ಒಂದು ಸಂಜೆ ಸೊಗಸುಗಾರನಂತೆ ಕಾಣುತ್ತಿದ್ದ ಸಾಮಾಜಿಕ ಕಾಳಜಿಯನ್ನೂ ಹೊಂದಿದ್ದ ಯುವಕನೊಬ್ಬ ಹಸಿದಿದ್ದ ಈ ಮುದುಕಿಗೆ ಬಿಕ್ಷೆಯ ಬದಲು ದೊಡ್ಡದಾದ ಕೇಕ್ ತುಂಡೊಂದನ್ನು ತಿನ್ನಲು ಕೊಟ್ಟು 'ಬಿಕ್ಷೆ ಬೇಡಬಾರದು ಅಜ್ಜೀ ಎಲ್ಲಾದರೂ ಅನಾಥಾಶ್ರಮ ಸೇರು' ಅಂತ ಬುದ್ಧಿ ಹೇಳುತ್ತಿದ್ದ. 'ಅಯ್ಯೋ ಅಂದೊಂದನ್ನು ಮಾತ್ರ ಹೇಳಬೇಡ ಕಂದಾ' ಎಂದು ಅಜ್ಜೀ ಅವನಿಗೇ ಬುದ್ಧಿ ಹೇಳುತ್ತಿದ್ದಳು. ಅವಳ ಪ್ರಕಾರ ಅನಾಥಾಶ್ರಮದಲ್ಲಿ ಸತ್ತು ಹೋದರೆ ಮೃತ ದೇಹವನ್ನು ಆಸ್ಪತ್ರೆಗೆ ಎಸೆದು ಹೋಗುತ್ತಾರಂತೆ. ಆದರೆ ರಸ್ತೆ ಬದಿಯಲ್ಲಿ ಬಿಕ್ಷೆ ಬೇಡುತ್ತಾ ಸತ್ತು ಹೋದರೆ ನಾಲ್ಕು ಮಂದಿ ಒಳ್ಳೆಯವರು ಚಂದಾ ಎತ್ತಿ ಚಟ್ಟ ಕಟ್ಟಿ ಸ್ಮಶಾನಕ್ಕೆ ಒಯ್ದು ಸದ್ಗತಿ ಒದಗಿಸುತ್ತಾರಂತೆ. ಅವಳ ವಾದ ಸರಣಿ ಅರ್ಥವಾಗದ ಆ ಯುವಕ ಸುಮ್ಮನಾಗಿ ಸಿಗರೇಟು ಹಚ್ಚಿಕೊಳ್ಳಲು ಹೋಗಿದ್ದ.

ಕುರಿಗಳ ಕತ್ತರಿಸಿದ ತಲೆ ಕಾಲು, ಆಡಿನ ಕರುಳು, ಕೋಳಿಗಳ ಗಂಟಲು, ಕಾಲು, ಹೃದಯ ಚರಂಡಿಯ ಗಲೀಜು ನೀರು, ಸಾರಾಯಿಯ ಪರಿಮಳ... ಯಾರೋ ಒಬ್ಬಳು

ಬೀದಿ ವೇಶ್ಯೆಯ ಪ್ರಿಯಕರ ಯಾರೋ ಮಾಡಿದ ಖೂನಿಯೊಂದನ್ನು ತಾನೇ ಮಾಡಿದೆ ಎಂದು ಒಪ್ಪಿಕೊಂಡು ಬಳ್ಳಾರಿಯ ಜೈಲು ಸೇರಿದ್ದ. ಆಕೆ ಸಾರಾಯಿ ಅಂಗಡಿಯಿಂದ ಹೊರಬಂದು ಮೈಸೂರಿನಿಂದ ಬಳ್ಳಾರಿಗೆ ಹೋಗುವ ದಾರಿ ಯಾವುದು ಎಂದು ಆವೇಶ ಬರಿತಳಾಗಿ ಕೂಗುತ್ತಿದ್ದಳು. ಕಾವಿಯನ್ನು ಮೈತುಂಬಾ ಹೊದ್ದುಕೊಂಡು ಏಕತಾರಿಯ ತುದಿಗೆ ಮಲ್ಲಿಗೆ ಸೇವಂತಿಗೆ ಕುಂಕುಮ ಪೂಸಿಕೊಂಡು ಹಾಡಿಕೊಂಡು ಅಲ್ಲಾಡಿಕೊಂಡು ನಡೆಯುತ್ತಿದ್ದ ಮುದುಕನೊಬ್ಬ ಈ ಬೋಟಿ ಬಜಾರಿನ ಸುತ್ತ ಮುತ್ತಲಿನ ಈ ಎಲ್ಲ ಪ್ರದೇಶಗಳೂ ಮೊದಲು ತನ್ನ ಪೂರ್ವಜರದಾಗಿತ್ತೆಂದೂ ಮಹಾರಾಜರು ಇಲ್ಲಿ ಮಾರುಕಟ್ಟೆ ಮಾಡಿದ ಮೇಲೆ ತಾವು ಬೀದಿಪಾಲಾದವರೆಂದೂ ನನ್ನ ಹಾಗೇ ಆಕಾಶ ನೋಡುತ್ತಾ ಗೊಣಗುತ್ತಿದ್ದ. ಅಷ್ಟರಲ್ಲಿ ಮೀನಿನ ಅಂಗಡಿಯಲ್ಲಿ ಮೀನು ಕತ್ತರಿಸುವ ಕೆಲಸ ಮಾಡುತ್ತಿದ್ದ ಹುಡುಗನೊಬ್ಬ ಕೈಯಲ್ಲಿ ಕತ್ತಿ ಹಿಡಕೊಂಡೇ ಹೊರಬಂದು ಈ ಮುದುಕನಿಗೆ ಕೈ ಮುಗಿದ. ಮುದುಕ ಆ ಹುಡುಗನ ತಲೆಯ ಮೇಲೆ ಮಲ್ಲಿಗೆಯ ಎಸಳೊಂದನ್ನು ಇಟ್ಟು 'ನಿನಗೆ ರಾಜಯೋಗವಿದೆಯಪ್ಪಾ, ಸ್ವಲ್ಪಕಾಲ ಹೀಗೇ ಇರು. ಮುಂದೆ ದೊಡ್ಡ ರಾಜನಾಗುತ್ತೀಯಾ' ಎಂದು ಆಶೀರ್ವದಿಸಿದ. ಹುಡುಗ ಮುದುಕನ ಕಾಲಿಗೆ ಬಿದ್ದು ಪುನಃ ಮೀನಿನಂಗಡಿಯೊಳಕ್ಕೆ ಅಂತರ್ದಾನನಾದ.

ಆ ಸಂಜೆಯ ಕತ್ತಲಲ್ಲಿ ಮೀನುಕೊಳ್ಳಲು ಬಂದ ಮಲಯಾಳೀ ಕನ್ಯಾಸ್ತ್ರೀಯರಿಬ್ಬರು ಮೂಗು ಮುಚ್ಚಿಕೊಂಡು ತಮ್ಮ ಕನ್ಯಾವಸ್ತ್ರವನ್ನು ಕೊಂಚ ಮೇಲೆತ್ತಿಕೊಂಡು ಅದು ಯಾವುದೋ ಸಮುದ್ರ ಮೀನಿನ ಹೆಸರನ್ನು ಮಲಯಾಳೀ ಭಾಷೆಯಲ್ಲಿ ಕೇಳಿಕೊಂಡು ಹುಡುಕಾಡುತ್ತಿದ್ದರು. ಅವರ ಮುಖ ನೋಡಿದರೆ ಈ ಜನ್ಮದಲ್ಲಿ ಆ ಮೀನು ಅವರಿಗೆ ಸಿಗುವುದಿಲ್ಲ ಎಂಬ ನಿರಾಶೆ ಅವರಲ್ಲಿ ಮಡುಗಟ್ಟಿದಂತೆ ಇತ್ತು.

ಅವರ ನಿರಾಶೆಯನ್ನೂ ಮೀರಿಸುವಂತೆ ಒಳ್ಳೆಯ ರೇಷ್ಮೆ ಸೀರೆಯೊಂದನ್ನು ಉಟ್ಟುಕೊಂಡು ತಲೆಯ ಗಾಯಕ್ಕೆ ಬ್ಯಾಂಡೇಜು ಹಾಕಿಕೊಂಡು ಗೃಹಿಣಿಯಂತೆ ತೋರುತ್ತಿದ್ದ ಮಹಿಳೆಯೊಬ್ಬಳು 'ನಾನು ಬಿಕ್ಷುಕಳಲ್ಲ..ಅಲ್ಲ, ಆರು ವಾರದ ಬಾಣಂತಿ ಯಾರಾದರೂ ಒಂದು ಪ್ಯಾಕೆಟ್ ಹಾಲು ತಗೊಳ್ಳಲು ಬಿಕ್ಷೆ ನೀಡಿ' ಎಂದು ಬೇಡುತ್ತಿದ್ದಳು. ಆಕೆ ಚನ್ನರಾಯ ಪಟ್ಟಣದ ಕಡೆಯ ಹಳ್ಳಿಯೊಂದರ ಹೆಂಗಸು. ಗಂಡ ಸತ್ತ ಆರುದಿನಕ್ಕೇ ಆಕೆಯನ್ನು ಹೊಡೆದು ಬಡಿದು ಹೊರಹಾಕಿದ್ದರು. ಆಕೆ ಆರುತಿಂಗಳ ಮಗು, ಎರಡು ವರ್ಷದ ಮಗಳು ಮತ್ತು ಒಂದನೇ ಕ್ಲಾಸಿನಲ್ಲಿ ಓದುತ್ತಿದ್ದ ಮಗನನ್ನು ಎತ್ತಿಕೊಂಡು ಲಾರಿ ಹತ್ತಿ ಬಂದು ಇಲ್ಲೇ ಮಾರುಕಟ್ಟೆಯ ಮೆಟ್ಟಿಲ ಕೆಳಗೆ ಸಂಸಾರ ಹೂಡಿದ್ದಳು. ಎರಡುವರ್ಷದ ಮಗಳು, ಹಸಿವು ಎಂದು ಅಳಲು ತೊಡಗಿ ಹಾಲಿಗಾಗಿ ಆಕೆ ಬಿಕ್ಷೆ ಎತ್ತುತ್ತಿದ್ದಳು. ಆಕೆಯ ತಲೆಯ ಗಾಯದ ಬ್ಯಾಂಡೇಜಿನಲ್ಲಿ ನೆತ್ತರು ಹೆಪ್ಪುಗಟ್ಟಿತ್ತು.

ಸುಂದರ್ ಬ್ರಾಂಡ್ ಹಲ್ಲುಪುಡಿ ಮಾರುವ ಪಂಡಿತಪ್ಪಸ್ವಾಮಿ ನನಗೆ ಇಲ್ಲಿ ಕಾಯಲು ಹೇಳಿದ್ದರು. ಈ ಪಂಡಿತಪ್ಪಸ್ವಾಮಿ ಮೈಸೂರಿನವರು ಎಂದು ನನಗೆ ಗೊತ್ತಿರಲಿಲ್ಲ. ಹಾಗೆ ನೋಡಿದರೆ ಇವರ ನೆನಪೂ ನನಗಿರಲಿಲ್ಲ. ಆವತ್ತು ರಾತ್ರಿ ಒಂಬತ್ತು ಗಂಟೆಯ

ಹೊತ್ತಿಗೆ ಮೈಸೂರಿನ ರೈಲು ನಿಲ್ದಾಣದ ಬಳಿಯ ಟ್ರಾಫಿಕ್ ಸಿಗ್ನಲ್ ಲೈಟು ಯಾಕೋ ಇದ್ದಕ್ಕಿದಂತೆ ಕೆಟ್ಟು ಹೋಗಿರದಿದ್ದರೆ ಇವರನ್ನು ಬಹುಶಃ ಈ ಜೀವಮಾನದಲ್ಲಿ ನಾನು ನೋಡುತ್ತಲೂ ಇರಲಿಲ್ಲ.

ತಮ್ಮ ಟಿ ವಿ ಎಸ್ ಸ್ಕೂಟರನ್ನು ಒಂದು ದೊಡ್ಡ ಮಾರುಕಟ್ಟೆಯಂತೆ ಮಾರ್ಪಡಿಸಿಕೊಂಡು ಹಲ್ಲುಪುಡಿ, ಗಂಧದಕಡ್ಡಿ, ನೀಲಗಿರಿ ತೈಲ, ಭೇದಿ ಔಷಧಿಗಳ ಚೀಲಗಳನ್ನು ಅದರ ಮೈತುಂಬಾ ಹೊದಿಸಿ ಆ ಸ್ಕೂಟರ್ ಒಂದು ಸಣ್ಣ ಆನೆಯಂತೆ ಕಾಣಿಸುತ್ತಿತ್ತು. ಅದರ ಮೈಮೇಲೆ ಸೂಟು ಬೂಟು ಹಾಕಿಕೊಂಡು ಕುಳಿತ ಪಂಡಿತಪ್ಪಸ್ವಾಮಿ ಹೆಲ್ಮೆಟಿನ ಬದಲು ತಮ್ಮ ಎಂದಿನ ಹಾಗಿನ ಬ್ರಿಟೀಷ್ ಶೈಲಿಯ ಹ್ಯಾಟ್ ದರಿಸಿಕೊಂಡು ಕೆಟ್ಟುಹೋದ ಟ್ರಾಫಿಕ್ ಸಿಗ್ನಲ್‌ನ ಗಲಾಟೆಯ ನಡುವೆ ತಮ್ಮ ಸ್ಕೂಟರಿನ ಹೊಟ್ಟೆಯೊಳಗಿನ ಸೌಂಡ್ ಸಿಸ್ಟಂ ಅನ್ನು ಆನ್ ಮಾಡಿ ಮೈಕ್ ಎತ್ತಿಕೊಂಡು ಕೆಮ್ಮಿ ಟ್ರಾಫಿಕ್ ಪೋಲಿಸ್ ಪೇದೆಗೆ 'ಏನಣ್ಣಾ ಚೆನ್ನಾಗಿದಿಯೇನಣ್ಣಾ' ಎಂದು ನಮಸ್ಕಾರ ಹೇಳಿದರು ಆ ಗೊಂದಲ ಗದ್ದಲ ಅವಸರದ ನಡುವೆ ಹೀಗೆ ರಸ್ತೆಯ ನಡುವಿಂದ ಮೈಕ್ ನಲ್ಲಿ ಅಚಾನಕ್ಕಾಗಿ ಮೂಡಿಬಂದ 'ನಮಸ್ಕಾರ'ದ ಸದ್ದು ಆ ಪೇದೆಯನ್ನೇನೂ ಚಕಿತಗೊಳಿಸದೆ ಆತ ಅಲ್ಲಿಂದಲೇ ಕೈ ಎತ್ತಿ ನಕ್ಕು ಪ್ರತಿನಮಸ್ಕಾರ ಹೇಳಿದ.

ಪಂಡಿತಪ್ಪಸ್ವಾಮಿಯ ಹಿಂದೆ ಬೈಕು ನಿಲ್ಲಿಸಿಕೊಂಡು ಕಾಯುತ್ತಿದ್ದ ನನಗೆ ಆ ನಮಸ್ಕಾರದ ಸದ್ದು ಎಲ್ಲೋ ಕೇಳಿದಂತೆ ಅನಿಸಿತು. ಆ ಹಲ್ಲು ಪುಡಿ, ಗಂಧದ ಕಡ್ಡಿ, ನೀಲಗಿರಿ ತೈಲ ಭೇದಿ ಔಷಧಿಗಳ ಮೂಟೆಯನ್ನು ಹೊತ್ತುಕೊಂಡು ನಿಂತಿದ್ದ ಆ ಆನೆಯಂತಿದ್ದ ಸ್ಕೂಟರಿನ ಮೇಲೆ ಅಮಾತ್ಯರಂತೆ ಮೈಕು ಹಿಡಿದುಕೊಂಡು ಕುಳಿತಿದ್ದ ಅವರನ್ನು ನೋಡಿದ ಮೇಲೆ ಇವರು ನಮ್ಮ ಸುಂಟಿಕೊಪ್ಪದ ಸಂತೆಗೆ ಮೂವತ್ತು ವರ್ಷಗಳ ಹಿಂದೆ ಬಾಡಿಗೆ ಸೈಕಲನ್ನು ಹೀಗೇ ಆನೆಮರಿಯ ಹಾಗೆ ಮಾಡಿಕೊಂಡು ಹಲ್ಲು ಪುಡಿ ಮಾರಲು ಬರುತ್ತಿದ್ದ ಆಸಾಮಿಯೇ ಎಂದು ಖಾತ್ರಿಯಾಯಿತು. ಭಾನುವಾರದ ಸಂತೆಗಾಗಿ ಶನಿವಾರ ನಡುರಾತ್ರಿಯೇ ಬಂದು ಸಂತೆಮಾಳದಲ್ಲಿ ಮಲಗಿ ಬೆಳಿಗ್ಗೆ ಎದ್ದು ಬ್ಲೂಸ್ಟಾರ್ ಹೋಟೇಲಿನಲ್ಲಿ ಪರೋಟ ಚಾಪೀಸ್ ತಿಂದು ಮೈಕು ಹಿಡಿದುಕೊಂಡು ಪಂಡಿತನಂತೆ, ಪ್ರಾಧ್ಯಾಪಕನಂತೆ ಗಾಯಕನಂತೆ, ವಿದೂಷಕನಂತೆ ಸೈಕಲನ್ನು ಲೈಟು ಕಂಬಕ್ಕೆ ಆನಿಸಿ ನಿಲ್ಲಿಸಿ ಹಲ್ಲುಪುಡಿ ಮಾರುತ್ತಿದ್ದ ಈ ಮನುಷ್ಯನನ್ನು ನಾವು ಹುಡುಗರು ಸುಂಟಿಕೊಪ್ಪ ಸಂತೆಯಲ್ಲಿ ಪರಿಭಾವಿಸಿಕೊಳ್ಳುತ್ತಿದ್ದುದು ನೆನಪಾಗಿ ನಗುಬಂದಿತ್ತು. ಈಗ ಕತೆಗಳನ್ನು ಕವಿತೆಗಳನ್ನು ಬರೆದು ಸಹೃದಯರಾದ ಓದಗರನ್ನೂ ಕಠಿಣ ಹೃದಯಿಗಳಾದ ವಿಮರ್ಶಕರನ್ನೂ ಎದುರಿಸುತ್ತಿರುವ ನನಗೂ ಮೂವತ್ತು ವರ್ಷಗಳ ಹಿಂದೆ ಸುಂಟಿಕೊಪ್ಪ ಸಂತೆಯಲ್ಲಿ ಹಲ್ಲುಪುಡಿ ಮಾರುತ್ತಾ ಹುಡುಗರಾದ ನಮ್ಮ ಕೀಟಲೆಗಳನ್ನು ಎದುರಿಸುತ್ತಿದ್ದ ಪಂಡಿತಸ್ವಾಮಿಯವರಿಗೂ ಅಂತಹ ದೊಡ್ಡ ವ್ಯತ್ಯಾಸ ಇಲ್ಲ ಎನಿಸಿತು.

ಟ್ರಾಫಿಕ್ ದೀಪ ಸರಿಯಾಗುತ್ತಿದ್ದಂತೆ ಪಂಡಿತಪ್ಪಸ್ವಾಮಿಯವರು ಮೈಕನ್ನು ಸ್ಕೂಟರಿನ ಹೊಟ್ಟೆಯೊಳಗೆ ಸಿಲುಕಿಸಿ ಹಳೆಯ ತಮಿಳು ಹಾಡೊಂದರ ಕ್ಯಾಸೆಟ್ಟನ್ನು ಟೇಪಿಗೆ

ತುರುಕಿಸಿ ಹಾಡು ಜೋರಾಗಿ ಹಾಡಿಸಿಕೊಂಡು ಸ್ಕೂಟರು ಸ್ಟಾರ್ಟ್‌ಮಾಡಿದರು. ನಾನು ಅವರನ್ನು ಹಿಂಬಾಲಿಸಿದೆ.

ಆಮೇಲೆ ನಡೆದದ್ದು ದೊಡ್ಡಕತೆ. ಪಂಡಿತಪ್ಪಸ್ವಾಮಿ ಮತ್ತು ನಾನು ಈಗ ಗಳಸ್ಯ ಕಂಠಸ್ಯ ಸ್ನೇಹಿತರು. ನಮ್ಮಿಬ್ಬರ ನಡುವೆ ಸುಮಾರು ೩೦ ವರ್ಷಗಳಷ್ಟು ಅಂತರ ವಿದ್ದರೂ ನಾವು ಸ್ನೇಹಿತರಾಗಿದ್ದೇವೆ. ಪಂಡಿತಪ್ಪಸ್ವಾಮಿ ಹಳೆಗಡಿಯಾರದ ಬಳಿಯಲ್ಲಿ, ಗಾಂಧಿ ಚೌಕದ ಎದುರು, ಟೌನ್ ಹಾಲ್‌ನ ಮುಂಭಾಗದಲ್ಲಿ ಒಲಂಪಿಯಾದ ಎದುರು ಹಲ್ಲುಪುಡಿ ಮಾರಿ ಕತ್ತಲಾಗುವಾಗ ಮನೆಗೆ ಹಿಂತಿರುಗುವ ದಾರಿಯಲ್ಲಿ ನಾವಿಬ್ಬರು ಭೇಟಿ ಆಗುತ್ತೇವೆ. ಅವರು ಹಳೆಯ ಕಥೆಗಳನ್ನು ಹೇಳುತ್ತಾರೆ ತನ್ನ ೧೪ನೇಯ ವಯಸ್ಸಿನಿಂದ ಆರಂಭವಾದ ಈ ಹಲ್ಲು ಪುಡಿಯ ವ್ಯಾಪಾರ, ನಡುವೆ ತೀರಿಹೋದ ಮೊದಲನೆಯ ಹೆಂಡತಿ, ಒಂದೊಂದು ಊರಿನ ಒಂದೊಂದು ಅಜ್ಞಾತ ಹೋಟೆಲ್ ಗಳಲ್ಲಿ ತುಕ್ಕು ಹಿಡಿಯುತ್ತಿರುವ ತಮ್ಮ ಸೈಕಲ್ಲುಗಳು, ಹಲ್ಲುಪುಡಿಯ ಗೋದಾಮುಗಳು, ತನ್ನ ಸುವೇಗ ಎಂಬ ಪ್ರೀತಿಯ ಸ್ಕೂಟ್ರು,'ಮಾರಿಸ್8' ಎಂಬ ಕಾರು, ಎರಡನೆಯ ಹೆಂಡತಿ, ಅದರಿಂದ ಉಂಟಾದ ಮಕ್ಕಳು, ಅವರ ತುಂಟಾಟಗಳು ಎಲ್ಲವನ್ನೂ ಹೇಳುತ್ತಾರೆ. ನಡುನಡುವೆ ಹಲ್ಲುಪುಡಿಯ ಕುರಿತಾದ ಕವಿತೆಗಳನ್ನೂ, ಲಾವಣಿಗಳನ್ನೂ ಹಾಡುತ್ತಾರೆ. ನಾನು ನನ್ನ ಕತೆಯೂ ಇವರ ಕತೆಗಳಿಗಿಂತ ಭಿನ್ನವಾಗಿ ಏನೂ ಇಲ್ಲ ಎಂದುಕೊಂಡು ಅವರ ಮಾತುಗಳನ್ನು ಸುಮ್ಮನೆ ಕೇಳಿಸಿಕೊಳ್ಳುತ್ತಿರುತ್ತೇನೆ

ಇನ್ನು ಯಾವತ್ತಾದರೂ ಪಂಡಿತಪ್ಪಸ್ವಾಮಿಯ ಪೂರ್ತಿಕತೆಯನ್ನು ಹೇಳುತ್ತೇನೆ. ಈಗ ಮೈಸೂರಿನ ಹೃದಯ ಭಾಗದಲ್ಲಿರುವ ಈ ಬೋಟಿ ಬಜಾರಿನ ದಿವ್ಯಪರಿಮಳ, ದಿವ್ಯಸದ್ದುಗಳ ನಡುವೆ ಟಿ ವಿ ಎಸ್ ದೂಡುತ್ತಾ ಓಲಾಡಿಕೊಂಡು ಬರಲಿರುವ ಪಂಡಿತಪ್ಪಸ್ವಾಮಿಗಾಗಿ ಕಾಯುತ್ತಿದ್ದೇನೆ.

ಸಿಂಹಾಸನವೂ ಹಣೆಯ ಬರಹವೂ

ನಿನ್ನೆ ಇರುಳು ಭರತನ ಹುಣ್ಣಿಮೆ. ಮಾಂತ್ರಿಕ ಕವಿ ಬೇಂದ್ರೆ ಹುಟ್ಟಿದ ದಿನ ಕಳೆದು ಮೂರನೆಯ ರಾತ್ರಿ. ಹದುಳದಲ್ಲಿ ಮೂಡಿದ ಹುಣ್ಣಿಮೆ ಮುಖಕ್ಕೆ ರಾಚುತ್ತಿತ್ತು.

'ಬರೀ ಕಷ್ಟ ಹೇಳಬೇಡಿ ಕಥೆ ಹೇಳಿ, ಸುಖ ಹೇಳಿ, ತಮಾಷೆ ಹೇಳಿ. ನಾನೂ ನಿಮ್ಮ ಹಾಗೆ ಸಾರಾಯಿ ಕುಡಿದಿರುವೆನೆಂದು ಅಂದುಕೊಂಡು ಮಾತನಾಡಿ. ಈ ಲೋಕ ಹುಟ್ಟುವ ಮೊದಲೇ ಹುಟ್ಟಿದಂತಿರುವ ನಿಮ್ಮ ಬುಟ್ಟಿಕೊರಚ ಕುಲ ಹೇಗೆ ಉಂಟಾಯಿತು ಎಂದು ತಿಳಿಸಿ' ಎಂದು ನಾನು ಅವರ ಬಳಿ ಗೋಗರೆಯುತ್ತಿದ್ದೆ. ಅವರು ಹೇಳದಿದ್ದರೂ, ಅಳದಿದ್ದರೂ ಅವರ ಸಂಕಟ ಆ ಬೆಳದಿಂಗಳಿನಂತೆ ನಿಚ್ಚಳವಾಗಿತ್ತು. ಮೈಸೂರಿನ ಸಂಸ್ಕೃತಿ, ಸಂಗೀತ, ಸುಖ, ಸಮೃದ್ಧಿ, ಇತಿಹಾಸ ಎಲ್ಲವನ್ನೂ ಒಟ್ಟಿಗೆ ಸೇರಿಸಿ ತೂಕಕ್ಕೆ ಹಾಕಿದರೂ ಅದು ಏನೇನೂ ಅಲ್ಲವೆಂಬಂತೆ ಆ ಬುಟ್ಟಿಕೊರಚರ ಹಸಿವು, ಬೇಸರ, ಏಕಾಂಗಿತನ, ಅಸಹಾಯಕತೆ ಕೆನ್ನೆಗೆ ಹೊಡೆದಷ್ಟೇ ಸ್ಪಷ್ಟವಾಗಿ ಭಾಸವಾಗುತ್ತಿತ್ತು.

ಮೈಸೂರಿನ ಪ್ರಪಾತದಂತಿರುವ ಇಳಿಜಾರೊಂದರಲ್ಲಿ ಏಕಲವ್ಯ ನಗರ ಎಂಬ ಅದ್ಭುತ ಕೊಳಗೇರಿಯೊಂದಿದೆ. ಈ ಕೊಳಗೇರಿಯಲ್ಲಿರುವ ಮುನ್ನೂರು ನಾನೂರು ಗುಡಿಸಲುಗಳಲ್ಲಿ ಶಿಳ್ಳೆ ಕ್ಯಾತರು, ದೊಂಬಿದಾಸರು, ಹಕ್ಕಿ ಪಿಕ್ಕಿಗಳು, ಗೊಂಬೆರಾಮರು, ಇತ್ಯಾದಿ ಕಲಾವಿದರಿದ್ದಾರೆ ಈ ಗುಡಿಸಲುಗಳನ್ನು ಗುಡಿಸಲೂ ಎಂದು ಹೇಳುವುದು ತಪ್ಪಾಗುತ್ತದೆ. ಏಕೆಂದರೆ ಈ ತಡಿಕೆಯಂತಹ ಕೋಳಿ ಗೂಡುಗಳೊಳಗೆ ನಾಟಕದ ಸಿಂಹಾಸನಗಳು, ಕಿರೀಟಗಳು, ಗದೆಗಳು, ಹಾರ್ಮೋನಿಯಂ, ಏಕತಾರಿಗಳು ಮತ್ತು ಕಲಾವಿದರಾದ ಮನುಷ್ಯರು, ಅವರ ಮಕ್ಕಳು, ಬೆಕ್ಕುಗಳು ಮತ್ತು ನಾಯಿಗಳು ಉಸಿರಾಡಿಕೊಂಡಿರುತ್ತವೆ. ತಡಿಕೆಗಳ ಹೊರಗೆ ಪಟ್ಟದ ಕುದುರೆಗಳು, ಸಾರೋಟುಗಾಡಿಗಳು ಮತ್ತು ಬಯಲಲ್ಲಿ ಕೂತವರಹಿಂದೆ ಬೀಡಾಡಿ ಹಂದಿಗಳು ಓಡಾಡಿಕೊಂಡಿರುತ್ತವೆ.

ಇದೊಂದು ತರಹದ ನಿತ್ಯನರಕರಂಗಭೂಮಿ. ಹಸಿವು, ಕಷ್ಟ, ಕತೆ, ನಾಟಕ, ಹಾಡು, ನೃತ್ಯ, ರೋಗ, ರುಜಿನ, ಸಾವು, ವೇದಾಂತ ಇತ್ಯಾದಿ ಮನಸ್ಸನ್ನು ಉಲ್ಲಾಸಗೊಳಿಸುವ ದರಿದ್ರ ಮನೋರಂಜನೆಗಳು ಬೇಕೆನಿಸಿದಾಗಲೆಲ್ಲಾ ನಾವು-ನೀವು ಇಲ್ಲಿಗೆ ಬಂದು ಹುಣ್ಣಿಮೆಯ ಬೆಳಕಿನಲ್ಲಿ ಒಂದಿಷ್ಟು ಮನವನ್ನು ಮುದಗೊಳಿಸಿ ಹೋಗಬಹುದಾಗಿದೆ. ನನಗೆ ಯಾಕೋ ನಿನ್ನೆ ಇರುಳು ನನ್ನ ಮನುಷ್ಯ ಜನ್ಮದ ಕುರಿತೇ ಅಸಹ್ಯವಾಗಲು ತೊಡಗಿತ್ತು.

ಹಾಗೆ ನೋಡಿದರೆ ರಾಮಾಯಣ, ಮಹಾಭಾರತ, ಪುರಾಣ, ಇತಿಹಾಸ, ಎಚ್ಚಮ ನಾಯಕ, ಹೇಮರೆಡ್ಡಿ ಮಲ್ಲಮ್ಮ, ಟಿಪ್ಪೂಸುಲ್ತಾನ, ಈ ಎಲ್ಲದರ ಬಗ್ಗೆ ನಾಟಕಗಳನ್ನೂ ಲಾವಣಿಗಳನ್ನೂ ಗೊಂಬೆಯಾಟಗಳನ್ನೂ ಆಡಿ ಆಡಿ ಸುಸ್ತಾಗಿ ಹೋಗಿದ್ದ ಈ ದೊಂಬಿದಾಸ ಶಿಳ್ಳೆಕ್ಯಾತ ಮತ್ತಿತರ ಅಭಿಜಾತ ಕಲಾವಿದರ ಗುಡಿಸಲುಗಳೊಳಗೆ ನಿನ್ನೆ ಭರತಹುಣ್ಣಿಮೆಯ ಇರುಳ ಹಸಿವು ಮತ್ತು ಚಂದಿರನ ಬೆಳಕು ಏಕಪ್ರಕಾರವಾಗಿ ತುಂಬಿಕೊಂಡಿತ್ತು. ಜಾನಪದ ಅಕಾಡೆಮಿಯ ಪ್ರಶಸ್ತಿ ಪಡೆದು ಅದಕ್ಕಾಗಿ ಮಂತ್ರಿಗಳಿಂದಲೂ, ಗಣ್ಯರಿಂದಲೂ ಅಭಿನಂದನಾ ಪತ್ರಗಳನ್ನೂ ಪಡೆದು ಅವುಗಳನ್ನು ಗುಡಿಸಲೊಳಗೆ ಗಾಳಿಗೆ ಹಾರಿಹೋಗದಂತೆ ಜೋಪಾನವಾಗಿಡಲು ಪ್ರಯತ್ನಿಸುತ್ತಿದ್ದ ಮುನಿಯಮ್ಮ ಎಂಬ ಮುದುಕಿ 'ಸಾರ್ ನನಗೆ ಒಂದೇ ಒಂದು ಆಸೆ' ಅಂದಿದ್ದಳು. ಏನು? ಎಂದು ಕೇಳಿದ್ದೆ . 'ಸಾರ್ ವಾರಕ್ಕೊಮ್ಮೆ ಹೊಟ್ಟೆಗೆ ಹಸಿವು ಆಗುವಂತಿದ್ದರೆ ಎಷ್ಟು ಚೆನ್ನಾಗಿತ್ತು ಸಾರ್, ಅದೇ ನನ್ನ ಆಸೆ ಸಾರ್, ದಿನಕ್ಕೊಂದು ಸಲ ಹಸಿವೆಯಾಗುವ ಹಾಗೆ ಮಾಡಿ ಆ ಭಗವಂತ ಏನು ಅನ್ಯಾಯ ಮಾಡಿಬಿಟ್ಟ ಸಾರ್' ಎಂದು ನಗಾಡಿದ್ದಳು.

ದಿನಕ್ಕೆ ನಾಲ್ಕು ಬಾರಿ ಹಸಿವಾಗುವ ನನ್ನ ಕಷ್ಟ ಈಕೆಗಿಂತ ಇನ್ನೂ ಗಹನವಾಗಿದೆ ಎಂದು ನನಗೂ ನಗುಬಂದು ಅವಳ ಗುಡಿಸಲಿಂದ ತೆವಳುತ್ತಾ ಹೊರಬಂದು ಏಕಲವ್ಯ ನಗರದ ವಾಯವ್ಯ ಮೂಲೆಯಲ್ಲಿರುವ ನನ್ನ ಪ್ರೀತಿ ಪಾತ್ರರಾದ ಬುಟ್ಟಿಕೊರಚರ ಗುಡಿಸಲುಗಳ ಬಳಿ ಬಂದಿದ್ದೆ.

ಈ ಬುಟ್ಟಿ ಕೊರಚರು ಹೆಚ್ಚು ಕಡಿಮೆ ನನ್ನ ಹಾಗೆಯೇ. ಇವರಿಗೂ ವಿಪರೀತ ಹಸಿವು. ಜೊತೆಗೆ ಇವರಿಗೂ ನಾಟಕ, ಇತಿಹಾಸ, ಪುರಾಣ, ನೆನಪು ಇತ್ಯಾದಿಗಳು ಕೈಕೊಟ್ಟು ಎಷ್ಟೋ ಶತಮಾನಗಳಾಗಿವೆ. ಇವರಿಗೆ ಈಚಲು ಕಡ್ಡಿಯಿಂದ ಬುಟ್ಟಿ ಹೆಣೆಯುವುದು ಬಿಟ್ಟರೆ ಬೇರೆ ಯಾವ ಕಲೆಯೂ ಗೊತ್ತಿಲ್ಲ. ಸುಳ್ಳು ಮೋಸ, ತಟವಟ ಗೊತ್ತಿಲ್ಲ ಅನ್ನುತ್ತಾರೆ. ಅವರಿಗೆ ಬೇಕಿರುವುದು ಬಂಡಿಗಟ್ಟಲೆ ಈಚಲು ಕಡ್ಡಿ. ಮತ್ತು ಅದರಿಂದ ಹೆಣೆದ ಬುಟ್ಟಿಗಳನ್ನು ಕೊಳ್ಳುವ ಮಂದಿ. 'ಸರ್ ನಾವು ಬಡವರು ಸರ್ ಸುಳ್ಳಲ್ಲ ಸಾರ್. ಈಚಲು ಕಡ್ಡಿ ಕೊಡಿಸಿ ಸಾರ್. ಸಾಲಬೇಡಿ ಸಾರ್, ಬುಟ್ಟಿ ತಗೊಂಡು ಹಣ ಕೊಡಿಸಾರ್' ಎಂದು ಅಂಗಲಾಚುತ್ತಿದ್ದರು. ಆ ಕತ್ತಲಲ್ಲಿ ಆ ಹುಣ್ಣಿಮೆಯ ಬೆಳಕಿನಲ್ಲೂ ಅವರ ಮುಖಗಳು ಕಾಣಿಸದೆ ಅವರು ಚಿಮಣಿ ದೀಪವೊಂದನ್ನು ತಂದು ನಡುವಲ್ಲಿಟ್ಟು ಮಾತನಾಡುತ್ತಿದ್ದರು. ಆ ದೀಪ ಆ ಚಂದಿರನಿಗೆ ತಾನೇನು ಕಮ್ಮಿ ಎನ್ನುವಂತೆ ಲಾಸ್ಯವಾಡುತ್ತಾ ಉರಿಯುತಿತ್ತು.

ಕಟ್ಟನರಸಯ್ಯ, ಅವನ ಮಗ ಕಟ್ಟ ಪೋಲಯ್ಯ, ಚಿಕ್ಕಮ್ಮ ಡೊಗ್ಗರ ನಾಗಮ್ಮ, ಚಿಕ್ಕಪ್ಪ ದಾಸರಿ ಚೆನ್ನಯ್ಯ, ಮಾವ ಬಂಡಿನರಸಯ್ಯ, ಅವರ ಮಕ್ಕಳು, ಮೊಮ್ಮಕ್ಕಳು, ಬೀಗರು, ಷಡ್ಡರು, ನಾದಿನಿಯರು, ಶಾಲೆಯ ಮುಖವನ್ನೇ ಕಾಣದ ಮಕ್ಕಳು, ಒಂದು ಹನಿ ಎಣ್ಣೆಯನ್ನೂ ಕಾಣದ ಜಡೆಗಟ್ಟಿದ ಮುಡಿಯ ಸುಂದರಿಯಾದ ಯುವತಿಯರು, ಕ್ರಾಂತಿಕಾರಿಗಳಂತೆ ಆ ಕತ್ತಲಲ್ಲಿ ಕಾಣುತ್ತಿದ್ದ ತೀಕ್ಷ್ಣ ಕಣ್ಣಿನ ಜವ್ವನಿಗರು– ಎಲ್ಲರೂ ಈಚಲು ಕಡ್ಡಿಗಳ ಅರ್ಧ ಮುಮುಗಿದ ಬುಟ್ಟಿಗಳನ್ನು ತಮ್ಮ ಸುತ್ತ ನಾನಾ ವಿನ್ಯಾಸಗಳಲ್ಲಿ ಚೆಲ್ಲಾಡಿಕೊಂಡು ಯಾರಾದರೂ ಮೊದಲು ಮಾತಾಡಲಿ ಎಂದು ಕಾಯುತ್ತಿದ್ದರು.

‘ವೀರಾದಿವೀರ ಯಾರು? ಅರ್ಜುನ! ಅವನನ್ನೇ ಸೋಲಿಸಿಬಿಟ್ಟ ಸಾರ್ ನಮ್ಮ ಜಾತಿಯ ಏಕವೀರ–ಏಕಲವ್ಯ! ಅವನಿಗೇ ಆ ದ್ರೋಣ ಸಾರ್ ಮೋಸ ಮಾಡಿಬಿಟ್ಟ ಸಾರ್; ಆ ಮೇಲೆ ನಾವು ಈ ಕೆಲಸ ಶುರುಮಾಡಿದೆವು ಸಾರ್’ ಎಂದು ಕುಕ್ಕೆ ಕೊರವರ ಅಘೋಷಿತ ನಾಯಕ ಕಟ್ಟಪೋಲಯ್ಯ ಒಂದು ಪೊಟ್ಟಣ ಸಾರಾಯಿ ಕುಡಿದಿದ್ದರೂ ತೆಲುಗು ತಮಿಳು ಕನ್ನಡ ಮಿಶ್ರಿತ ಭಾಷೆಯಲ್ಲಿ ಸ್ಪಷ್ಟವಾಗಿ ಕಾಲಜ್ಞಾನಿಯಂತೆ ಹೇಳುತ್ತಿದ್ದ. ’ನಾವು ವಾನರರ ಸೈಡಿನವರ ಕಡೆಯವರು ಸಾರ್, ಆಂಜನೇಯ, ವಾಲಿ, ಸುಗ್ರೀವ, ಜಾಂಬವಂತ ಎಲ್ಲರೂ ನಮ್ಮ ಲೀಡರುಗಳು ಸಾರ್. ನಮಗೆ ದೇವರುಗಳು ಮೋಸ ಮಾಡಿದರು ಸಾರ್. ಯಾರೋ ನಮ್ಮ ತಲೆಯಲ್ಲಿ ಸಿಂಹಾಸನ ಭಾಗ್ಯ ಅಂತ ಹಣೆ ಬರಹ ಬರೆದಿದ್ರು ಸಾರ್. ಅದಕ್ಕೆ ಯಾರೋ ನಮ್ಮ ತಲೆ ಕಡಿದು ಸಿಂಹಾಸನದ ಮೇಲಿಟ್ಟರು ಸಾರ್. ಸಾರ್ ಮೋಸ ಮಾಡಿದ್ರು ಸಾರ್. ಹಣೆಯಲ್ಲಿ ಬರೆದಿದೆ ಅಂತ ತಲೆ ಕಡಿದು ಸಿಂಹಾಸನದ ಮೇಲಿಡಬಹುದಾ ಸಾರ್. ಮೋಸ ಸಾರ್’ ಎಂದು ಅವನು ಗೊಣಗುತ್ತಿದ್ದ. ’ಸಾರ್ ಸಾರಾಯಿ ಕುಡಿದಿದ್ದೇನೆ ಸಾರ್. ಕುಡಿಯದಿದ್ರೆ ನನ್ನ ಮೈಂಡ್ ಕೆಲಸ ಮಾಡೋದಿಲ್ಲ ಸಾರ್, ನಾವು ಬಡವರು ಸಾರ್ ಸಹಾಯ ಮಾಡಿ ಸಾರ್’ ಎಂದು ಗೋಗರೆಯುತ್ತಿದ್ದ.

‘ಸಾರ್ ಆ ಕಡಿದ ತಲೆಯಲ್ಲಿ ಆಮೇಲೆ ನೋಡಿದರೆ ಸಿಂಹಾಸನ ಭಾಗ್ಯ ಅಂತ ಹಣೆ ಬರಹ ತುಂಬಾ ಕಡೆ ಬರೆದಿತ್ತು ಸಾರ್. ಆ ದೊಡ್ಡ ದೊಡ್ಡ ದೇವರುಗಳೆಲ್ಲ ಸೇರಿ ಮೋಸ ಮಾಡಿದರು ಸಾರ್. ಎಲ್ಲಾದರೂ ಈಚಲು ಕಡ್ಡಿ ಇದ್ದರೆ ಹೇಳಿ ಸಾರ್’ ಎಂದು ದೊಗ್ಗರ ನಾಗಮ್ಮ ಎಂಬ ಅವರಲ್ಲೇ ಪ್ರಭಾವ ಶಾಲಿಯಾಗಿರುವಂತೆ ಕಾಣಿಸುತ್ತಿದ್ದ ಹೆಂಗಸು ಬೇಡಿಕೊಂಡಳು. ಅಷ್ಟರಲ್ಲಿ ಅವಳ ಹರಕು ಸೀರೆಯೊಳಗೆ ಜೋಪಾನವಾಗಿಟ್ಟಿದ್ದ ಮೊಬೈಲ್ ಸದ್ದು ಮಾಡಿತು.

ಆ ಸದ್ದಿಗೆ ಅವಳ ಮಡಿಲಲ್ಲಿ ವಾನರನಂತೆ ಅಂಟಿಕೊಂಡಿದ್ದ ಹತ್ತು ವರ್ಷದ ಮಗ ಕಣ್ಣು ಬಿಟ್ಟ. ಆ ಹುಡುಗ ನೋಡಲು ಇನ್ನೂ ಆರು ತಿಂಗಳ ಹಸುಗೂಸಿನಂತೆ ಇದ್ದ. ಅವನಿಗೆ ಹುಟ್ಟಿದಾಗಲೇ ಗೂರಲು ರೋಗ. ಕೆಮ್ಮಿ ಕೆಮ್ಮಿ ಹೈರಾಣವಾಗಿ ಹೋಗಿದ್ದ.ಕಣ್ಣು ಬಿಟ್ಟವನು ಆ ಕತ್ತಲಲ್ಲಿ ನನ್ನನ್ನು ಮಿಣಿ ಮಿಣಿ ನೋಡಲು ತೊಡಗಿದ.

ದೊಗ್ಗರ ನಾಗಮ್ಮನ ಮೋಬೈಲಿನಲ್ಲಿ ಬ್ಯಾಟರಿ ಚಾರ್ಜ್ ಇರಲಿಲ್ಲ. ಚಾರ್ಜ್ ಮಾಡಲು ಅವರಿಗೆ ವಿದ್ಯುತ್ ಇಲ್ಲ. ಹಾಗಾಗಿ ಅದನ್ನು ಚಾರ್ಜ್ ಮಾಡಲು ಆಕೆ ವಿಕ್ರಾಂತ್ ಟೈರ್‌ಸ್ ಎದುರುಗಡೆ ಇರುವ ಹೋಟೆಲ್ಲಿಗೆ ಒಂದು ಮೈಲು ನಡೆಯುತ್ತಾ ಹೋದಳು.

‘ಅರ್ಧಗಂಟೆ ಚಾರ್ಜ್ ಮಾಡಲು ಹತ್ತು ರುಪಾಯಿ ಸಾರ್. ಈಚಲು ಕಡ್ಡಿ ಇಲ್ಲದಿದ್ದರೆ ಹೇಗೆ ಸಾರ್ ಬುಟ್ಟಿ ಹೆಣೆಯೋದು’ ಎಂದು ಹೋಗುವಾಗ ಆಕೆಯೂ ಗೊಣಗುತ್ತಾ ಹೋದಳು. ಅವಳ ಮೊಬೈಲಿಗೆ ಬಂದ ಕರೆ ಅವಳ ದೊಡ್ಡ ಮಗನದಂತೆ. ಆತ ಆಂಧ್ರದ ವಿಜಯನಗರಕ್ಕೆ ಹೆಣ್ಣು ನೋಡಲು ಹೋಗುವುದೂ, ಆ ಹುಡುಗಿಯ ತಂದೆ ಸಾಯುವುದೂ ಒಂದೇ ದಿನ ಸಂಭವಿಸಿ ಹುಡುಗಿಯ ಕಡೆಯವರು ಆತನನ್ನು ಅಪಶಕುನ

ಎಂದು ಭಾವಿಸಿಕೊಂಡು ಕಟ್ಟಿಹಾಕಿ ಹೊಡೆಯುತ್ತಿದ್ದಾರಂತೆ. ಅವನನ್ನು ರಕ್ಷಿಸಲು ಅವನ ಅಪ್ಪ ಹೋಗಿದ್ದಾನಂತೆ. ಹೋದವನು ಮಗನನ್ನೂ ಆ ಹುಡುಗಿಯನ್ನೂ ರಕ್ಷಿಸಿಕೊಂಡು ಬರುತ್ತಾನಂತೆ. ಆಮೇಲೆ ಇಲ್ಲೇ ಪುರೋಹಿತರ ಬಳಿ ಹೋಗಿ ಜಾತಕನೋಡಿಕೊಂಡು ಮದುವೆಯಂತೆ. ಆ ಮದುವೆಗೆ ನಾನೂ ತಪ್ಪದೆ ಹೋಗಲೇಬೇಕಂತೆ!

ನಾನೂ ಹೋಗದೆ ಇರುವುದು ಹೇಗೆ ಎಂದು ಅವರನ್ನು ಪ್ರೀತಿಯಿಂದ ನೋಡುತ್ತಿದ್ದೆ. ಬಂಡಿನರಸಯ್ಯ ಎಂಬ ಮುದುಕನ ಎರಡನೇ ಹೆಂಡತಿ ಮೂಕಿ. ಆಕೆಗೆ ಬಾಯಿ ಬಾರದಿದ್ದರೂ ಎಲ್ಲವೂ ಅರ್ಥವಾಗುತ್ತಿತ್ತು. ಆಕೆ ನನ್ನನ್ನೂ ಅರ್ಥಮಾಡಿಕೊಂಡು ಆ ಬೆಳದಿಂಗಳಿನಲ್ಲಿ ನಾಚಿಕೊಂಡು ನಗುತ್ತಿದ್ದಳು. ಹೀಗೆ ನಿನ್ನೆ ಇರುಳು ಭರತ ಹುಣ್ಣಿಮೆಯ ಚಂದ್ರ ನೆತ್ತಿಗೇರುವವರೆಗೂ ನಾನೂ ಅವರ ಜೊತೆಯಲ್ಲೇ ನಗಾಡಿಕೊಂಡು ಇದ್ದೆ. ಬಹಳ ಹೊತ್ತಿನ ನಂತರ ಬಂದೆ.

ಮೈಸೂರು ಸುಬ್ರಹ್ಮಣ್ಯ ಚಂದ್ರಶೇಖರ್ ಅಯ್ಯರ್ ಮತ್ತು ಹೋರಾಶಾಸ್ತ್ರ

'ಗಡಿಯಾರಗಳು ಮುರಿದು ಹೋದಷ್ಟು, ಮನುಷ್ಯ ದೊಡ್ಡ ಕಾಲಜ್ಞಾನಿಯಾಗುತ್ತಾನೆ. ಆಸ್ಪತ್ರೆಗಳಲ್ಲಿ ಮನುಷ್ಯ ಹೆಚ್ಚು ತೀರಿಹೋದಷ್ಟೂ ಮಾನವ ಶರೀರ ಶಾಸ್ತ್ರ ಬೆಳೆಯುತ್ತಾ ಹೋಗುತ್ತದಲ್ಲಾ ಹಾಗೆ' ಎಂದು ನನಗೆ ನನ್ನ ಅಜ್ಜ ಕುಳಿತಲೈ ಸುಬ್ರಹ್ಮಣ್ಯ ಅಯ್ಯರ್ ಲಕ್ಷಣ ಅಯ್ಯರ್ ಬುದ್ಧಿವಾದ ಹೇಳಿ ಗಡಿಯಾರ ರಿಪೇರಿ ಮಾಡಲು ಕೂರಿಸುತ್ತಿದ್ದರು ಎಂದು ಮೈಸೂರಿನ ಫೌಂಟೈನ್ ಸರ್ಕಲ್ ಹತ್ತಿರವಿರುವ ಶಿವಾಜಿ ರಸ್ತೆಯ ಹೊರಾಲಜಿಸ್ಟ್ ಎಂ. ಎಸ್. ಚಂದ್ರಶೇಖರ್ ಅಯ್ಯರ್ , ಆ ಕತ್ತಲಲ್ಲಿ ಕ್ಯಾಂಡಲ್ ಹಚ್ಚಿ ನನಗೆ ವಿವರಿಸಿ ಹೇಳುತ್ತಿದ್ದರು.

ಅವರಿಗೆ ಈಗ ಹತ್ತಿರ ಹತ್ತಿರ ಎಂಬತ್ತು ವರ್ಷ. ಅವರಿಗಿಂತ ಹತ್ತು ವರ್ಷ ಕಡಿಮೆ ವಯಸ್ಸಿನ ಮಡದಿ ವಿದ್ಯಾ ಆ ಕತ್ತಲಲ್ಲಿ ನನಗೆ ಟೀ ಮಾಡಿಕೊಡುವುದು ಹೇಗೆ ಎಂದು ಚಿಂತಿಸುತ್ತಾ, 'ಅಯ್ಯೋ ಯಾವತ್ತೂ ಹೋಗಿಲ್ಲದ ಕರೆಂಟು ಈವತ್ತೇ ಹೋಗಬೇಕೇ' ಎಂದು ಬೇಸರ ಮಾಡಿಕೊಳ್ಳುತ್ತಾ ಕೂತಿದ್ದರು. ಹಾಗೆ ನೋಡಿದರೆ ಆ ಮನೆಯೊಳಗೆ ಕರೆಂಟ್ ಇಲ್ಲದಿದ್ದರೂ ಆ ಮನೆಯ ಹೊರಗೆ ಇನ್ನೂ ಉಳಿದಿದ್ದ ನಸುಬೆಳಕು ಆ ಮನೆಯನ್ನು, ಮನೆಯ ಹೊರಗಿನ ತುಂಬಾ ಅಸಹಜವಾಗಿ ಬಾಗಿ ಹೋಗಿದ್ದ ಜೋಡಿ ತೆಂಗಿನ ಮರಗಳನ್ನೂ, ಅದರ ಕೆಳಗಿದ್ದ ಕಲ್ಲು ಚಪ್ಪಡಿಯ ಲತಾಮಂಟಪವನ್ನೂ ಅಪೂರ್ವವಾಗಿ ಬೆಳಗುತ್ತಿತ್ತು. ಮನೆಯ ಒಳಗಡೆ ಗೋಡೆಗಳ ತುಂಬಾ ಮೇಜಿನ ಮೇಲೆ, ಕಪಾಟುಗಳ ಒಳಗೆ, ರಿಪೇರಿಯಾದ, ರಿಪೇರಿಗೆ ಬಂದಿದ್ದ, ರಿಪೇರಿಯಾಗಿದ್ದ ಪುರಾತನ ಗೋಡೆಗಡಿಯಾರಗಳೂ, ರೈಲುಗಡಿಯಾರಗಳೂ, ಅಲರಾಂ ಗಡಿಯಾರಗಳೂ,

ಕೈಗಡಿಯಾರಗಳೂ, ಜೇಬುಗಡಿಯಾರಗಳೂ ಕಿಕ್ಕಿರಿದು ತುಂಬಿ ಒಬ್ಬರಜೊತೆಗೊಬ್ಬರು ಮಾತನಾಡುತ್ತಿರುವಂತೆ ಸದ್ದು ಮಾಡುತ್ತಿದ್ದವು. ಇನ್ನು ಕೆಲವು ತೀರಿಹೋದವರ ಹಾಗೆ ಮೌನವಾಗಿದ್ದವು.

ನಾನು ಹುಟ್ಟಿದಾಗ ನನ್ನ ತಾತ ಕುಳಿತಲೈ ಲಕ್ಷ್ಮಣ ಅಯ್ಯರ್ ಇನ್ನೂ ತೀರಿಹೋಗಿರಲಿಲ್ಲ. ಇಲ್ಲದಿದ್ದರೆ ನನಗೆ ಅವರ ಹೆಸರನ್ನೇ ಇಡುತ್ತಿದ್ದರು. ಹಾಗಾಗಿ ನನ್ನ ತಮ್ಮನಿಗೆ ಅವರ ಹೆಸರು ಬಂತು ಎಂದು ಚಂದ್ರಶೇಖರ ಅಯ್ಯರ್ ಆ ಕತ್ತಲಲ್ಲಿ ಹೇಳುತ್ತಾ ಹೋರಾಶಾಸ್ತ್ರದ ಕುರಿತಾದ ಸಂಸ್ಕೃತ ಗ್ರಂಥವನ್ನು ಹುಡುಕುತ್ತಾ ತಡಕಾಡುತ್ತಿದ್ದರು. ನಾನು 'ಪರವಾಗಿಲ್ಲ, ಈ ಕತ್ತಲಲ್ಲಿ ಗ್ರಂಥಗಳಿಗಾಗಿ ಹುಡುಕಾಡುವುದು ಬೇಡ. ಈಗ ನಿಮ್ಮ ಮನಸ್ಸಿಗೆ ಏನು ಅನ್ನಿಸುತ್ತದೆಯೋ ಅದನ್ನು ಹೇಳಿ' ಎಂದು ಸೂಚಿಸಿದೆ.

'ಇಲ್ಲ. ಇವರ ಮನಸ್ಸಿಗೆ ಏನು ಅನ್ನಿಸುತ್ತದೆಯೋ ಅದನ್ನು ಇವರು ಮಾಡಿಯೇ ಮಾಡುತ್ತಾರೆ. ಮೊನ್ನೆ ಏನು ಮಾಡಿದರು ಗೊತ್ತಾ, ನಮ್ಮ ದೇಶದ ಎಲ್ಲ ವಿಶ್ವವಿದ್ಯಾನಿಲಯಗಳಲ್ಲಿ ಹೋರಾಶಾಸ್ತ್ರವನ್ನು ಕಲಿಸಲು ಏರ್ಪಾಡು ಮಾಡಬೇಕು ಎಂದು ವಿನಂತಿಸಿ ಇವರು ನಮ್ಮ ರಾಷ್ಟ್ರಪತಿ ಅಬ್ದುಲ್ ಕಲಾಂ ಸಾಹೇಬರಿಗೆ ಪತ್ರ ಬರೆದರು. ನೋಡಿ ಎಂಟೇ ದಿನಗಳಲ್ಲಿ ಅವರಿಂದ ಉತ್ತರವೂ ಬಂದಿದೆ. ಇವರದು ಹಠ ಅಂದರೆ ಹಠ. ಟೈಂ ಅಂದರೆ ಟೈಂ. ಅದರ ಮುಂದೆ ಬೇರೆ ಯಾವ ಮಾತೂ ನಡೆಯುವುದಿಲ್ಲ' ಎಂದು ವಿದ್ಯಾ ಅವರು ಟಾರ್ಚ್ ಒಂದನ್ನು ತಂದು ಆ ಗ್ರಂಥವನ್ನು ಹುಡುಕಲು ತಾವೂ ಆ ಕತ್ತಲಲ್ಲಿ ಪ್ರಯತ್ನಿಸ ತೊಡಗಿದರು.

ಆ ಟಾರ್ಚಿನ ಬೆಳಕಿನಲ್ಲಿ ಅವರಿಬ್ಬರ ಮದುವೆಯ ಪೋಟೋ ಗೋಡೆಯಿಂದ ಎದ್ದು ಬರಲು ಹವಣಿಸುತ್ತಿರುವಂತೆ ಕಾಣುತ್ತಿತ್ತು. ಇಬ್ಬರ ಎಳೆಯ ಮುಖಗಳಲ್ಲೂ ಅದೇನೋ ಸಾಧಿಸಬೇಕೆಂಬ ಹಠ ಎದ್ದು ಕಾಣುತಿತ್ತು. ಅದರ ಮೇಲಕ್ಕೆ ಚಂದ್ರಶೇಖರ್ ಅವರ ತಂದೆ ಸುಬ್ರಹ್ಮಣ್ಯ ಅಯ್ಯರ್, ತಾಯಿ ಸರೋಜಮ್ಮ ಅವರ ಪೋಟೋ ನೋಡಿದರೆ ನಿತ್ಯ ಪೂಜೆಗೊಳ್ಳುತ್ತಿರುವಂತೆ ಕಾಣಿಸುತ್ತಿತ್ತು. ಇನ್ನೂ ಮೇಲಕ್ಕೆ ಮಸುಕು ಮಸುಕಾಗಿ ಅಜ್ಜ ಲಕ್ಷ್ಮಣ ಅಯ್ಯರ್ ಅಜ್ಜಿ–ನಾಗಮ್ಮ ಅವರ ಚಿತ್ರ ಕಾಣಿಸುತ್ತಿತ್ತು. ಇನ್ನೂ ಮಸುಕು ಮಸುಕಾಗಿ ಹತ್ತಾರು ಪುರಾತನ ಗಡಿಯಾರಗಳು ಅವುಗಳ ಸುತ್ತ ಮೌನವಾಗಿ ಗೋಡೆಗೆ ಹೊಡೆಸಿಕೊಂಡು ಅಲ್ಲಾಡದೆ ನಿಂತಿದ್ದವು.

ಹೋರಾ ಅಂದರೆ ಲ್ಯಾಟಿನ್ ಪದ ಅಲ್ಲ. ಹೋರಾಶಾಸ್ತ್ರದ ದೊರೆ ಅತ್ರಿ ಮಹರ್ಷಿ. ಆಹೋರಾತ್ರಿ ಎಂಬ ಸಂಸ್ಕೃತ ಪದದ ನಡುವಿನ ಎರಡು ಅಕ್ಷರಗಳಿಂದ ಹೋರಾ ಎಂಬ ಪದ ಬಂದಿದೆ. ನಾಲಕ್ಕು ಯುಗಗಳ ಹಿಂದಿನಿಂದಲೂ ಈ ಹೋರಾಶಾಸ್ತ್ರ ಹರಿದುಬಂದಿದೆ. ಆರ್ಯಭಟ, ವರಾಹಮೀರ, ಬ್ರಹ್ಮಗುಪ್ತ, ಭಾಸ್ಕರಾಚಾರ್ಯ ಇವರೆಲ್ಲರೂ ಕ್ಷಣ, ಮುಹೂರ್ತ, ಘಟಿ, ಕಾಲ, ನಿಮಿಷ್, ಕಾಷ್ಠ, ತೃಟಿ, ತತ್ಪರ ಎಂದು ಕಾಲವನ್ನು ಅಳೆಯುತ್ತಾ ಬಂದಿದ್ದಾರೆ. 'ಕಾಲದ ಅತಿಸೂಕ್ಷ್ಮ ಕ್ಷಣ ಅಂದರೆ ಏನು ಗೊತ್ತಾ' ಎಂದು ಚಂದ್ರಶೇಖರ್ ಅಯ್ಯರ್ ಕೇಳಿದರು. ನಾನು 'ಇಲ್ಲ' ಅಂದೆ. 'ಒಂದು ತಾವರೆಯ ಎಲೆಗೆ ಒಂದು ಮುಳ್ಳು

ಚುಚ್ಚಲು ಎಷ್ಟು ಹೊತ್ತು ಹಿಡಿಯುತ್ತದೆ. ಅದುವೇ ಆ ಕ್ಷಣ' ಎಂದು ಹೇಳಿದರು. ಅದು ಎಷ್ಟು ಹೊತ್ತು ಹಿಡಿಯಬಹುದು ಎಂದು ಕೇಳಿದೆ 'ಒಂದು ಓವರ್ ಮೂವತ್ತೆರಡು ಪಾಯಿಂಟ್ ಏಳು ಐದು ಸೊನ್ನೆ ಸೆಕೆಂಡುಗಳು' ಎಂದು ಅವರು ಉತ್ತರಿಸಿದರು.

'ಇವರು ಹೀಗೇ ರೀ. ಟೈಮು ಅಂದ್ರೆ ಟೈಮು. ಒಂದು ಕ್ಷಣ ತಡಾ ಇಲ್ಲ. ಹೇಳಿದ ಟೈಮಿಗೆ ಕೆಲಸ ಆಗದಿದ್ರೆ ಸಿಟ್ಟು ಮಾಡಿಕೊಳ್ಳೋರು. ಆದರೆ ಆ ಸಿಟ್ಟು ಒಂದು ಕ್ಷಣ ಮಾತ್ರ ಮರುಕ್ಷಣದಲ್ಲೇ ಅದು ಇಳಿದು ಹೋಗೋದು' ವಿದ್ಯಾ ಅವರು ಗಂಡನ ಕುರಿತು ಮೆಚ್ಚುಗೆ ಸೂಚಿಸುತ್ತಾ ಹೇಳಿದರು.

ಚಂದ್ರಶೇಖರ್ ಐಯ್ಯರ್ ಅವರ ಪೂರ್ವಜರಾದ ಕುಳಿತಲೈ ಸುಬ್ರಹ್ಮಣ್ಯ ಅಯ್ಯರ್ ಅವರು ಹದಿನೇಳನೇ ಶತಮಾನದಲ್ಲಿ ತಮಿಳು ದೇಶದ ತಿರುಚಿರಾಪಳ್ಳಿಯಿಂದ ಆಗಮಿಸಿ ಮೈಸೂರಿನ ಆಗಿನ ಮಹಾರಾಜರ ಕೃಪೆ ಪಡೆದು ಗಡಿಯಾರದ ಅಂಗಡಿ ಆರಂಭಿಸಿದರಂತೆ. ಆ ಅಂಗಡಿ ಸುಮಾರು ನೂರ ಇಪ್ಪತ್ತು ವರ್ಷ ನಡೆದು ಆಮೇಲೆ ೧೯೪೭ರಲ್ಲಿ ಒಂದು ದಿನ ಶಿಥಿಲವಾದ ಅಂಗಡಿಯ ಮಾಳಿಗೆಯ ಕಲ್ಲೊಂದು ಗಿರಾಕಿಯಾಗಿ ಬಂದಿದ್ದ ರೈತನೊಬ್ಬನ ತಲೆಯ ಮೇಲೆ ಬೀಳುವುದು ಸ್ವಲ್ಪದರಲ್ಲೇ ತಪ್ಪಿಹೋಯಿತಂತೆ. ಆಗ ಚಂದ್ರಶೇಖರ ಅಯ್ಯರ್‌ರಿಗೆ ಎಪ್ಪತ್ತು ವರ್ಷವಾಗಿತ್ತಂತೆ. ಇನ್ನು ಗಡಿಯಾರದ ಅಂಗಡಿಯೇ ತಲೆಯ ಮೇಲೆ ಬೀಳುವುದು ಬೇಡ ಎಂದು ಅದೇ ವರ್ಷ ಸ್ವಾತಂತ್ರ್ಯ ದಿನಾಚರಣೆ ಆಚರಿಸಿ ಮಾರನೇಯ ದಿನವೇ ಅಂಗಡಿಯನ್ನು ಮುಚ್ಚಿ ಮನೆಗೆ ಬಂದರಂತೆ. ಅವರ ಜೊತೆಗೇ ಅಂಗಡಿಯಲ್ಲಿದ್ದ ನೂರಾರು ವೆಸ್ಟ್ ಎಂಡ್, ಜೆನಿತ್, ಸೇಂಟ್‌ಥಾಮಸ್, ಮಹಾರಾಜಾ ಎಂಬ ಗಡಿಯಾರಗಳು ಅವರನ್ನು ಹಿಂಬಾಲಿಸಿಕೊಂಡು ಮನೆಯನ್ನು ಸೇರಿ ಬಾಗಿಲು ಹಾಕಿಕೊಂಡವಂತೆ.

ಹೋರಾಶಾಸ್ತ್ರ ಪ್ರವೀಣ ಚಂದ್ರಶೇಖರ ಅಯ್ಯರ್ ಹೀಗೆ ತಮ್ಮ ಗಡಿಯಾರದ ಅಂಗಡಿಯ ೧೨೦ ವರ್ಷಗಳ ಇತಿಹಾಸವನ್ನು ನಿಟಿಕೆ ಮುರಿದಂತೆ ಹೇಳಿ ಮುಗಿಸಿ ಕಾಲಮಾನ ಶಾಸ್ತ್ರದ ಕುರಿತು ತಾವು ಬರೆದ ಲೇಖನಗಳನ್ನೂ, ಮಾಡಿದ ಭಾಷಣಗಳನ್ನೂ, ದೊರಕಿದ ಸನ್ಮಾನಗಳನ್ನೂ ನನಗೆ ವಿವರಿಸಿ ಹೇಳುತ್ತಾ ನಡುನಡುವಲ್ಲಿ ಅವರ ಮಡದಿ ವಿದ್ಯಾ ಟಾರ್ಚು ಹಾಕಿಕೊಂಡು ಅವುಗಳನ್ನು ಆ ಕತ್ತಲೆಯಲ್ಲಿ ತೋರಿಸುತ್ತಾ ನನಗೆ ಅವರಿಬ್ಬರ ಈ ಅಪೂರ್ವ ದಾಂಪತ್ಯ ಯಾವ ಕಾಲಮಾನದಲ್ಲೂ ಸಲ್ಲುವಂತಹದು ಅನಿಸುತ್ತಿತ್ತು.

ಹಾಗೆ ನೋಡಿದರೆ ಈ ವಿದ್ಯಾ ಅವರು ಪಾಲಕ್ಕಾಡಿನ ಐಯ್ಯರ್ ಹುಡುಗಿ. ಇವರ ತಾಯಿಯ ಊರು ಕನ್ನಡನಾಡಿನ ಶಿವಮೊಗ್ಗ. ಇವರ ಸೋದರಮಾವ ರಾಮನಾರಾಯಣ ಅವಧಾನಿಗಳು ಆಕಾಲದಲ್ಲಿ ಆ ಪ್ರಾಂತ್ಯದ ಎರಡನೇ ಅತೀ ದೊಡ್ಡ ಶ್ರೀಮಂತರು. ದೊಡ್ಡ ವಿದ್ವಾಂಸರು.

'ಮನಸ್ಸು ಮಾಡಿದ್ದರೆ ನಾನೂ ದೊಡ್ಡ ಸ್ಕಾಲರ್ ಆಗಬಹುದಾಗಿತ್ತು. ಆದರೆ ನೋಡಿ ಈ ಗಡಿಯಾರ ವ್ಯಾಪಾರದ ಕುಟುಂಬಕ್ಕೆ ಸೇರಿಕೊಂಡು ಎಲ್ಲಾ ಇಲ್ಲೇ ಕಳೆದುಹೋಯಿತು' ಎಂದು ವಿದ್ಯಾ ಅವರು ಖುಷಿಯಲ್ಲೇ ಅಂದರು.

ನನ್ನ ತಾತ ಲಕ್ಷ್ಮಣ ಅಯ್ಯರ್ ದೊಡ್ಡ ರಾಜಭಕ್ತರಾಗಿದ್ದರು. ಅದಕ್ಕೆ ಅವರು ತಮ್ಮ ಮೊಮ್ಮಕ್ಕಳ ಹೆಸರಿನ ಮುಂದೆ ಇದ್ದ 'ಕೆ' ಎಂದರೆ ಕುಳಿತಲೈ ಎಂಬ ಇನಿಷಿಯಲ್ಲನ್ನು ತೆಗೆದು 'ಎಂ' ಎಂದರೆ ಮೈಸೂರು ಎಂಬ ಇನಿಷಿಯಲ್ಲನ್ನು ಅಲ್ಲಿ ಹಾಕಿದರು. ನಾವು ತಿನ್ನುವ ಊಟ ಮೈಸೂರಿನ ಊಟ. ಅದಕ್ಕೆ ಕುಳಿತಲೈ ಎಂಬ ಊರಿನ ಹಂಗು ಯಾಕೆ ಎಂದು ಆಕಾಲದಲ್ಲೇ ಅವರು ಯೋಚನೆ ಮಾಡಿದ್ದರು. ನಮ್ಮ ಅಂಗಡಿಗೆ ಮಹಾರಾಜರು, ಯುವರಾಜರು, ಮಹಾರಾಣಿಯರು ಎಲ್ಲರೂ ಬರುತ್ತಿದ್ದರು. ಮಹಾರಾಜರೊಬ್ಬರ ಪರಿತ್ಯಕ್ತ ಹೆಂಡತಿಯೊಬ್ಬರು ಇಲ್ಲೇ ಹಳೆಯ ಅರಮನೆಯೊಂದರಲ್ಲಿ ಸನ್ಯಾಸಿನಿಯಂತೆ ಜೀವಿಸುತ್ತಿದ್ದರು. ಅವರು ಮಹಾರಾಣಿ ಆಗಿದ್ದಾಗ ಕೈಗಡಿಯಾರವೊಂದನ್ನು ರಿಪೇರಿಗಾಗಿ ಕೊಟ್ಟಿದ್ದರು. ಸನ್ಯಾಸಿನಿಯಾಗಿ ಬಹಳ ವರ್ಷಗಳ ನಂತರ ಅವರು ಒಂದು ದಿನ ಅದನ್ನು ತೆಗೆದುಕೊಂಡು ಹೋದರು. ಅದಾದ ಕೆಲವೇ ದಿನಗಳಲ್ಲಿ ಅವರು ತೀರಿಹೋದರು. ತೀರಿ ಹೋದಾಗ ಅವರ ಡೈರಿಯಲ್ಲಿ ರಿಪೇರಿಯ ಹಣ ಅರವತ್ತು ರೂಪಾಯಿ ಕೊಡಲು ಬಾಕಿ ಇರುವುದನ್ನು ಬರೆದಿದ್ದರು. ಅದನ್ನು ಯಾರೋ ಕೊಟ್ಟು ಹೋದರು – ಚಂದ್ರಶೇಖರ ಅಯ್ಯರ್ ಮುಂದುವರಿಸಿದರು.

ಅವರು ಹೇಳುತ್ತಿದ್ದ ಕಥೆಗಳನ್ನು ಕೇಳುತ್ತಾ ಕೇಳುತ್ತಾ 'ನಾಳೆ ಪುನಃ ಬೆಳಕಿರುವಾಗ ಬರುತ್ತೇನೆ. ಈಗ ಒಂದು ಕುತೂಹಲ. ನೀವು ಅದೃಷ್ಟವಂತರಂತೆ ಕಾಣುತ್ತಿಲ್ಲ. ನಿಜವಾಗಿ ಹೇಳಿ ನೀವು ಜೀವನದಲ್ಲಿ ನಿಜವಾಗಲೂ ಅದೃಷ್ಟವಂತರಾ?' ಎಂದು ಕೇಳಿದೆ.

ವಿದ್ಯಾ ಅವರಿಗೆ ಯಾಕೋ ಈ ಪ್ರಶ್ನೆ ಸಿಟ್ಟುತರಿಸಿದಂತೆ ಅನಿಸಿತು. ಇವರ ಮನೆಯದೇವರು ನಂಜನಗೂಡಿನ ಶ್ರೀಕಂಠೇಶ್ವರ. 'ಶಂಕರಾ' ಅಂದರೆ ಎಲ್ಲವೂ ಪರಿಹಾರವಾಗುತ್ತದೆ ಅಂದರು.

ಒಮ್ಮೆ ಹೀಗಾಯಿತಂತೆ. ಚಂದ್ರಶೇಖರ ಅಯ್ಯರ್ ಅನೇಕಲ್‌ನ ಬಳಿ ಇರುವ ಜಿಗಣಿ ಎಂಬ ಗ್ರಾಮದಲ್ಲಿರುವ ತಮ್ಮನನ್ನು ಕಾಣಲು ಬೆಂಗಳೂರಿನ ಕಲಾಸಿಪಾಳ್ಯಂ ಬಸ್ ಸ್ಟಾಂಡ್‌ನಲ್ಲಿ ಬಸ್ಸು ಹತ್ತಿ ಟಿಕೆಟ್ ಮಾಡಿ ಕೂತಿದ್ದರಂತೆ. ಆ ಬಸ್ಸಿನಲ್ಲಿ ಯಾಕೋ ಅವರಿಗೆ ವಿಪರೀತ ಸುಸ್ತಾಗಲು ತೊಡಗಿತಂತೆ. ಅಷ್ಟು ರಷ್ ಇತ್ತಂತೆ. ಆಗ ಅದೆಲ್ಲಿಂದಲೋ ಬಂದ ಟಾಕ್ಸಿ ಡ್ರೈವರನ ರೂಪದಲ್ಲಿದ್ದ ಶಂಕರ ಇವರನ್ನು ಬಸ್ಸಿಂದ ಇಳಿಸಿ ಟ್ಯಾಕ್ಸಿ ಹತ್ತಿಸಿ ಬೆಂಗಳೂರೆಲ್ಲ ಸುತ್ತಿಸಿ ಆನೇಕಲ್ ದಾರಿಯಲ್ಲಿ ಕರೆದೊಯ್ಯುತ್ತಿದ್ದನಂತೆ. ಹಾಗೆ ಹೋಗುತ್ತಿರುವಾಗ ನೋಡಿದರೆ ಅವರು ಹೋಗಬೇಕಿದ್ದ ಬಸ್ಸು ಹೆಸರಘಟ್ಟ ಕೆರೆಗೆ ಬಿದ್ದು ತಲೆ ಕೆಳಗಾಗಿ ತೇಲುತ್ತಿತ್ತಂತೆ.

'ಆ ಶಂಕರನೇ ನನ್ನನ್ನು ಬದುಕಿಸಿದ' ಎಂದು ಅಯ್ಯರ್ ಉದ್ಧರಿಸುವುದೂ ಕರೆಂಟ್ ಬರುವುದೂ ಒಂದೇ ನಿಮಿಷದಲ್ಲಿ ಸಂಭವಿಸಿತು. ಇದು ಎಷ್ಟು ಸತ್ಯ ಎನ್ನುವಂತೆ ವಿದ್ಯಾ ಅವರು ತಮ್ಮ ಹಸ್ತವನ್ನು ಕಣ್ಣಿಗೊತ್ತಿಕೊಂಡರು.

ಕರೆಂಟು ಬಂದ ಮೇಲೆ ಆ ಮನೆ, ಆ ಗಡಿಯಾರಗಳು ಮತ್ತು ಅವರೆಲ್ಲರೂ ಬೇರೆಯೇ ರೀತಿ ಕಾಣಿಸುತ್ತಿದ್ದರು. 'ತಡವಾಯಿತು, ಮಗನ ಸೈಕಲ್ಲಿಗೆ ಪಂಕ್ಚರ್ ಹಾಕಿಸಬೇಕು ಇನ್ನೊಮ್ಮೆ ಬರುತ್ತೇನೆ' ಎಂದು ಅವರಿಂದ ಹೊರಟು ಬಂದೆ. ಆದರೆ ನಾಡಿದ್ದು ಬುಧವಾರ ಇನ್ನೊಮ್ಮೆ ಹೋಗಿ ಕರೆಂಟು ಬೆಳಕಿನಲ್ಲಿ ಇದನ್ನೆಲ್ಲ ಇನ್ನೊಮ್ಮೆ ನೋಡಿ ಬರುತ್ತೇನೆ.

ಮಗ ಬಾಪು ಸತ್ಯನಾರಾಯಣ ಮತ್ತು ಅವರ ತೀರ್ಥರೂಪ ಅಠಾಣಾ ರಾಮಣ್ಣ

ಹಾ. ರಾ. ಬಾಪುಸತ್ಯನಾರಾಯಣರಿಗೆ ಈಗ ಹತ್ತಿರ ಹತ್ತಿರ ಎಪ್ಪತ್ತೈದು ವರ್ಷ. ಅವರು ಭಾರತದ ಹೆದ್ದಾರಿಗಳ ಬಲುದೊಡ್ಡ ಇಂಜಿನಿಯರ್ ಆಗಿ ನಿವೃತ್ತಿ ಹೊಂದಿ ಈಗ ಮೈಸೂರಿನಲ್ಲಿ ಜೀವಿಸುತ್ತಿದ್ದಾರೆ. ಗುಜರಾತು, ನವದೆಹಲಿ, ಷಿಲ್ಲಾಂಗು, ಕೊಹಿಮಾ, ಲಕ್ನೊ, ತಾಂಜಾನಿಯಾ, ವಿಶ್ವಸಂಸ್ಥೆ ಹೀಗೆ ಬಹಳ ಕಡೆಗಳಲ್ಲಿ ಹೆದ್ದಾರಿ ಇಂಜಿನಿಯರ್ ಆಗಿ ಶ್ರದ್ಧೆ ಪ್ರಾಮಾಣಿಕತೆಗಳಿಂದ ಕೆಲಸಮಾಡಿ ಈ ಇಳಿವಯಸ್ಸಿನಲ್ಲೂ ಮೈಸೂರಿನಲ್ಲಿ ಪಾದರಸದಂತೆ ಓಡಾಡುತ್ತಾ, ಯೋಚನೆಮಾಡುತ್ತಾ, ಪತ್ರಿಕೆಗಳಿಗೆ ಬರೆಯುತ್ತಾ ಬಲು ಚಟುವಟಿಕೆಯಿಂದ ಇರುತ್ತಾರೆ. ಇದ್ದದ್ದನ್ನು ನೇರವಾಗಿ ಹೇಳುತ್ತಾರೆ. ಅವರು ಯಾವ ಮುಲಾಜಿಗೂ ಒಳಗಾಗುವುದಿಲ್ಲ ಎಂಬುದನ್ನು ಅವರ ತೀಕ್ಷ್ಣ ಕಣ್ಣುಗಳು ಸಾರಿ ಹೇಳುತ್ತವೆ.

ಇವರು ಹೇಳಿದ ಸಮಯಕ್ಕೆ ಒಂದು ನಿಮಿಷವೂ ತಡವಾಗಬಾರದು, ಒಂದು ಕ್ಷಣವೂ ಮೊದಲಾಗಬಾರದು ಎಂದು ನನಗೆ ನಾನೇ ಹೇಳಿಕೊಂಡು ನಿನ್ನೆ ಸಮಯಕ್ಕೆ ಸರಿಯಾಗಿ ಹೋಗಿ ಅವರ ಮನೆಯ ಕದವ ತಟ್ಟಲು ಹೋದರೆ ಬಾಗಿಲು ತೆರೆದುಕೊಂಡೇ ಇತ್ತು. ಅವರು ನನ್ನ ಕಾಯುತ್ತಿದ್ದಂತೆ ಇತ್ತು. ನಾನು ತಡಮಾಡಿಲ್ಲದಿರುವುದರಿಂದ ತಡಮಾಡಿದ್ದಕ್ಕೆ ಕ್ಷಮೆ ಕೋರುವ ಹಾಗೂ ಇರಲಿಲ್ಲ. ಕುಳಿತುಕೊಳ್ಳಲು ಹೇಳಿದರು. ಕುಳಿತುಕೊಳ್ಳಲು ಜಾಗವನ್ನು ಹುಡುಕುತ್ತಿದ್ದವನಿಗೆ ಇದ್ದಕ್ಕಿದ್ದಂತೆ ಸೋಫಾದಲ್ಲಿ ಕುಳಿತಿರುವ ಬಾಪು ಸತ್ಯನಾರಾಯಣ ಅವರ ನೂರ ಐದು ವರ್ಷ ವಯಸ್ಸಿನ ತೀರ್ಥರೂಪರಾದ ಅಠಾಣಾ ರಾಮಣ್ಣನವರು ಕಾಣಿಸಿದರು.

ಅಠಾಣಾ ರಾಮಣ್ಣನವರು ಸೋಫಾದಲ್ಲಿ ಕುಳಿತು ಕಣ್ಣು ಮಿಟಿಕಿಸುತ್ತಾ ನೋಡುತ್ತಿದ್ದರು. ನೂರಾ ಐದು ವರ್ಷಗಳ ಎಲ್ಲ ಪರಿಮಳ, ರಾಗ, ರಂಗು ಬೇಸರ, ರೋಮಾಂಚನಗಳನ್ನು

ಅನುಭವಿಸಿ ಮಾಗಿ ಇಳಿಬಿದ್ದಿದ್ದ ಅವರ ಮೂಗು 'ಏನು?' ಎಂದು ನನ್ನನ್ನು ಪ್ರಶ್ನಿಸುತ್ತಿರುವಂತೆ ಸಣ್ಣದಾಗಿ ಅಲುಗುತ್ತಿತ್ತು. ಕಣ್ಣಲ್ಲೇ ನನ್ನನ್ನು ಹತ್ತಿರಕ್ಕೆ ಕರೆದು ನೂರಾ ಐದು ವರ್ಷಗಳನ್ನು ಸವರಿನೋಡಿದಂತಿದ್ದ ಅವರ ಪುರಾತನ ಹಸ್ತದೊಳಗೆ ನನ್ನ ಕೈಗಳನ್ನು ತೆಗೆದುಕೊಂಡು God bless you ಎಂದು ವಿನಾಕಾರಣ ಆಶೀರ್ವದಿಸಿದರು. ಮತ್ತೆ ಮೆಲ್ಲನೆ, 'ಏನು ಕೋಮಲ ಕಾಯ, ಹೊಳಪು ಹೊಸ ಪ್ರಾಯ, ಎಲವೋ ಕಾಮುಕ ಎಲ್ಲಿ ಬೆಚ್ಚಗೆ ಮಲಗಿ ಸಲ್ಲಾಪ ಮಾಡುತಿಹೆ , ಇವಳೊಡನೆ ಮುಳುಗು ಬಾ ಪಾಪಿ' ಎಂಬ ಬಿ. ಎಂ. ಶ್ರೀ ಯವರ ಅನಾಥೆ ಕವಿತೆಯನ್ನು ಗುಣಗುಣಿಸತೊಡಗಿದರು. ಅವರು 'ಪಾಪಿ' ಎಂಬ ಪದವನ್ನು ಒತ್ತಿ ಹೇಳಿದ ಪರಿ ಕೇಳಿ ಅದು ನನ್ನ ಕುರಿತೇ ಇದೆ ಅನ್ನಿಸಿ ಬೆಚ್ಚಿಬಿದ್ದೆ. ಆ ಕಡೆ ತಿರುಗಿ ನೋಡಿದರೆ ಬಾಪು ಸತ್ಯನಾರಾಯಣರೂ ಹಾಗೇ ಪರಿಭಾವಿಸಿಕೊಂಡಂತೆ ಖುಷಿಪಡುತ್ತಿದ್ದರು. ಬಾಪು ಸತ್ಯನಾರಾಯಣ ತುಂಟ ಹುಡುಗನಾಗಿರುವಾಗ ಅಡುಗೆ ಮನೆಯಿಂದ ಬೇಯಿಸಿದ ತರಕಾರಿ ಹೋಳುಗಳನ್ನು ಕದ್ದು ಜೇಬಿಗೆ ತುಂಬಿಸಿಕೊಂಡು ಓಡುವಾಗ ಅವರನ್ನು ತಂದೆ ಅಠಾಣಾ ರಾಮಣ್ಣನವರು ಹೀಗೇ ಪಾಪೀ... ಎಂದು ಹಾಡಿ ಬೆಚ್ಚಿಬೀಳಿಸುತ್ತಿದ್ದರಂತೆ.

ನಾನು ಸುಮ್ಮನೆ ಕೇಳಿಸಿಕೊಳ್ಳುತ್ತಿದ್ದೆ. ಹೆದ್ದಾರಿಗಳ ಕುರಿತು ನಿವೃತ್ತ ಚೀಫ್ ಇಂಜಿನಿಯರ್ ಬಾಪು ಸತ್ಯನಾರಾಯಣ ಅವರೊಡನೆ ಮಾತನಾಡಲು ಹೋಗಿದ್ದ ನಾನು, ನಿನ್ನೆ ಎರಡು ಮೂರು ಗಂಟೆಗಳ ಕಾಲ ಅಠಾಣಾ ರಾಮಣ್ಣನವರ ಕಂಠದಿಂದ ಹೊರ ಹೊಮ್ಮುತ್ತಿದ್ದ ಕನ್ನಡ ಕವಿತೆಗಳನ್ನೂ, ಮಿಲ್ಟನ್ನನ್ನ 'ಪಾರಡೈಸ್ ಲಾಸ್ಟ್' ನ ಸಾಲುಗಳನ್ನು, ಬೈಬಲ್‌ನ ಶ್ಲೋಕಗಳನ್ನೂ ಕೇಳಿಸಿಕೊಂಡು ಬಂದವನು, ಇರುಳೆಲ್ಲಾ ಏನೇನೋ ಕನಸುಗಳನ್ನೊ, ಕನವರಿಕೆಗಳನ್ನೊ ಅನುಭವಿಸಿ ಈಗ ಅಕ್ಷರಗಳ ನಡುವೆ ಕುಳಿತುಕೊಂಡು ಕಂಗಾಲಾಗಿರುವೆ. ಮನುಷ್ಯನು ಇಷ್ಟೊಂದು ವರ್ಷಗಳು ಬದುಕಿದ ಮೇಲೆ ಆತನಿಗೆ ಎಲ್ಲವೂ ಮರೆತು ಹೋಗುತ್ತವೆ. ಆದರೆ ಕಾವ್ಯ, ಧರ್ಮಗ್ರಂಥಗಳ ಸಾಲುಗಳು ಮಾತ್ರ ಮೊಳೆ ಹೊಡದ ಹಾಗೆ ಆತನ ಎದೆಯಲ್ಲಿ ಉಳಿದುಕೊಂಡಿರುತ್ತವೆ ಎಂಬ ಕಠೋರ ಸತ್ಯ ಬಿಸಿಲಿನಷ್ಟೇ ನಿಚ್ಚಳವಾಗಿ ಮುಖಕ್ಕೆ ಹೊಡೆದು ಹೇಳುತ್ತಿದೆ.

ಮೈಸೂರಿನ ಮಹಾರಾಜಾ ಕಾಲೇಜಿನ ಕನ್ನಡ ಸಂಘದ ಗ್ರೂಪ್ ಫೋಟೋ ಒಂದರಲ್ಲಿ ಎರಡನೆಯ ಸಾಲಿನಲ್ಲಿ ನಿಂತಿರುವವರಲ್ಲಿ ಎಡದಿಂದ ಮೂರನೆಯವರು ಅಠಾಣಾ ರಾಮಣ್ಣನವರು. ಮೊದಲನೆಯ ಸಾಲಿನಲ್ಲಿ ಕೆ.ವಿ.ಪುಟ್ಟಪ್ಪ, ಡಿ. ಎಲ್. ನರಸಿಂಹಾಚಾರ್, ತೀ. ನಂ. ಶ್ರೀಕಂಠಯ್ಯ ಮೊದಲಾದವರು ನಿಂತಿದ್ದಾರೆ. ಮೂರನೆಯ ಸಾಲಿನಲ್ಲಿ ಎಸ್. ವಿ. ರಂಗಣ್ಣ ಎ. ಎನ್. ಮೂರ್ತಿರಾವ್, ವಿ. ಸೀತಾರಾಮಯ್ಯ ಮೊದಲಾದವರಿದ್ದಾರೆ. ಕುಳಿತಿರುವವರಲ್ಲಿ ಬಿ.ಎಂ.ಶ್ರೀಕಂಠಯ್ಯ, ಡಿ. ವಿ. ಗುಂಡಪ್ಪ, ಎ. ಆರ್. ಕೃಷ್ಣಶಾಸ್ತ್ರಿ, ಟಿ.ಎಸ್. ವೆಂಕಣಯ್ಯನವರಿದ್ದಾರೆ. ಅಠಾಣಾ ರಾಮಣ್ಣನವರು ಕುವೆಂಪು ಅವರಿಗಿಂತ ಹಿರಿಯರು. ಎ. ಎನ್. ಮೂರ್ತಿರಾಯರ ವಯಸ್ಸಿನವರು. ಕುವೆಂಪು ಅವರು ಈ ಗ್ರೂಫ್ ಫೊಟೋದಲ್ಲಿ ಬುದ್ಧಿವಂತರ ನಡುವೆ ಮನಸ್ಸಿನೊಳಗೆ ತುಂಬ ತುಂಟತನಗಳನ್ನು ಇಟ್ಟುಕೊಂಡು ಗಂಭೀರವಾಗಿರಲು ಯತ್ನಿಸುತ್ತಿರುವ ಪೋರನಂತೆ ಕಾಣಿಸುತ್ತಿದ್ದಾರೆ. ರಾಮಣ್ಣನವರು ಎಲ್ಲವನ್ನೂ ಅರ್ಥಮಾಡಿಕೊಂಡು ಸುಮ್ಮನಿರುವ

ಅಣ್ಣನಂತೆ ಪೋಸು ಕೊಟ್ಟಿದ್ದಾರೆ. ಎಲ್ಲರೂ ಅವರವರ ಹಾವಭಾವದಲ್ಲಿ ಕನ್ನಡ ಸಾಹಿತ್ಯ ಚರಿತ್ರೆಯಲ್ಲಿ ಅವರ ಸ್ಥಾನ ಮಾನಗಳೇನು ಎಂಬ ಅರಿವಿಲ್ಲದೆ ಪೋಟೋ ಹಿಡಿಯಲು ಬಂದ ಮೈಸೂರಿನ ವಿ. ವಿ. ವರದಾಚಾರ್ಲು & ಸನ್, ಕಂಪನಿಯ ಛಾಯಾಗ್ರಾಹಕನತ್ತ ನಕ್ಕಿದ್ದಾರೆ. ಆ ಪೋಟೋದಲ್ಲಿ ಅವರೆಲ್ಲರ ನಗು ಸ್ತಬ್ಧವಾಗಿದೆ. ಅಠಾಣಾ ರಾಮಣ್ಣ ಎಂಬ ಇವರೊಬ್ಬರನ್ನು ಬಿಟ್ಟು ಇನ್ನಾರಿಗೂ ಈಗ ಬೇರೊಂದು ತರಹದ ನಗುವನ್ನು ಕೊಡಲು ಸಾಧ್ಯವಿಲ್ಲ. ಇನ್ನೂ ಮಗುವಿನಂತೆ ನಗುತ್ತಿರುವ ಅಠಾಣಾ ರಾಮಣ್ಣನವರ ನಗುವಿನ ಮುಂದೆ ನಿನ್ನೆ ನಾನು ಸ್ತಬ್ಧವಾಗಿ ಹೋಗಿದ್ದೇನೆ. ಈಗಲೂ ಹಾಗೇ ಸ್ತಬ್ಧನಾಗಿ ಬರೆಯಲು ಕೂತಿದ್ದೇನೆ.

'ರಾಮಣ್ಣನವರೇ ನಿಮಗೆ ರಾಷ್ಟ್ರಕವಿ ಕುವೆಂಪು ಅವರ ನೆನಪಾಗುತ್ತಿದೆಯಾ..?' ಎಂದು ಅವರ ಭುಜವನ್ನು ಅಲುಗಿಸಿ ಅವರ ಮಗ ಬಾಪು ಸತ್ಯನಾರಾಯಣ ಕೂಗಿ ಕೇಳುತ್ತಿದ್ದರು. ರಾಮಣ್ಣನವರಿಗೆ ಮೊದಲು ಕೇಳಿಸಲಿಲ್ಲ. ಆಮೇಲೆ ನೆನಪು ಕೈಕೊಟ್ಟ ಹಾಗೆ ಅನಿಸಿ 'ತುಂಬಾ ಮೆಮೋರಿಗಳು ಎಲ್ಲಾ Clash ಆಗುತ್ತಿದೆ' ಎಂದು ಸುಸ್ತಾಗಿ ಕೈ ಚೆಲ್ಲಿದರು. ಆಮೇಲೆ ನಿಧಾನವಾಗಿ ನೆನಪಿಸಿಕೊಂಡು 'ಸಣ್ಣಿಲಿ, ಸುಂಡಿಲಿ' ಎಂದು ಬೊಮ್ಮನಹಳ್ಳಿಯ ಕಿಂದರಿಜೋಗಿ ಎಂಬ ಕವಿತೆಯ ಸಾಲುಗಳನ್ನು ನೆನಪಿಸಿಕೊಂಡರು. 'ಬಹಳ ದೊಡ್ಡಕವಿ, ದೊಡ್ಡ ಮನುಷ್ಯ' ಎಂದು ಗೊಣಗಿದರು. ನಂತರ 'ಕರುಣಾಳು ಬಾ ಬೆಳಕೆ' ಎಂದು ಹಾಡಲು ತೊಡಗಿದರು. ಆಮೇಲೆ 'ಎಲ್ಲೋ ಹುಡುಕಿದೆ ಇಲ್ಲದ ದೇವರ' ಎಂದು ಗುಣಗುಣಿಸಿದರು. ಆನಂತರ ಮಿಲ್ಟನ್ ಕವಿಯ ಪ್ಯಾರಡೈಸ್ ಲಾಸ್ಟ್ ಕವಿತೆಯ It is far better to reign in hell than serve in heaven ಎಂಬ ಸಾಲನ್ನು ಉದ್ಗರಿಸಿದರು. ನನ್ನ ಮೈ ತಡವಿ 'ನೀನು ತುಂಬಾ ಸಂಭಾವಿತ ಸುಸಂಸ್ಕೃತ ಹುಡುಗನಂತೆ ಕಾಣಿಸುತ್ತಿದ್ದೀಯಾ God bless you' ಎಂದು ಆಶೀರ್ವದಿಸಿದರು. ಏಕೆಂದು ನನಗೆ ಆಮೇಲೆ ಗೊತ್ತಾಯಿತು. ರಾಮಣ್ಣನವರಿಗೆ ಬಾಲ್ಯಕಾಲದಲ್ಲಿ ಮಜೀದ್ ಎಂಬ ಗೆಳೆಯನೊಬ್ಬನಿದ್ದನಂತೆ. ಆತ ಇವರಿಗೆ ತುಂಬಾ ಪ್ರೀತಿಯನ್ನು ಕೀಟಲೆಗಳನ್ನೂ ಕೊಡುತ್ತಿದ್ದನಂತೆ. ಮರದಲ್ಲಿರುವ ಮಾವಿನ ಹಣ್ಣು ಕುಯ್ಯಲು ಹೋದಾಗ ತುಂಬ ಗೋಳು ಹೊಯ್ದುಕೊಳ್ಳುತ್ತಿದ್ದನಂತೆ, ಮಜೀದನೊಡನೆ ರಶೀದನಾದ ನನ್ನನ್ನು ಹೋಲಿಸಿಕೊಂಡು ಅವನಿಗಿಂತ ನಾನು ಕೊಂಚ ಉತ್ತಮನು ಎಂದು ಅವರು ಭಾವಿಸಿದಂತೆ ಅನಿಸಿತು.

ಅಠಾಣಾ ರಾಮಣ್ಣನವರಿಗೆ ಇನ್ನೂ ಅವರ ಅಜ್ಜ ಹಾಲುಬಾಗಿಲು ರಾಮಣ್ಣ ಅವರ ನೆನಪಿದೆ. ಅವರಿಗೆ ಇಬ್ಬರು ಹೆಂಡತಿಯರಂತೆ. ಅವರು ಅಜಾನುಬಾಹು ಆಳಂತೆ. ಹಾಸನ ಪಟ್ಟಣದಲ್ಲಿ ಸುಮ್ಮನೆ ಓಡಾಡುತ್ತಿದ್ದರಂತೆ. ಆಮೇಲೆ ತಿಪಟೂರಿನಲ್ಲಿ ಪ್ಲೇಗು ಬಂದಾಗ ತೀರಿಹೋದರಂತೆ. ಇನ್ನೊಬ್ಬರು ಹಿರಿಯರು ಕೊಂಡಕೊಳದ ಕೆರೆಯಲ್ಲಿ ಈಜಲು ಹೋಗಿ ತೀರಿ ಹೋದರಂತೆ. ಅವರ ಹೆಸರು ನೆನಪಿಲ್ಲ. ರಾಮಣ್ಣನವರ ತಾಯಿಯ ಹೆಸರು ನೆನಪಿದೆ. ಆದರೆ ಬೇರೇನೂ ನೆನಪಿಲ್ಲ. ರಾಮಣ್ಣನವರು ತಮ್ಮ ಇಪ್ಪತ್ತೊಂದನೇ ವಯಸ್ಸಿನಲ್ಲಿ ಹನ್ನೆರಡು ವರ್ಷದ ಹುಡುಗಿ ಜಯಮ್ಮ ಎಂಬವರನ್ನು ಮದುವೆಯಾದರು. ಅವರು ಇಪ್ಪತ್ತು ವರ್ಷಗಳ ಹಿಂದೆ ತೀರಿಹೋದರು. ರಾಮಣ್ಣನವರಿಗೆ ಮಡದಿಯ ಕುರಿತು ಈಗ ಏನೂ ನೆನಪಾಗುವುದಿಲ್ಲ. ಅವರು ಹಾರ್ಮೋನಿಯಂ ನುಡಿಸುತ್ತಿದ್ದರು ಎಂಬುದು ಮಾತ್ರ ನೆನಪಿದೆ. ಕೊಟ್ಟೂರಪ್ಪ

ಎನ್ನುವವರು ಹಾರ್ಮೋನಿಯಂ ಕಲಿಸಿದರಂತೆ. ಅದನ್ನು ನೆನಪು ಮಾಡಿಕೊಂಡು, 'ಶ್ರೀ ವನಿತೆಯರಸನೇ..'ಎಂದು ಹಾಡಿದರು.

ತೀರಿ ಹೋಗುವವರೆಗೂ ರಾಮಣ್ಣನವರು ಊಟಮಾಡಿದ ತಟ್ಟೆಯಲ್ಲೇ ಊಟ ಹಾಕಿಕೊಂಡು ತಾಯಿ ಊಟ ಮಾಡುತ್ತಿದ್ದರು. ಅವರಿಗೆ ಪತಿ ಎಂದರೆ ಅಷ್ಟು ಭಕ್ತಿ ಎಂದು ಬಾಪು ಸತ್ಯನಾರಾಯಣ ನೆನಪು ಮಾಡಿಕೊಂಡರು. ಅವರು ಮಾಡುತ್ತಿದ್ದ ಮೆಂತೆಯ ದೋಸೆ ಮತ್ತು ಕಾಫಿಯನ್ನು ರಾಮಣ್ಣನವರು ತುಂಬಾ ಇಷ್ಟ ಪಡುತ್ತಿದ್ದರಂತೆ.

ಅಠಾಣಾ ರಾಮಣ್ಣನವರು ತುಂಬಾ ಒಳ್ಳೆಯವರು. ಮೈಸೂರಿನ ಸಿಲ್ಕ್ ಫಿಲೇಚರ್‌ನಲ್ಲಿ ಮ್ಯಾನೇಜರಾಗಿ ನಿವೃತ್ತಿ ಹೊಂದಿದರು. ನಿವೃತ್ತಿಯ ಹೊತ್ತಿನಲ್ಲಿ ಅವರಿಗೆ ಆಗದವರು ಕಾಟಕೊಟ್ಟು ಏನೋ ಅನ್ಯಾಯ ಮಾಡಿದರು. ಆ ಅನ್ಯಾಯವನ್ನು ಇನ್ನೂ ಅವರು ಮರೆತಿಲ್ಲ. ಮೈಸೂರಿನಲ್ಲಿ ರಿಟ್ ಅಯ್ಯಂಗಾರ್ ಎಂಬ ಒಬ್ಬರು ವಕೀಲರು ಇದ್ದರಂತೆ, ಅವರು ತೀರಿಹೋಗಿ ಎಷ್ಟೋ ವರ್ಷಗಳಾಗಿವೆ. ರಾಮಣ್ಣನವರು ಅವರನ್ನು ನೆನಪು ಮಾಡಿಕೊಂಡು ಅವರ ಬಳಿ ಹೋಗಬೇಕು. ಸರಕಾರದ ಮೇಲೆ ರಿಟ್ ಅರ್ಜಿ ಹಾಕಿಸಿ ಆ ಅನ್ಯಾಯದ ವಿರುದ್ಧ ಹೋರಾಡಬೇಕು ಎಂದು ಈಗಲೂ ಆಗಾಗ ಹೇಳುತ್ತಿರುತ್ತಾರಂತೆ.

ಹಿರಿಯರಾದ ಬಾಪು ಸತ್ಯನಾರಾಯಣ ಅವರು ತಮ್ಮ ತಂದೆ ಅಠಾಣಾ ರಾಮಣ್ಣನವರ ನೆತ್ತಿಯನ್ನು ಮಗುವಿನಂತೆ ಸವರುತ್ತಾ ಒಣಗಿದ ಅವರ ಬಾಯೊಳಕ್ಕೆ ಆಗಾಗ ಚಾಕೊಲೇಟು ಇಡುತ್ತಾ ತಮ್ಮ ಮಡದಿಯನ್ನು ಅಕ್ಕರೆಯಿಂದ ನೋಡುತ್ತಾ ನನಗೆ ವಿವರಿಸುತ್ತಿದ್ದರು.

ಹಾಲುಬಾಗಿಲು ರಾಮಣ್ಣನವರಿಗೆ ಅಠಾಣಾ ರಾಮಣ್ಣ ಎಂಬ ಹೆಸರು ಹೇಗೆ ಬಂತು ಎಂದು ಅವರಿಂದ ಬೀಳ್ಕೊಂಡು ಬರುವಾಗ ಕೇಳಿದೆ. ರಾಮಣ್ಣನವರು ಅಠಾಣಾ ರಾಗದಲ್ಲಿ ಚೆನ್ನಾಗಿ ಹಾಡುತ್ತಿದ್ದರಂತೆ. ಬಿ. ಎಂ. ಶ್ರೀಕಂಠಯ್ಯನವರ 'ಅಶ್ವತ್ಥಾಮ' ನಾಟಕದ ಮೇಳನಾಯಕನ ಪಾತ್ರದಲ್ಲಿ ಅವರ ಅಠಾಣಾ ರಾಗದ ಹಾಡು ಅಷ್ಟೊಂದು ಚೆನ್ನಾಗಿ ಕೇಳಿಸಿ ಬಿ. ಎಂ. ಶ್ರೀ ಯವರು ಅವರನ್ನು ಅಠಾಣಾ ರಾಮಣ್ಣ ಎಂದೇ ಕರೆದರಂತೆ.

ಬಾಗಿಲವರೆಗೆ ಬಂದು ಬೀಳುಕೊಂಡ ಬಾಪು ಸತ್ಯನಾರಾಯಣ ವಿವರಿಸುತ್ತಿದ್ದರು. 'ನಿಮ್ಮ ಜೊತೆ ಹೆದ್ದಾರಿಗಳ ಬಗ್ಗೆ ಮಾತನಾಡಲು ಬಂದವನು ನಿಮ್ಮ ತಂದೆಯವರನ್ನು ಕಂಡು ಬೆರಗಾಗಿ ಅದರ ಕತೆಯನ್ನೇ ಕೇಳಿದೆ. ಸರ್, ಇನ್ನೊಮ್ಮೆ ಬರುತ್ತೇನೆ. ನಿಮ್ಮ ಜೊತೆ ಮಾತನಾಡಬೇಕು' ಎಂದು ಅಲ್ಲಿಂದ ಹೊರಟು ಬಂದೆ.

ಅರಮನೆ ಅಕ್ಕಸಾಲಿ ಮತ್ತು ಗುಡಿಸಲುಗಳು

ಅರವತ್ತು ವರ್ಷಗಳಿಗೂ ಹೆಚ್ಚುಕಾಲ ಅರಮನೆಯಲ್ಲಿ ಅಕ್ಕಸಾಲಿಗಳಾಗಿದ್ದ ಶಿರ್ವಮಂಚಕಲ್ಲಿನ ಶಾಮಾಚಾರಿಗಳು ನನ್ನ ಕನ್ನಡಕವನ್ನು ಕೇಳಿ ಪಡೆದು ತಮ್ಮ ನಿತ್ರಾಣವಾಗಿದ್ದ ಕಣ್ಣುಗಳಿಗೆ ಏರಿಸಿಕೊಂಡು ತಮ್ಮ ಬಲಗೈಯ ಹಸ್ತರೇಖೆಗಳನ್ನು ನೋಡಿ ಹಸ್ತರೇಖೆಗಳು ಕಾಣಿಸದೆ ಕಂಗಾಲಾಗಿ ನನ್ನ ಕನ್ನಡಕವನ್ನು ಮರಳಿ ನನಗೇ ಹಿಂತಿರುಗಿಸಿ ನಿಟ್ಟುಸಿರುಬಿಟ್ಟರು.

ನನ್ನ ಕನ್ನಡಕ ಬಿಸಿಲಿನ ಝಳಕ್ಕೆ ಹಾಕುವ ಕಪ್ಪು ಕನ್ನಡಕವೆಂದೂ ಅದರಲ್ಲಿ ಏನೂ ಕಾಣುವುದಿಲ್ಲವೆಂದೂ ಅವರಿಗೆ ಹಸ್ತರೇಖೆಗಳನ್ನು ನೋಡಲು ಒಂದು ಭೂತ ಕನ್ನಡಕವನ್ನು ತಂದಕೊಡುವೆನೆಂದೂ ಆದರೆ ಅದಕ್ಕೂ ಮೊದಲು ಅವರು ತಮ್ಮ ಅರವತ್ತು ವರ್ಷಗಳ ಕಾಲದ ಅರಮನೆಯ ಅಕ್ಕಸಾಲಿಗನ ಬದುಕನ್ನು ಕತೆ ಹೇಳುವಂತೆ ನನಗೆ ಹೇಳಬೇಕೆಂದೂ ನಾನು ಅವರಲ್ಲಿ ತುಳು ಭಾಷೆಯಲ್ಲಿ ಕೇಳಿಕೊಂಡೆ.

ಅದಕ್ಕೆ ಅವರು ನಗಾಡಿದರು. ಆಮೇಲೆ ಕನ್ನಡ ಭಾಷೆಯಲ್ಲಿ 'ಸತ್ತವನ ತಿಕ ಅತ್ತ ತಿರುಗಿದ್ದರೇನು ಇತ್ತ ತಿರುಗಿದ್ದರೇನು? ಅದು ಎತ್ತ ಕಡೆ ತಿರುಗಿದ್ದರೂ ಸತ್ತವನಿಗೆ ಆಗಬೇಕಾದ್ದದ್ದೇನು? ಅಕ್ಕಸಾಲಿಗನೂ ಇಲ್ಲ. ಅರಮನೆಯೂ ಇಲ್ಲ. ಬದುಕಿನ ಕಥೆಯೂ ಇಲ್ಲ. ಮಹಾಭಾರತ ರಾಮಾಯಣವೂ ಇಲ್ಲ. ನೀನು ಅರಮನೆಗೆ ಬಂದ ಕೆಲಸವನ್ನು ಮುಗಿಸಿ ನಿನ್ನ ಪಾಡಿಗೆ ಸುಮ್ಮನೆ ಹೋಗು. ನನ್ನ ಜೊತೆ ಮಾತನಾಡಬೇಡ. ನನ್ನ ವಿಷಯ ಯಾರಿಗೂ ಹೇಳುವುದೂ ಬೇಡ. ಮಾನವ ಜನ್ಮವನ್ನು ಎತ್ತಿರುವ ಮೂಕಪ್ರಾಣಿಯಾದ ನನ್ನ ಪ್ರಾಚೀನ ಕರ್ಮವನ್ನು ನಾಗ ಕುಂಡಲನೇ ಪರಿಹರಿಸಬೇಕಲ್ಲದೆ ಇನ್ನು ಯಾರಿಗೂ

ಏನೂ ಆಗುವುದಿಲ್ಲ. ನೀನು ಹೋಗಬಹುದು' ಎಂದು ಕೈಮುಗಿದು ನನ್ನನ್ನು ಒತ್ತಾಯ ಪೂರ್ವಕವಾಗಿ ಹೊರಟು ಹೋಗುವಂತೆ ಕೇಳಿಕೊಂಡರು.

ನಾನು ಜೀವನದಲ್ಲೇ ಮೊದಲ ಬಾರಿಗೆ ತಿರಸ್ಕೃತಗೊಂಡವನಂತೆ ಅವರನ್ನೇ ನೋಡುತ್ತಿದ್ದೆ. ಆಮೇಲೆ 'ಬನ್ನಿ ಚಾ ಕುಡಿಯುವಾ' ಎಂದು ಅವರಿಗೆ ಪೂಸಿಹೊಡೆದೆ. ಆಮೇಲೆ 'ಹೋಗಲಿ ಬಿಡಿ ನೀವು ಹೇಳಿದ ಹಾಗೆ ಮಾನವನ ಸರ್ವಕಷ್ಟ –ಸರ್ವವ್ಯಾಧಿ– ಸರ್ವನಷ್ಟ ಸರ್ವ ಬಂಧನ ಇವುಗಳಿಗೆ ಪರಿಹಾರ ಏನು?. ಮಾನವನಿಗೆ ಮುಕ್ತಿಸಿಗುವ ದಾರಿ ಯಾವುದು ಅದನ್ನಾದರೂ ಹೇಳಿ' ಎಂದು ಇನ್ನಷ್ಟು ಪೂಸಿಹೊಡೆದೆ. ಅದಕ್ಕೆ ಅವರು ಅಷ್ಟೆಲ್ಲ ನೋವಿನ ನಡುವೆಯೂ ಮಗುವಿನಂತೆ ನಗುತ್ತಾ 'ಮುಕ್ತಿಯೂ ಇಲ್ಲ. ಮುಲ್ಕಿಯೂ ಇಲ್ಲ ಮೂಡಬಿದ್ರೆಯೂ ಇಲ್ಲ. ನೀನು ದಯವಿಟ್ಟು ಹೋಗು' ಎಂದು ಕೈಮುಗಿದರು.

ಶಾಮಾಚಾರಿಗಳು ಹನ್ನೆರೆಡು ವರ್ಷಗಳ ಬಾಲಕನಾಗಿರುವಾಗ ಹಸಿವು ತಾಳಲಾಗದೆ ಮಂಗಳೂರಿನಿಂದ ಮಾಡರ್ನ್ ಬಸ್ಸು ಹತ್ತಿ ಅರಸರ ಮೈಸೂರಿಗೆ ಬಂದವರು ಈಗ ಅರಸೊತ್ತಿಗೆಯಿಲ್ಲದ ಅರಮನೆಯ ಒಂದು ಮೂಲೆಯ ಮೆಟ್ಟಿಲೊಂದರ ಕೆಳಗಿನ ಸಂಧಿನಂತಿರುವ ಕೋಣೆಯೊಂದರಲ್ಲಿ ಸಂಧಿವಾತ ಪೀಡಿತರಾಗಿ ತಮ್ಮ ಕೊನೆಯ ದಿನಗಳನ್ನು ಕಳೆಯುತ್ತಿದ್ದಾರೆ. ಅರಮನೆಯ ಆಭರಣಗಳಿಗೆ ಹೊಳಪು ಬರಿಸಿ ಬರಿಸಿ ಅವರ ಕಣ್ಣುಗಳು ಈಗಲೂ ಹೊಳೆಯುತ್ತಿರುವಂತೆ ಕಾಣಿಸುತ್ತಿದೆ. ತಮ್ಮ ಯೌವನದಲ್ಲಿ ಅವರು ಬಲು ಸುಂದರವಾಗಿದ್ದರು ಅನ್ನುವುದು ಅವರನ್ನು ಈಗ ನೋಡಿದರೂ ಯಾರಿಗಾದರೂ ಗೋಚರಿಸುತ್ತವೆ. ಆ ಕೋಣೆಯಲ್ಲಿ ಆಭರಣಗಳಿಗೆ ಹೊಳಪುಕೊಡುವ, ಚಿನ್ನಕ್ಕೆ ಹೊಡೆತಕೊಡುವ, ಒಪ್ಪ ಓರಣಗೊಳಿಸುವ ಉಪಕರಣ, ಹತ್ಯಾರುಗಳು ಎಷ್ಟೋವರ್ಷಗಳಿಂದ ವಿರಾಮ ಪಡೆಯುತ್ತಿರುವಂತೆ ಬಿದ್ದಿವೆ. ಗೋಡೆಯಲ್ಲಿ ಶಾಮಾಚಾರಿಗಳು ಬಂದ ಹೊಸತರಲ್ಲಿ ಮಹಾರಾಜರಾಗಿದ್ದ ಜಯಚಾಮರಾಜೇಂದ್ರ ಒಡೆಯರ್ ಚಿತ್ರವಿದೆ. ಜೊತೆಯಲ್ಲಿ ಶಂಕರಾಚಾರ್ಯರು ತಮ್ಮ ಶಿಷ್ಯರೊಂದಿಗೆ ಕುಳಿತಿರುವ ಚಿತ್ರ, ಸಿದ್ಧಾರೂಡರ ಚಿತ್ರ, ಚಾಮುಂಡೇಶ್ವರಿ, ಕಾಳಿಕಾಂಬಾ, ಭದ್ರಕಾಳಿ, ನಾಗಲಿಂಗೇಶ್ವರರ ಪಟಗಳಿವೆ. ಮೂಲೆಯಲ್ಲಿ ವೃತ್ತಪತ್ರಿಕೆಯಿಂದ ಕತ್ತರಿಸಿತೆಗೆದು ಪ್ರೇಂ ಹಾಕಿ ಇಟ್ಟಿರುವ ಬಾಲ ಯೇಸುವಿನ ಚಿತ್ರ. ಇನ್ನೊ ಮೂಲೆಯಲ್ಲಿ ಮಸುಕು ಮಸುಕಾಗಿ ಅವರ ತೀರಿಹೋದ ಹೆಂಡತಿ ರಾಜೀವಿಯವರ ಕಪ್ಪುಬಿಳುಪು ಚಿತ್ರ ಮೋರೆಯ ತುಂಬ ಕುಂಕುಮ ಬಳಿದುಕೊಂಡು ಗೋಡೆಯಲ್ಲಿ ನೇತಾಡುತ್ತಿತ್ತು. ಶಾಮಾಚಾರಿಗಳು ಬೇಕು ಬೇಕೆಂದೇ ಎಲ್ಲ ನೆನಪುಗಳನ್ನು ಮರೆತವರ ಹಾಗೆ ಮುಖವನ್ನು ಹತ ಮಾಡಿಕೊಂಡು ಈ ಕೋಣೆಯಲ್ಲಿ ಸುಮ್ಮನೆ ಕೂತಿರುತ್ತಾರೆ. ಈ ಇಳಿವಯಸ್ಸಿನಲ್ಲಿ ಅರಮನೆಯೇ ಅವರನ್ನು ಅಕ್ಕರೆಯಿಂದ ನೋಡಿಕೊಳ್ಳುತ್ತಿದೆ. ಎಲ್ಲರೂ ಅವರನ್ನು ಹಿರಿಯರೆಂದು ಗೌರವಿಸುತ್ತಾರೆ. ಆದರೆ ಶಾಮಾಚಾರಿಗಳು ಮಾತ್ರ ಏನೋ ಮಹಾರಾಜ ರಹಸ್ಯವನ್ನು ತಮ್ಮೊಳಗೆ ಹುದುಗಿಟ್ಟು ಕೊಂಡವರಂತೆ ಏನೂ ಹೇಳದೆ ಸುಮ್ಮನೆ ಕುಳಿತಿರುತ್ತಾರೆ.

ಇತ್ತೀಚೆಗೆ ಅವರು ಕೊನೆಯ ಸಲ ಎಂಬಂತೆ ಸಂಬಂಧಿಕರ ಕಾರು ಹತ್ತಿ ಊರಿಗೆ ಹೋಗಿ

ಊರಲ್ಲಿದ್ದ ಮನೆಯನ್ನು ಮಡದಿ ರಾಜೀವಿ ಅವರ ತಮ್ಮನದೋ ಅಣ್ಣನದೋ ಮಗನ ಹೆಸರಿಗೆ ನೋಂದಾಯಿಸಿ ಬಂದು ಉಸ್ಸೆಂದು ಕುಳಿತುಕೊಂಡಿದ್ದಾರೆ. ಹಾಗೆ ನೋಡಿದರೆ ನಾನು ಕೇಳುವುದಕ್ಕಿಂತ ಬಹಳ ಕಾಲದ ಹಿಂದೆಯೇ ಅವರು ತಮ್ಮ ಜನನ ಬಾಲ್ಯ ಯೌವನ ಸಂಸಾರ ಕರ್ಮ ಎಲ್ಲವನ್ನೂ ಕಥೆಯ ಹಾಗೆ ಎಲ್ಲೋ ಒಂದು ಕಡೆ ಬರೆದಿಟ್ಟಿದ್ದಾರೆ. ಆದರೆ ಚೂರು ಚಿಂದಿಯಾಗಿ ಹೋಗಿ ಎಲ್ಲೋ ಹಾಳಾಗಿದೆ. ಶಾಮಾಚಾರಿಗಳ ಮುಖಭಾವವನ್ನು ನೋಡಿದರೆ ಅವರೇ ಅದನ್ನು ಹರಿದು ಹಾಳುಮಾಡಿ ಗುಡಿಸಿ ಬಿಸಾಕಿದ ಹಾಗಿದೆ.

'ಪೂರ್ವಜನ್ಮದ ಕರ್ಮ ವ್ಯಾಧಿರೂಪೇನ' ಎಂದು ಶಾಮಾಚಾರಿಗಳು ಆಗಾಗ ಗುಣಗುಣಿಸುತ್ತಿರುತ್ತಾರೆ. ಅಂದರೆ ಪ್ರಾಚೀನ ಕರ್ಮ ಕಾಯಿಲೆಗಳ ರೂಪದಲ್ಲಿ ಬರುತ್ತದೆ ಎಂದು ಅರ್ಥವಂತೆ. ಅರಮನೆಯ ಊಳಿಗದ ಹುಡುಗನೊಬ್ಬ ನನಗೆ ಅದನ್ನು ವಿವರಿಸಿ ಹೇಳುವುದರಲ್ಲಿದ್ದ. ನಾನು ಅವನಿಂದ ಬಚಾವಾಗಿ ಹೊರಗೆ ಬಂದೆ. ಹೊರಗೆ ನೂರಾರು ಪ್ರವಾಸಿಗರು ಉರುಳುಸೇವೆ ಗೈಯುತ್ತಿರುವಂತೆ ಅರಮನೆಯನ್ನು ಸುತ್ತು ಹಾಕುತ್ತಿದ್ದರು. ಅರಮನೆಯ ಎರಡು ಪ್ರಾಚೀನ ಒಂಟೆಗಳು ಶತಮಾನಗಳಿಂದ ಮೆಲುಕು ಹಾಕುತ್ತಿರುವಂತೆ ಅರಮನೆಯ ಹುಲ್ಲುಹಾಸಿನ ಮೇಲೆ ಮೆಲುಕು ಹಾಕುತ್ತಿದ್ದವು. ನಾನು 'ಸತ್ತವನ ತಿಕ ಅತ್ತ ಆದರೆ ಏನು ಇತ್ತ ಆದರೆ ಏನು' ಎಂಬ ಶಾಮಾಚಾರಿಗಳ ಸಾಲನ್ನು ಉರುಹೊಡೆಯುತ್ತಾ ಬೈಕು ಓಡಿಸುತ್ತಾ ಏಕಲವ್ಯ ನಗರದ ಕಡೆ ಹೊರಟೆ.

ಏಕಲವ್ಯ ನಗರ ಅನ್ನುವುದು ಎಲ್ಲರೂ ತಿಳಿದಿರುವ ಹಾಗೆ ಮೈಸೂರು ನಗರದ ಒಂದು ವಿಶಿಷ್ಟ ಕೊಳೆಗೇರಿ. ಇಲ್ಲಿರುವ ಬಹುತೇಕ ಮಂದಿ ಅಭಿಜಾತ ಅಲೆಮಾರಿ ಕಲಾವಿದರಾಗಿರುವುದರಿಂದ ಇದನ್ನು ಪ್ರಗತಿಪರರಾದ ನಾವು ಕಲಾವಿದರ ಕೊಳೆಗೇರಿ ನಗರಿ ಎಂದು ಕರೆಯುತ್ತೇವೆ. ನಿನ್ನೆ ಸಂಜೆ ಈ ಕೊಳಗೇರಿಯಲ್ಲಿ ಒಂದು ಸರಳ ವಿವಾಹವಿತ್ತು. ಆ ವಿವಾಹದ ಛಾಯಾಚಿತ್ರಗಳನ್ನು ತೆಗೆಯಬೇಕೆಂದೂ ನೂತನ ವಧೂವರರಿಗೆ ವಿವಾಹ ಸಂಹಿತೆಯನ್ನು ಬೋಧಿಸಬೇಕೆಂದೂ ಕರೆದಿದ್ದರು. ವಿವಾಹ ಸಂಹಿತೆಯನ್ನು ಬೋಧಿಸುವ ಕೆಲಸ ಬಹಳ ಗಹನವಾಗಿರುವುದರಿಂದ ಅದನ್ನು ಹಿರಿಯರು ನೆರವೇರಿಸಲಿ, ನಾನು ಬೇಕಾದರೆ ಮದುವೆಯ ಛಾಯಾಚಿತ್ರಗಳನ್ನು ತೆಗೆಯುತ್ತೇನೆಂದೂ ಹೊರಟಿದ್ದೆ.

ಏಕಲವ್ಯನಗರದ ದೊಂಬಿದಾಸ ಜನಾಂಗಕ್ಕೆ ಸೇರಿದ ಗಾರೆಕೆಲಸ ಮಾಡುತ್ತಿರುವ ವರದರಾಜ ಎಂಬ ಸುಂದರನಾಗಿರುವ ಯುವಕನೂ ಎನ್. ಶಶಿಕಲಾ ಎಂಬ ಮೇಲ್ವರ್ಗಜಾತಿಗೆ ಸೇರಿದ, ಆದರೆ ಜೀತಮಾಡುತ್ತಿದ್ದ ಸುಕೋಮಲೆಯಾದ ಹುಡುಗಿಯೂ ಕಣ್ಣು ಪಿಳಿಪಿಳಿ ಬಿಟ್ಟುಕೊಂಡು ಸರಳವಾಗಿ ಮದುವೆ ಮಾಡಿಸಿಕೊಳ್ಳುತ್ತಾ ಚಡಪಡಿಸುತ್ತಾ ಕುಳಿತಿದ್ದರು. ಕೊಳಗೇರಿಯ ನೂರಾರು ಹೆಂಗಸರು ಮಕ್ಕಳು ಗಂಡಸರು ಮೈಯೆಲ್ಲಾ ಧೂಳುಮೆತ್ತಿಕೊಂಡು ಆ ಗೋಧೂಳಿ ಮಹೂರ್ತದಲ್ಲಿ ಸೂರ್ಯನ ಕಂತುವ ಕಿರಣಗಳಿಗೆ ಸಿಕ್ಕಿ ಹೊಳೆಯುತ್ತಾ ಎಲ್ಲದಕ್ಕೂ ಸಾಕ್ಷಿಯಾಗಿದ್ದರು. ಪ್ರಗತಿ ಪರರಾದ ನಾವೂ, ಇಂಗ್ಲೆಂಡಿನಿಂದ ಬಂದಿದ್ದ ಶೇನ್ ಎಂಬ ಯುವಕ ನತಾಲಿಯಾ ಎಂಬ ಜಡೆಕಟ್ಟಿಕೊಂಡ ಜಡೆಗಳ ಆತನ ಸುಂದರಿಯಾದ ಗೆಳತಿ ಎಲ್ಲರೂ ಈ ಸರಳ ಮದುವೆಯಲ್ಲಿ ಲವಲವಿಕೆಯಲ್ಲಿ ಓಡಾಡುತ್ತಾ ಕತ್ತಲಾಗಿ ಬಿಟ್ಟಿತ್ತು.

ಆ ಕತ್ತಲಲ್ಲಿ ವರದರಾಜನ ತಾಯಿ ಶಾಂತಮ್ಮ ಸೊಸೆ ಶಶಿಕಲಾಳನ್ನು ಮನೆ ತುಂಬಿಸಿಕೊಳ್ಳಲು ತನ್ನ ಗುಡಿಸಲಿನಲ್ಲಿ ಸೇರಿಗೆ ಅಕ್ಕಿ ತುಂಬಿಕೊಂಡು ಕಾಯುತ್ತಿದ್ದಳು. ಆ ಕತ್ತಲಲ್ಲಿ ಅಕ್ಕಿ ತುಂಬಿದ ಆ ಸೇರನ್ನು ತನ್ನ ಬಲಗಾಲಿನಿಂದ ಒದ್ದು ಬೀಳಿಸಿ ಶಶಿಕಲಾ ಆ ಗುಡಿಸಲನ್ನು ಪ್ರವೇಶಿಸಬೇಕಿತ್ತು. ಆಕೆ ಪತಿಯ ಮನೆಯನ್ನು ಪ್ರವೇಶಿಸುವ ಆ ಅಮೂಲ್ಯ ಕ್ಷಣವನ್ನು ಕ್ಯಾಮರಾದಲ್ಲಿ ಸೆರೆಹಿಡಿಯಲು ನಾನು ಆ ಕತ್ತಲಲ್ಲಿ ಗುಡಿಸಲುಗಳ ನಡುವೆ ದಾರಿ ಮಾಡಿಕೊಂಡು ತಡಕಾಡುತ್ತಾ ಹೆಜ್ಜೆ ಹಾಕುತ್ತಿದ್ದೆ. ಯಾವಾಗಲೂ ಇಂತಹ ಅಮೂಲ್ಯ ಕ್ಷಣಗಳಲ್ಲಿ ಆಗುವ ಹಾಗೆ ಅಸಾಧ್ಯ ತಲೆಶೂಲೆ ನನ್ನ ಮಿದುಳನ್ನು ಪ್ರವೇಶಿಸಿ ದಿಕ್ಕೇ ತೋಚದಂತೆ ನಡೆಯುತ್ತಿದ್ದೆ.

ಶಾಂತಮ್ಮನ ಗುಡಿಸಲಿನ ಮುಂದೆ ಮುದುಕನೊಬ್ಬ ನನ್ನ ತಲೆಶೂಲೆಯ ತಲೆಯೇ ಕಿವಿ ಮುಚ್ಚಿಕೊಳ್ಳುವ ಹಾಗೆ ಅವಾಚ್ಯ ಶಬ್ದಗಳಿಂದ ಈ ನವ ವಧೂವರರಿಗೂ ಅವರನ್ನು ಮದುವೆ ಮಾಡಿಸಿದ ಪ್ರಗತಿಪರರಾದ ನಮಗೂ ತಾರಾಮಾರಾ ಬಯ್ಯುತ್ತಾ ಆಗಾಗ ಮುನ್ನುಗ್ಗುತ್ತಾ ಕೊಂಚ ಹಿಂದೆ ಸರಿಯುತ್ತಾ ಗಂಡುಹೆಣ್ಣುಗಳ ಗುಪ್ತಾಂಗಗಳ ಹೆಸರು ಹೇಳುತ್ತಾ ನಮಗೆ ಶಾಪ ಹಾಕುತ್ತಾ ಅಳುತ್ತಿದ್ದ.

ವಿವಾಹವೆಂಬ ಇಂತಹ ಅಮೂಲ್ಯ ಕ್ಷಣಗಳಲ್ಲಿ ತನ್ನ ಅವಾಚ್ಯ ಶಬ್ದಗಳಿಂದ ವಾತಾವರಣವನ್ನು ಮಾಲಿನ್ಯಗೊಳಿಸುತ್ತಿರುವ ಆ ಮುದುಕ, ಮದುವೆ ಹುಡುಗನ ಅಪ್ಪ ಎಂದು ಗೊತ್ತಿಲ್ಲದೆ ನಾನು ಅವನಿಗೆ ಗದರಿಬಿಟ್ಟೆ. ಗೊತ್ತಾದ ಮೇಲೆ ಅವರಿಗೆ ಗದರ ಬಾರದಿತ್ತು ಎಂದು ಅನ್ನಿಸಿ ಪೆಚ್ಚಾದೆ.

ಶಾಂತಮ್ಮ ಎನ್ನುವ ಆ ತಾಯಿ ಜೀತದ ಹುಡುಗಿ ಶಶಿಕಲಾಳನ್ನು ಸೊಸೆಯನ್ನಾಗಿ ತನ್ನ ಗುಡಿಸಲೊಳಗೆ ಬರಮಾಡಿಕೊಳ್ಳುತ್ತಿದ್ದಳು. ಮೇಲು ಜಾತಿಗೆ ಸೇರಿದ ಆ ಹುಡುಗಿಯ ತಂದೆ, ಆ ಹುಡುಗಿಯನ್ನು ಆಡನ್ನು ಮಾರುವ ಹಾಗೆ ಆಭರಣವನ್ನು ಅಡವಿಡುವ ಹಾಗೆ ಅಲ್ಲಲ್ಲಿ ಮಾರಿ, ಅಲ್ಲಲ್ಲಿ ಅಡವಿಟ್ಟು ಹೊಟ್ಟೆತುಂಬಿಸಿಕೊಳ್ಳುತ್ತಿದ್ದ. ಬೀದಿಯಲ್ಲಿ ಅಳುತ್ತಾ ಕುಂತಿದ್ದ ಆ ಜೀತದ ಹುಡುಗಿಯನ್ನು ಶಾಂತಮ್ಮ ತಾನಾಗಿಯೇ ರಕ್ಷಿಸಿ ಸೊಸೆಯನ್ನಾಗಿ ಮಾಡಿಕೊಳ್ಳುತ್ತಿದ್ದಳು. ಆ ಗುಡಿಸಲು ಆ ಹೊತ್ತಿನಲ್ಲಿ ಯಾವ ಅರಮನೆಗೂ ಕಡಿಮೆ ಇಲ್ಲವೆನ್ನುವಂತೆ ಅಪೂರ್ವವಾಗಿ ಬೆಳಗುತ್ತಿತ್ತು. ಹೊರಗಡೆ ಹೆತ್ತ ತಂದೆ ಸಂಕಟದಲ್ಲಿ ಬೈಯುತ್ತಲೇ ಇದ್ದ. ಮಗ ವರದರಾಜು ತನ್ನ ಪಕ್ಕದಲ್ಲಿರುವ ವಧುವನ್ನೂ ಎದುರಿಗಿರುವ ಅನಂತ ಜೀವನವನ್ನೂ ನೆನೆದುಕೊಂಡು ಸುಮ್ಮನೆ ಕೂತಿದ್ದ.

ನಾನು ಅಲ್ಲಿಂದ ಹೊರಟು ಪಕ್ಕದಲ್ಲಿರುವ ಬುಟ್ಟಿಕೊರಚರ ಗುಡಿಸಲುಗಳತ್ತ ಬಂದೆ. ಅಲ್ಲೂ ಸದ್ಯದಲ್ಲಿ ಒಂದು ವಿವಾಹ ನಡೆಯುವುದಿತ್ತು. ಅದರ ಏರ್ಪಾಡುಗಳು ಹೇಗೆ ನಡೆಯುತ್ತಿವೆ ಎಂದು ತಿಳಿಯಬೇಕಿತ್ತು.ಅದಕ್ಕಾಗಿ ಅತ್ತಕಡೆ ಹೆಜ್ಜೆ ಹಾಕತೊಡಗಿದೆ. ಆ ಮುದುಕ ಹಿಂದಿನಿಂದ ಬೈಯುತ್ತಲೇ ಇದ್ದ.

ನೋಡು ಬಾ ಚಂದಿರಾ......

ಇಂತಹದೇ ಒಂದು ಸಂಜೆ ಸರಿಸುಮಾರು ನಾಲ್ಕು ವರ್ಷಗಳ ಹಿಂದೆ ಇವರನ್ನು ಕಾಣಲೆಂದು ನಾನು ಹೋಗಿದ್ದಾಗ ಹುಟ್ಟಿನಿಂದಲೇ ಅಂಧರಾಗಿರುವ ಈ ನಾಲಕ್ಕು ಮಂದಿ ಪಠಾಣ್ ಸಹೋದರಿಯರು ಇನ್ನು ಮುಂದೆ ಹಾಡುಹೇಳುವುದಿಲ್ಲ ಎಂದು ತೀರ್ಮಾನಿಸಿಕೊಂಡು ವ್ಯಗ್ರರಾಗಿ ಕೂತಿದ್ದರು. ಎಲ್ಲವನ್ನೂ ಕಾಣುವವರೂ ಅರಿಯುವವರೂ ಆದ ಬೆಳ್ಳಗಿನ ನಾಲ್ಕು ಆತ್ಮಗಳಂತೆ ಆ ಮನೆಯೊಳಗಿನ ನಸುಕತ್ತಲಲ್ಲಿ ಸುಳಿದಾಡುತ್ತಿದ್ದ ಆ ಅಕ್ಕತಂಗಿಯರು ತಮ್ಮ ಏಕೈಕ ತಮ್ಮನ ಎರಡನೆಯ ಮಗುವನ್ನು ತೋಳಿನಿಂದ ತೋಳಿಗೆ ಬದಲಾಯಿಸುತ್ತಾ ಲಾಲಿಸುತ್ತಾ ಇನ್ನು ಮುಂದೆ ಯಾರು ಏನು ಹೇಳಿದರೂ ತಾವು ಮಾತ್ರ ಹಾಡವುದಿಲ್ಲ, ಕನ್ನಡದ ಭಾವಗೀತೆಗಳನ್ನೂ ಹಾಡುವುದಿಲ್ಲ, ಉರ್ದುವಿನ ಗಝಲ್‌ಗಳನ್ನೂ ಹಾಡುವುದಿಲ್ಲ, ಅದರ ಬದಲಾಗಿ ಧರ್ಮಬೀರುವೂ ಹಠಮಾರಿಯೂ ಆಗಿರುವ ತಮ್ಮ ತಮ್ಮನ ಮಾತಿನಂತೆ ಕುರಾನು ಓದುತ್ತಾ, ನಮಾಜು ಮಾಡುತ್ತಾ ಮನೆಯಲ್ಲಿ ಸುಮ್ಮನೆ ಇನ್ನು ಮುಂದೆ ಬದುಕು ಸಾಗಿಸುವುದಾಗಿ ನಗುತ್ತಾ ಹೇಳಿದ್ದರು.

ನಾಲಕ್ಕು ವರ್ಷಗಳ ಹಿಂದೆ ಆ ಸಂಜೆ ನಾನೂ ಕೊಂಚ ಹಠಮಾರಿಯಂತೆ ಅವರ ಮುಂದೆ ಕುಳಿತು ಅವರು ಹಾಡಲೇ ಬೇಕೆಂದೂ ಬೇರೆ ಏನೂ ಹಾಡದಿದ್ದರೂ ಪರವಾಗಿಲ್ಲ, ಬೇಂದ್ರೆಯವರ 'ನೋಡಿ ಹೇಳು ಚಂದಿರ' ಎಂಬ ಹಾಡನ್ನಾದರೂ ಹಾಡಿ ಇಲ್ಲವಾದರೆ ಕುವೆಂಪುರವರ 'ಸುಂದರ ದಿನ ಸುಂದರವನ' ಹಾಡನ್ನಾದರೂ ಹಾಡಿ. ನಾಲ್ವರೂ ಸೇರಿ ಒಂದು ಸಲವಾದರೂ ಹಾಡಿ ಆಮೇಲೆ ಹಾಡುವುದಿಲ್ಲ ಎಂದು ತೀರ್ಮಾನಿಸಿ ಎಂದು ಗೋಗರೆಯುತ್ತಿದ್ದೆ.

ಅವರ ತಂದೆ ಆಲಿ ಮಹಮದ್ ಖಾನ್ ದುರಾನಿ ಅವರು ಆಗತಾನೇ ಶ್ರೀರಂಗಪಟ್ಟಣದ ಬಳಿ ಇರುವ ತಮ್ಮ ಜಮೀನಿನ ಉಸ್ತುವಾರಿ ನೋಡಿಕೊಂಡು ಮನೆಗೆ ಮರಳಿದ್ದರು. ನಾನು ಗೋಗರೆಯುತ್ತಿರುವುದನ್ನು ಕಂಡು ಆಲಿ ಮಹಮದ್ ಖಾನ್ ಅವರ ತಂದೆ ಹೃದಯ ಮರುಕಗೊಂಡು ಅವರು ತಮ್ಮ ದೃಷ್ಟಿಹೀನರಾದ ನಾಲ್ವರು ಪುತ್ರಿಯರಿಗೆ ಹಾಡಲು ಹೇಳಿದ್ದರು.

ಆ ಸಂಜೆ ನನಗೆ ಇನ್ನೂ ನೆನಪಿದೆ. ಪರದೆ ಇಳಿಬಿಟ್ಟ ಸಣ್ಣಗಿನ ಬೆಳಕಿನ ಇಂತಹದೇ ಆ ಸಂಜೆ ಆ ನಾಲ್ವರು ಸಹೋದರಿಯರು ಒಂದೇ ದನಿಯಲ್ಲಿ ಒಂದೇ ಮನಸ್ಸಿನಲ್ಲಿ ಒಂದೇ ಆತ್ಮ ಹಾಡುತ್ತಿದೆ ಎನ್ನುವ ಹಾಗೆ ಕನ್ನಡದ ಒಂದೊಂದೇ ಹಾಡುಗಳನ್ನು ಮಗುವನ್ನು ಎತ್ತಿಕೊಳ್ಳುವಂತೆ, ಮಗುವನ್ನು ತೋಳಿನಿಂದ ತೋಳಿಗೆ ಬದಲಿಸುತ್ತಿರುವಂತೆ, ಮಗುವಿನ ಕಣ್ಣುಗಳನ್ನು ಒಬ್ಬೊಬ್ಬರಾಗಿ ದಿಟ್ಟಿಸಿ ನೋಡುತ್ತಿರುವಂತೆ ಹಾಡಿದ್ದರು. ನಾನು ಕಣ್ಣು ತುಂಬಿಕೊಂಡು ಅವರನ್ನು ನೋಡುತ್ತಿದ್ದೆ. ಈ ಹಾಡುಗಳು ಯಾವುದೂ ಅರ್ಥವಾಗದೇ ಹೋಗಿದ್ದಿದ್ದರೆ, ಕಣ್ಣುಗಳು ಮಸುಕಾಗಿರುವ ನನಗೆ ಅವರ ಹಾಡಿನ ಕಣ್ಣುಗಳು ಬಂದಿದ್ದರೆ, ಇವರ ಹಾಗೆ ನಾನೂ ಒಂದು ಕೊಳೆಯಿಲ್ಲದ ಆತ್ಮವಾಗಿ ಎಲ್ಲಕಡೆ ಸುಳಿದಾಡುವಂತಿದ್ದರೆ... ಎಂದು ಹಂಬಲಿಸಿಕೊಂಡು ಕೂತಿದ್ದೆ. ಆಲಿ ಮಹಮ್ಮದ್ ಖಾನ್ ದುರಾನಿಯವರ ಕಣ್ಣು ಕಾಣಿಸದ ನಾಲಕ್ಕು ಪುತ್ರಿಯರಾದ ಖನೀಜ಼್ ಫಾತಿಮಾ, ಫಿರ್ದೌಸ್, ಆಯಿಶಾ ಸಿದ್ದಿಕಾ ಹಾಗೂ ಮಾರಿಯಾ ಕುಲ್ಸುಂ ಆವತ್ತು ಅಷ್ಟೊಂದು ಹಾಡಿ ನಗುತ್ತಾ ನನ್ನನ್ನು ಬೀಳುಕೊಂಡಿದ್ದರು. ಆವತ್ತು ಕತ್ತಲಲ್ಲಿ ವಾಪಾಸು ಬರುವಾಗ ನನಗೆ ಯಾವುಯಾವುದೋ ನಕ್ಷತ್ರಗಳು ವಿನಾಕಾರಣ ಗೋಚರಿಸುತ್ತಿದ್ದವು.

ಯಾಕೋಗೊತ್ತಿಲ್ಲ, ನಿನ್ನೆ ಸಂಜೆಯಿಂದ ಕಣ್ಣುತುಂಬಿಕೊಂಡು ಒಬ್ಬನೇ ಹಠಮಾರಿಯಂತೆ ಕುಳಿತಿರುವೆ. ಏನೂ ಬರೆಯುವುದೂ ಬೇಡ ಅನ್ನಿಸುತ್ತಿದೆ. ಈ ನಾಲಕ್ಕು ವರ್ಷಗಳಲ್ಲಿ ಏನೂ ಆಗಿಯೇ ಇಲ್ಲ ಎಂಬಂತೆ ಇದ್ದವನು ನಿನ್ನೆ ಸಂಜೆ ಬರೆಯಬೇಕು ಎಂದು ಸ್ವಾರ್ಥಿಯಂತೆ ಮತ್ತೆ ಅವರ ಬಳಿ ಹೋದವನು ಈ ನಾಲಕ್ಕು ವರ್ಷಗಳಲ್ಲಿ ಏನೇನೆಲ್ಲಾ ನಡೆದಿರುವುದನ್ನು ಕಂಡು ಮೌನವಾಗಿ ಕೂತಿರುವೆ.

ನಿನ್ನೆ ಹೋದಾಗ ಆಲಿ ಮಹಮದ್ ಖಾನ್ ದುರಾನಿ ಅವರು ಇರಲಿಲ್ಲ. ಅವರು ಮೂರುವರ್ಷಗಳ ಹಿಂದೆ ತೀರಿಕೊಂಡಿದ್ದರು. ಅವರ ಹೆಂಡತಿ ತಮ್ಮ ಕೊನೆಯ ಇಬ್ಬರು ಅಂಧರಾದ ಪುತ್ರಿಯರೊಡನೆ ಪಾಕಿಸ್ತಾನದ ಕರಾಚಿಗೆ ಹೋಗಿದ್ದರು. ಕರಾಚಿಯ ರೇಡಿಯೋ ಒಂದರಲ್ಲಿ ಕಿಶೋರ್‌ಕುಮಾರ್ ತರಹವೇ ಹಾಡುವ ಬಿಲಾಲ್ ಪಟೇಲ್ ಎಂಬ ಅಂಧನಾದ, ಸುಂದರನಾದ ಗಾಯಕನೊಬ್ಬ ಆಯಿಶಾ ಸಿದ್ದಿಕಾಳ ಧ್ವನಿಗೆ ಮಾರುಹೋಗಿ ಅವಳನ್ನು ವಿವಾಹವಾಗುವೆನೆಂದು ಹಠ ಹಿಡಿದಿದ್ದ.

ಆಲಿ ಮಹಮದ್ ಖಾನ್ ಅವರ ಹೆಂಡತಿಯ ಐವರು ತಮ್ಮಂದಿರೂ ಭಾರತ ವಿಭಜನೆಯಾದಾಗ ಪಾಕಿಸ್ತಾನದ ಪಾಲಾಗಿದ್ದರು. ಅವರು ಹಲವು ವರ್ಷಗಳಿಗೊಮ್ಮೆ ತಮ್ಮಂದಿರನ್ನು ಕಾಣುವ ಆಸೆಯಾದಾಗ ಕರಾಚಿಗೆ ಹೋಗಿ ಬರುತ್ತಿದ್ದರು. ಮೂರುವರ್ಷಗಳ ಹಿಂದೆ ಹೀಗೆ ಈ ತಾಯಿಯೂ ಅವರ ನಾಲ್ವರು ಅಂಧರಾದ

ಪುತ್ರಿಯರೂ ಅಲ್ಲಿಗೆ ಹೋದಾಗ ಅಲ್ಲಿ ರೇಡಿಯೋದಲ್ಲಿ ಕಿಶೋರ್‌ಕುಮಾರನ ಹಾಗೆ ಹಾಡುತ್ತಿದ್ದ ಬಿಲಾಲ್ ಪಟೇಲ್‌ನ ಎಫ್.ಎಂ ಪೋನ್-ಇನ್ ಕಾರ್ಯಕ್ರಮವೊಂದರಲ್ಲಿ ಆಯಿಶಾ ಹಾಡು ಹೇಳಿದ್ದಳು. ಆ ಹಾಡಿಗೆ ಮೋಹಗೊಂಡ ಆತ ಆಯಿಶಾಳಿಗೂ ತನ್ನ ಹಾಗೇ ಕಣ್ಣು ಕಾಣಿಸುವುದಿಲ್ಲವೆಂದು ಅರಿವಾದಾಗ ಮದುವೆಯ ಪ್ರಸ್ತಾಪ ಮಾಡಿದ್ದ. ಆ ಪ್ರಸ್ತಾಪದ ಜಾಡು ಹಿಡಿದು ಈಗ ಈ ತಾಯಿ ಆಯಿಶಾಳನ್ನೂ ಅವಳ ತಂಗಿ ಮಾರಿಯಾಳನ್ನೂ ಜೊತೆಮಾಡಿಕೊಂಡು ಕರಾಚಿಗೆ ಹೋಗಿದ್ದಾರೆ. ಮದುವೆಯ ಮಾತು ಮುಗಿಸಿ ಇನ್ನು ಕೆಲವು ಸಮಯದಲ್ಲಿ ಮೈಸೂರಿಗೆ ಮರಳುತ್ತಾರೆ.

ನಾನು ನಿನ್ನೆ ಸಂಜೆ ಹೋದಾಗ ಮನೆಯಲ್ಲಿ ಮೌನವನ್ನೇ ಹೊದ್ದಂತೆ ದುಪ್ಪಟ್ಟಾ ಹೊದ್ದುಕುಳಿತಿದ್ದ ಖನೀಜ್ ಪಾತಿಮಾ ಎಂಬ ಹಿರಿಯ ಸಹೋದರಿ ಈ ಕತೆಗಳನ್ನೆಲ್ಲಾ ಹೇಳಿ ಮುಗಿಸಿ 'ಅದುಸರಿ ಈ ನಾಲಕ್ಕು ವರ್ಷಗಳಲ್ಲಿ ನೀನು ಎಲ್ಲಿದ್ದೆ, ಏನು ಮಾಡುತ್ತಿದ್ದೆ' ಎಂದು ನನ್ನನ್ನೇ ಗದರಿದ್ದಳು. ನಾನು ನನ್ನ ಅಲೆದಾಟದ, ಏಕಾಂತದ ವರ್ಷಗಳನ್ನು ಅವರಿಗೆ ಹೇಗೆ ಹೇಳುವುದು ಎಂದು ಗೊತ್ತಾಗದೆ 'ಅಂದಹಾಗೆ ನಿಮ್ಮ ಹೆಸರಿನ ಅರ್ಥಏನು?' ಎಂದು ಕೇಳಿದ್ದೆ. 'ಖನೀಜ್ ಅಂದರೆ ಗುಲಾಮ ಹೆಂಗಸು ಎಂದು ಅರ್ಥ. ಫಾತಿಮಾ ಎಂಬುವುದು ಪ್ರವಾದಿ ಮಹಮ್ಮದರ ಮಗಳ ಹೆಸರು' ಎಂದು ಖನೀಜ್ ನಕ್ಕರು. ನಾನು ನನ್ನ ಹೆಸರಿನಲ್ಲಿರುವ ಅಬ್ದುಲ್ ಎಂದರೆ ಗುಲಾಮ ಎಂದು ಅರ್ಥ, ರಶೀದ್ ಎಂದರೆ ಸನ್ಮಾರ್ಗದಲ್ಲಿ ನಡೆಯುವವನು ಎಂದರ್ಥ ಎಂದೆ. ನಮ್ಮಿಬ್ಬರ ಹೆಸರು ಗುಲಾಮ ಗುಲಾಮಿ ಎಂದಿರುವುದು ಕಂಡು ನಾವಿಬ್ಬರೂ ನಕ್ಕೆವು. ಅಷ್ಟು ಹೊತ್ತಿಗೆ ಇಂಗ್ಲಿಷ್ ಸಾಹಿತ್ಯದಲ್ಲಿ ಎಂ. ಎ. ಮಾಡಿರುವ ಎರಡನೆಯ ತಂಗಿ ಫಿರ್ದೌಸ್ ಬಂದು ಸಲಾಂ ಹೇಳಿ ಕುಳಿತರು. ಪಿರ್ದೌಸ್ ಎಂದರೆ ಸ್ವರ್ಗ ಎಂಬ ಸುಂದರವಾದ ಉದ್ಯಾನವನ ಎಂದು ಅರ್ಥ ಎಂದರು. ಅದನ್ನು ಕೇಳಿ ನಾವು ಇನ್ನೂ ನಕ್ಕೆವು.

'ತಂದೆಯವರು ಬದುಕಿರುವವರೆಗೆ ನಮಗೆ ಕಣ್ಣುಗಳು ಕಾಣುವುದಿಲ್ಲ ಎಂದು ಗೊತ್ತೇ ಆಗಿರಲಿಲ್ಲ. ಈ ಎರಡು ಮೂರು ವರ್ಷಗಳಿಂದ ಅದು ಗೊತ್ತಾಗುತ್ತಿದೆ. ಈಗ ನಾನು ಇಂಗ್ಲಿಷ್ ಬಾರದವರಿಗೆ ಇಂಗ್ಲಿಷ್ ಕಲಿಸುತ್ತಿದ್ದೇನೆ. ಈಗ ನಾವು ಹಾಡಲೂ ರೆಡಿ, ಅಡಿಗೆ ಕೆಲಸ ಮಾಡಲೂ ರೆಡಿ. ಪ್ರತಿಕ್ಷಣವೂ ಹಂಗಿನ ಕ್ಷಣಗಳಂತೆ ಅನ್ನಿಸುತ್ತಿದೆ. ಕಂಪ್ಯೂಟರ್‌ನಲ್ಲಿ ಬ್ರೈಲ್ ಕಲಿಯಬೇಕು. ನಮ್ಮ ಹೊಟ್ಟೆಪಾಡು ನಾವು ನೋಡಿಕೊಳ್ಳಬೇಕು. ತಮ್ಮನ ಸಂಸಾರವೂ ದೊಡ್ಡದಾಗಿದೆ. ಅವನು ಹೆಚ್ಚು ಹೆಚ್ಚು ಧಾರ್ಮಿಕನಾಗುತ್ತಿದ್ದಾನೆ' ಎಂದು ನಿಟ್ಟುಸಿರುಬಿಟ್ಟರು. ಎಲ್ಲ ಕಿರಿಕಿರಿ ಕೇಳಿ ಕೇಳಿ ಪ್ರಪಂಚವನ್ನು ನೋಡುವುದೇ ಬೇಡ ಅನ್ನಿಸುತ್ತಿದೆ. ತಂದೆ ಇರುವಾಗ ಪ್ರಪಂಚ ಸುಂದರವಾಗಿ ಕಾಣಿಸುತ್ತಿತ್ತು ಎಂದು ಖನೀಜ್ ಫಾತಿಮಾ ತಮ್ಮ ಶೂನ್ಯ ಕಣ್ಣುಗಳನ್ನು ತುಂಬಿಕೊಂಡು ಹೇಳಿದರು.

ಈ ಅಂಧ ಸಹೋದರಿಯರ ಹಿರಿಯ ಮುತ್ತಜ್ಜ ಉಮರ್ ಖಾನ್ ದುರಾನಿ ೧೬೦ ವರ್ಷಗಳ ಹಿಂದೆ ಮನೆಯಲ್ಲಿ ಜಗಳವಾಡಿಕೊಂಡು ಅಫಘಾನಿಸ್ತಾನದ

ಕಂದಹಾರ್‌ನಿಂದ ಓಡಿಬಂದವರು ಮೈಸೂರಿನ ಹವೆ ಚೆನ್ನಾಗಿದೆಯೆಂದು ಇಲ್ಲೇ ನೆಲೆಸಿ ಬೆಂಕಿನವಾಬ್‌ರಸ್ತೆಯಲ್ಲಿ ದೊಡ್ಡದಾಗಿ ಮನೆಯೊಂದನ್ನು ಕಟ್ಟಿ ಪಕ್ಕದಲ್ಲೇ ಮಸೀದಿಯೊಂದನ್ನೂ ಕಟ್ಟಿದ್ದರು. ಅವರು ಅರಮನೆಗೆ ವಸ್ತ್ರಗಳನ್ನು ಪೂರೈಸುವ ವ್ಯವಹಾರ ಮಾಡಿಕೊಂಡಿದ್ದರು. ಅವರಿಗೆ ನಾಲಕ್ಕು ಜನ ಗಂಡುಮಕ್ಕಳು. ಅವರಲ್ಲಿ ಎರಡನೆಯವರಾದ ಫತೇಖಾನ್ ಅವರ ಏಕೈಕ ಮಗ ಸತ್ತಾರ್‌ಖಾನ್ ದುರಾನಿ ಈ ಅಂಥ ಸಹೋದರಿಯ ಅಜ್ಜ. ಮೈಸೂರಿನ ಅಠಾರಾ ಕಚೇರಿಯ ನಿರ್ಮಾಣದ ಗುತ್ತಿಗೆ, ಲಲಿತಮಹಲ್ ಅರಮನೆಯ ಎದುರಿನ ಉದ್ಯಾನವನದ ಕೆಲಸ, ದೊಡ್ಡರಾಯನ ಕೆರೆಯ ನೀರು ಖಾಲಿ ಮಾಡಿ ಮೈದಾನವನ್ನಾಗಿ ಮಾಡಿದ ಕೆಲಸ ಎಲ್ಲವನ್ನೂ ಫತೇಖಾನ್ ಮತ್ತು ಮಕ್ಕಳು ಕೈಗೊಂಡಿದ್ದರಂತೆ. ಆಲಿ ಮಹಮದ್ ಖಾನ್ ನಾಲಕ್ಕು ವರ್ಷಗಳ ಹಿಂದೆ ಇಂತಹದೇ ಒಂದು ಸಂಜೆ ಈ ಕತೆಗಳನ್ನು ನನಗೆ ಹೇಳಿದ್ದರು. ಆಗ ಅವರ ಮಡದಿಯೂ ಹೊರ ಬಂದು ಅವರ ವಂಶಸ್ಥರೂ ನಿಜವಾದ ಪಠಾಣರೆಂದೂ ಅಫಘಾನಿಸ್ತಾನದಿಂದ ವಲಸೆ ಬಂದವರೆಂದೂ ಅವರ ಅಜ್ಜ ಸರ್ಫರಾಜ್‌ಖಾನ್ ಎನ್ನುವವರು ಮೈಸೂರಿನಿಂದ ಪಳಗಿಸಿದ ಕಾಡಾನೆಗಳನ್ನು ಹೊರರಾಜ್ಯದ ರಾಜರುಗಳಿಗೆ ರಫ್ತು ಮಾಡುತ್ತಿದ್ದರೆಂದೂ ಒಂದು ಬಾರಿ ವ್ಯಾಪಾರಕ್ಕೆ ಕಳುಹಿಸಿದ ಆನೆಗಳು ಮಾವುತರ ಸಮೇತ ದಾರಿಯಲ್ಲಿ ಎಲ್ಲೋ ದಾರಿತಪ್ಪಿ ಎಲ್ಲಿ ತಲುಪಿದವು ಎಂದು ಗೊತ್ತಾಗದೆ ಕಂಗಾಲಾಗಿ ಕುಳಿತಿದ್ದಾಗ ಅವರ ಹೆಂಡತಿ ತುಂಬಿದ ಗರ್ಭಿಣಿಯಾಗಿದ್ದವರು ಪ್ರಸವಿಸಿದರೆಂದೂ, ಆ ಮಗಳು ಹುಟ್ಟುವುದೂ ಆನೆಗಳ ಜಾಡು ಪತ್ತೆಯಾಗುವುದೂ ಒಂದೇ ಸಮಯದಲ್ಲಿ ಸಂಭವಿಸಿ ಆ ಸಂಭ್ರಮದಲ್ಲಿ ಹುಟ್ಟಿದ ಮಗುವಿಗೆ ದೌಲತ್ ಬೇಗಂ ಅಂತ ಹೆಸರಿಟ್ಟಿದ್ದರೆಂದೂ, ಆ ದೌಲತ್ ಬೇಗಂಳ ಮಗಳೇ ತಾನೆಂದೂ ಹೆಮ್ಮೆ ಪಟ್ಟುಕೊಂಡಿದ್ದರು. ದೌಲತ್ ಬೇಗಂ ಅಂದರೆ ಕನ್ನಡದಲ್ಲಿ ಧನಲಕ್ಷ್ಮಿ ಎಂದು ಅರ್ಥವೆಂದು ಹೇಳಿ ಆಲಿ ಅಹಮದ್ ಖಾನ್ ಪತ್ನಿಯ ಕಡೆ ನೋಡಿ ತುಂಟತನದಲ್ಲಿ ನಕ್ಕಿದ್ದರು.

ನಿನ್ನೆ ಸಂಜೆ ಶುಕ್ರವಾರ ನಾನು ಅಂಧರಾದ ಆ ಹಿರಿಯ ಅಕ್ಕತಂಗಿಯರ ಜೊತೆ ಬಲು ಹೊತ್ತು ಮಾತಾಡಿ ಅವರು ತಯಾರಿಸಿ ತಂದ ಚಾ ಕುಡಿದು ಪಿಂಗಾಣಿಯ ಆ ಲೋಟವನ್ನು ಬಹಳ ಹೊತ್ತು ನೋಡುತ್ತಾ ಕುಳಿತು, ಅವರು ಪುನಃ ಕನ್ನಡದ ಭಾವಗೀತೆಯನ್ನು ಹಾಡುವುದಾದರೆ ಕನ್ನಡಕ್ಕೆ ಕನ್ನಡನಾಡೇ ಕಿವಿಯಾಗಿ ಕೇಳುವುದೆಂದೂ ಕರಾಚಿಯಿಂದ ಅವರ ತಾಯಿ ಮರಳಿದ ಮೇಲೆ ಪುನಃ ಬರುವೆನೆಂದೂ ಅಲ್ಲಿಯ ವಿಶೇಷಗಳನ್ನು ಕೇಳುವ ಆಸೆ ಇದೆಯೆಂದೂ ಅವಸರ ಅವಸರದಲ್ಲಿ ಹೇಳಿ ಬೆಂಕಿ ನವಾಬ್ ರಸ್ತೆಯಲ್ಲಿರುವ ನೂರಾ ಅರವತ್ತು ವರ್ಷಗಳಷ್ಟು ಹಳೆಯ ಮನೆಯ ಮೆಟ್ಟಿಲುಗಳನ್ನು ಇಳಿದು ಬಂದಿದ್ದೆ.

ಈಗ ನೋಡಿದರೆ ಯಾರು ಹಾಡುವುದನ್ನು ಯಾರು ಕೇಳುವುದು ಎಂದು ದಿಕ್ಕೆಟ್ಟು ಕುಳಿತಿರುವೆ. ಹೋಳಿ ಹುಣ್ಣಿಮೆಯ ಚಂದಿರ ಅಷ್ಟು ಎತ್ತರ ಬಂದಿದ್ದಾನೆ.

ವೈ. ಜಯಮ್ಮ ಮತ್ತು ಕಡಲಚಿಪ್ಪುಗಳು

ಮೈಸೂರಿನ ಕೃಷ್ಣರಾಜ ಆಸ್ಪತ್ರೆಯಿಂದ ಹೊರಟ ಇರ್‌ವಿನ್ ರಸ್ತೆ, ನೆಹರೂ ವೃತ್ತವನ್ನು ಸೇರುವ ಮೊದಲು ಎಡಬದಿಯಲ್ಲಿ ರಸ್ತೆಗೆ ತಾಗಿಕೊಂಡಂತಿರುವ ಹಳೆಯ ಶೈಲಿಯ ಈ ಕಟ್ಟಡ ಎಂತಹ ಹಾದಿಹೋಕನನ್ನೂ ಒಮ್ಮೆ ತಿರುಗಿ ನೋಡುವಂತೆ ಮಾಡುತ್ತದೆ. ನೂರಾರು ವರ್ಷಗಳ ಹಿಂದೆ ಕಟ್ಟಿದಾಗ ಹೇಗೆ ಇತ್ತೋ ಇನ್ನೂ ಹಾಗೇ ಇರುವ ಈ ಕಟ್ಟಡದ ಮೇಲುಪ್ಪರಿಗೆಯಲ್ಲಿ ವಿಜಯ ಶಂಖಶುಕ್ತಿ ಕಲಾಕೇಂದ್ರ ಎನ್ನುವ ಹಳೆಯ ನಾಮಫಲಕವೊಂದು ಬಹಳ ವರ್ಷಗಳಿಂದ ತೂಗಾಡುತ್ತಿದೆ. ಕೊಂಚ ಅಸಹಜವಾಗಿ ಇದೆಯಲ್ಲ ಎಂದುಕೊಂಡು ಯಾವಾಗಲೂ ವಾರೆಯಾಗಿ ತೆರೆದುಕೊಂಡಿರುವ ಈ ಕಟ್ಟಡದ ಕೆಳ ಅಂತಸ್ತಿನ ಮರದ ಬಾಗಿಲನ್ನು ದೂಡಿಕೊಂಡು ಒಳಹೊಕ್ಕರೆ ಮೊದಲಿಗೆ ಒಳಗೆಲ್ಲ ಬಲು ಕತ್ತಲೆ ಅನಿಸುತ್ತದೆ. ಕಣ್ಣುಗಳನ್ನು ಆ ಕತ್ತಲೆಗೆ ಒಗ್ಗಿಸಿಕೊಂಡು ಕೊಂಚ ಹೊತ್ತು ನಿಂತುಕೊಂಡರೆ ನಿಧಾನವಾಗಿ ಬೆಳಕು ತುಂಬಿಕೊಳ್ಳಲು ತೊಡಗುತ್ತದೆ.

ಆ ಬೆಳಕಿನಲ್ಲಿ ಹಾಗೇ ನಿಂತುಕೊಂಡರೆ ರಸ್ತೆಯದೂಳು, ವಾಹನಗಳ ಸದ್ದು, ನಿಧಾನಕ್ಕೆ ಅಡಗಿಕೊಂಡು ವಿಜಯ ಶಂಖಶುಕ್ತಿ ಕಲಾಕೇಂದ್ರದ ಒಡತಿ ವೈ. ಜಯಮ್ಮ [ಎಂ.ಎ., ಬಿ.ಎಡ್.] ಅವರು ಕಡಲಚಿಪ್ಪುಗಳಿಂದ ರೂಪಿಸಿರುವ ನೂರಾರು ಕಲಾಕೃತಿಗಳು, ನಿಮ್ಮನ್ನು ಕಣ್ಣುಬಿಟ್ಟುಕೊಂಡು ನೋಡಲು ಶುರುಮಾಡುತ್ತವೆ. ನಾನಾ ಪುರಾಣ ಪ್ರಸಂಗಗಳನ್ನು ಅಭಿನಯಿಸಿ ತೋರುವ ಈ ಕಲಾಕೃತಿಗಳು ಗಾಜು ಜೋಡಿಸಿದ ಬೀಟೆಮರಗಳ ನುಣ್ಣನೆಯ ಪೆಟ್ಟಿಗೆಯೊಳಗೆ ಕೂಡುಹಾಕಲ್ಪಟ್ಟಿವೆ. ಬಿಡುಗಡೆಗೆ ಕಾದಿರುವಂತೆ, ಪೆಟ್ಟಿಗೆ ತೆರೆದರೆ ಎಲ್ಲಿ ಮತ್ತೆ ಕದನಕ್ಕೆ ಶುರು ಮಾಡುವವೋ ಎಂಬಂತೆ ನಿಮ್ಮನ್ನು ನೋಡುವ ಈ ಕಲಾಕೃತಿಗಳನ್ನು

ರೂಪಿಸಿರುವ ಕಲಾವಿದೆ ವೈ. ಜಯಮ್ಮನವರು ನಿಮಗೆ ಅಲ್ಲೆಲ್ಲೂ ಕಾಣಿಸುವುದಿಲ್ಲ. ಎಲ್ಲಿ ಅವರು ಎಂದು ವಿಚಾರಿಸಲು ನೋಡಿದರೆ, ವಿಚಾರಿಸಲು ಅಲ್ಲಿ ಯಾರೂ ಇರುವುದಿಲ್ಲ. ಒಳಗಿನಿಂದ ರೋಷತಪ್ತ ನಾಯಿಯೊಂದು ಬೊಗಳುವುದು ಕೇಳಿಸುತ್ತದೆ. ಕೊಂಚ ಆತಂಕಗೊಂಡ ನೀವು ನಿಮ್ಮ ಇರವನ್ನು ಸೂಚಿಸಲು ಏನಾದರೂ ಸದ್ದು ಮಾಡಿದರೆ ಒಳಗಿನ ಕತ್ತಲೆಯಿಂದ ಸ್ತ್ರೀಯೊಬ್ಬರು ಮುಗುಳುನಗುತ್ತಾ ಬರುತ್ತಾರೆ.

ಆದರೆ ಅವರು ವೈ.ಜಯಮ್ಮ ಅಲ್ಲ. ಅವರು ವೈ.ಜಯಮ್ಮನವರ ಹಿರಿಯ ಸಹೋದರಿ ಸರೋಜಾಮೇಡಂ. ಸರೋಜಾಮೇಡಂ ಅವರು ಪೀಪಲ್ಸ್ ಪಾರ್ಕ್ ಜ್ಯೂನಿಯರ್ ಕಾಲೇಜಿನಲ್ಲಿ ಸಮಾಜಶಾಸ್ತ್ರ ಉಪನ್ಯಾಸಕಿಯಾಗಿ ಹತ್ತು ವರ್ಷಗಳ ಹಿಂದೆ ನಿವೃತ್ತರಾಗಿದ್ದಾರೆ. ಖಾಸಗೀ ಜೀವನದಲ್ಲಿ ಕೊಂಚ ನೋವುಂಡಂತೆ ಕಾಣುವ ಸರೋಜ ಮೇಡಂ, ಆದರೂ ಸಂತೋಷದಲ್ಲಿರುವಂತೆ ನಗುತ್ತಾರೆ. ನೀವು ಅವರ ಬಳಿ ವೈ. ಜಯಮ್ಮ ಅವರನ್ನು ವಿಚಾರಿಸಿದರೆ ಅವರು ಸಂಭ್ರಮದಲ್ಲಿ ನಿಮ್ಮನ್ನು ಆ ಕತ್ತಲೆಯ ಕಟ್ಟಡದ ಸಂದುಗೊಂದುಗಳಲ್ಲಿ ಕರೆದೊಯ್ದು, ಮರದ ಮೆಟ್ಟಿಲುಗಳನ್ನು ಹತ್ತಿಸಿ, ಮೂಲೆಯಲ್ಲಿ ಹಾಸುಗೆಯ ಮೇಲೆ ಒರಗಿಕೊಂಡು ಭಾರತದ ಮಾನ್ಯ ರಾಷ್ಟ್ರಪತಿ ಅಬ್ದುಲ್ ಕಲಾಂ ಅವರ ಭಾವಚಿತ್ರವನ್ನು ಏಕಾಗ್ರಚಿತ್ತರಾಗಿ ದಿಟ್ಟಿಸುತ್ತಾ ಅವರ ಕೈಕಾಲು ಮುಖ ತಲೆಕೂದಲ ಶೈಲಿಯನ್ನು ಮನಸ್ಸಿನಲ್ಲೇ ಅಳೆಯುತ್ತಾ ಕೂತಿರುವ ತಮ್ಮ ತಂಗಿಯನ್ನು ತೋರಿಸಿ ಅದೇ ನಗುವಿನಲ್ಲಿ ಮೌನವಾಗಿ ನಿಂತುಕೊಳ್ಳುತ್ತಾರೆ.

ಈಗ ಹಲವು ತಿಂಗಳುಗಳಿಂದ ವೈ. ಜಯಮ್ಮನವರು ಮಾನ್ಯ ರಾಷ್ಟ್ರಪತಿ ಅಬ್ದುಲ್ ಕಲಾಂ ಅವರ ಆ ಕೃತಿಯನ್ನು ಕಡಲಚಿಪ್ಪುಗಳಿಂದ ರೂಪಿಸುತ್ತಿದ್ದಾರೆ. ಎಲ್ಲ ಮಾಡಿ ಮುಗಿದಿದೆ. ಆದರೆ ಕಲಾಂ ಅವರ ಮುಖದಲ್ಲಿ ಅವರ ಏಕಾಗ್ರತೆಯನ್ನು, ಅವರ ವೈಜ್ಞಾನಿಕ ಮನೋಭಾವವನ್ನು, ಅವರ ರಾಷ್ಟ್ರಭಕ್ತಿಯನ್ನು ಹೇಗೆ ಕಡಲಚಿಪ್ಪುಗಳಿಂದ ಹಿಡಿದಿಡುವುದು ಎಂದು ಅವರು ಬಹಳ ದಿನಗಳಿಂದ ಯೋಚಿಸುತ್ತಿದ್ದಾರೆ. ಹಿಂದೆಯೂ ಒಮ್ಮೆ ಹೀಗೆಯೇ ಆಗಿತ್ತು.

ರಾಷ್ಟ್ರಕವಿ ಕುವೆಂಪು ಅವರ ಬೆರಳ್‌ಗೆ ಕೊರಳ್ ನಾಟಕದಿಂದ ಪ್ರೇರಿತರಾಗಿ ಜಯಮ್ಮ ಅವರು ಅರಣ್ಯದ ಪ್ರತಿಕೃತಿಯೊಂದನ್ನು ಕಡಲಚಿಪ್ಪುಗಳಿಂದ ರೂಪಿಸಲು ಹೊರಟಿದ್ದರು. ಎಲ್ಲ ಮಾಡಿ ಮುಗಿಸಿದ ಮೇಲೆ ಕಾಡಿನ ನಡುವಿನ ಕೊಳವೊಂದನ್ನು ಚಿಪ್ಪುಗಳಿಂದ ಜೋಡಿಸುವುದು ಅವರಿಗೆ ಅಸಾಧ್ಯವಾಯಿತು. ಯಾಕೋ ಏನೋ ಎಲ್ಲೋ ತಡೆಯುಂಟಾಗುತ್ತಿತ್ತು. ರಾತಿಯಿಡೀ ನಿದ್ದೆ ಬರದೆ ಒದ್ದಾಡುತ್ತಿದ್ದರು. ಆಗ ಬೆಳ್ಳಗಿನ ಹಸ್ತವೊಂದು ರಾತ್ರಿ ಎರಡೂವರೆ ಗಂಟೆಯ ಸಮಯದಲ್ಲಿ ಅವರ ಕನಸ್ಸಿನಲ್ಲಿ ಕಾಣಿಸಿಕೊಂಡು ಕಡಲ ಚಿಪ್ಪುಗಳನ್ನು ಕೊಳವನ್ನಾಗಿ ಜೋಡಿಸುವುದು ಹೇಗೆ ಎಂದು ತೋರಿಸಿಕೊಟ್ಟಿತು. ಆಮೇಲೆ ಆ ಕಲಾಕೃತಿಯನ್ನು ಕುವೆಂಪು ಅವರು ಮೆಚ್ಚಿಕೊಂಡು ತಮ್ಮ ಮನೆಯಲ್ಲಿ ಮಕ್ಕಳಿಗೆ ಆಡಲು ತಂದಿದ್ದ ಚಿಪ್ಪುಗಳ ಚೀಲವನ್ನೇ ವೈ.ಜಯಮ್ಮನವರಿಗೆ ಬಹುಮಾನವನ್ನಾಗಿ ಕೊಟ್ಟು ಹರಸಿದರಂತೆ. ಈಗಲೂ ಹಾಗೆಯೇ ಕಾಣದ ಕೈಯ್ಯೊಂದು ಕನಸಿನಲ್ಲಿ ಬಂದು ಮಾನ್ಯ ರಾಷ್ಟ್ರಪತಿ ಕಲಾಂ ಅವರ ಮುಖಭಾವವನ್ನು ಜೋಡಿಸಲು ಮಾರ್ಗದರ್ಶನ ಮಾಡುತ್ತದೆ ಎಂದು ಜಯಮ್ಮನವರು ಹಗಲೂ ಇರುಳೂ ಕಾಯುತ್ತಿದ್ದಾರೆ.

ಜಯಮ್ಮನವರ ಹೆಸರಿನ ಮುಂದೆ ಇರುವ ವೈ. ಅನ್ನುವುದರ ಪೂರ್ಣರೂಪ ಯಾಲಕ್ಕಾಚಾರ್ ಎನ್ನುವುದು. ಅದು ಅವರ ತಂದೆಯ ಹೆಸರೂ ಹೌದು. ಅಜ್ಜನ ಹೆಸರೂ ಹೌದು. ಅವರ ತಂದೆ ಎಂ.ವೈ ಸ್ವಾಮಿ ಎನ್ನುವವರು ಹೆಸರಾಂತ ಚಲನಚಿತ್ರ ವಿತರಕರಾಗಿದ್ದರು. ಅಜ್ಜ ಯಾಲಕ್ಕಾಚಾರ್ ಮೈಸೂರಿನ ಅರಮನೆಯ ನಿರ್ಮಾಣದಲ್ಲಿ ಭಾಗವಹಿಸಿದ್ದರಂತೆ. ಯಾಲಕ್ಕಾಚಾರ್ ಅವರ ತಂದೆ ತಿಮ್ಮಯ್ಯಾಚಾರ್ ಅರಮನೆಯಲ್ಲಿ ಬಡಗಿಯಾಗಿದ್ದರಂತೆ. ತಿಮ್ಮಯ್ಯಾಚಾರ್ ಅವರ ಹೆಸರಿನ ಛತ್ರವೊಂದು ಈಗಲೂ ಮೈಸೂರಿನಲ್ಲಿದೆ. ಜಯಮ್ಮನವರ ಸೋದರಮಾವ [ಅಂದರೆ ಸೋದರತ್ತೆಯ ಗಂಡ] ಎಸ್.ಎನ್. ಸ್ವಾಮಿಯವರು ಭಾರತದ ಕೊನೆಯ ವೈಸ್‌ರಾಯ್ ಲಾರ್ಡ್ ಮೌಂಟ್‌ಬ್ಯಾಟನ್ ಅವರ ಜೀವಂತ ಪ್ರತಿಕೃತಿಯನ್ನು ರಚಿಸಿದವರು. ಎಸ್.ಎನ್. ಸ್ವಾಮಿಯವರ ತಂದೆ ಸಿದ್ದಣ್ಣಾಚಾರ್ ಅವರು ಮೈಸೂರಿನ ವಿಶ್ವಪ್ರಸಿದ್ಧ ರತ್ನ ಸಿಂಹಾಸನದ ನವೀಕರಣದಲ್ಲಿ ಪ್ರಮುಖ ಪಾತ್ರ ವಹಿಸಿದ್ದರು. ಸಣ್ಣಕಾಯದ ಮಹಾರಾಜರು ಅಸ್ತಂಗತರಾದ ಮೇಲೆ ಸಿಂಹಾಸನವನ್ನೇರಿದ ಕೊಂಚ ಸ್ಥೂಲಕಾಯರಾಗಿದ್ದ ಮಹಾರಾಜರಿಗೆ ಕೂರಲು ಸಿಂಹಾಸನ ಕೊಂಚ ಇಕ್ಕಟ್ಟಾಯಿತಂತೆ. ಆಗ ಸಿದ್ದಣ್ಣಾಚಾರ್ ಅವರೇ ಸಿಂಹಾಸನದ ಮೂಲರೂಪಕ್ಕೆ ಭಂಗ ಬಾರದ ಹಾಗೆ ಅದನ್ನು ಕೊಂಚ ಹಿಗ್ಗಿಸಿದರಂತೆ.

ವೈ. ಜಯಮ್ಮನವರ ತಾಯಿಯೂ ಈಗ ಬದುಕಿಲ್ಲ. ತನ್ನ ಕನಸಿನಲ್ಲಿ ಬಂದು ಮಾರ್ಗದರ್ಶನ ನೀಡುವ ಕಾಣದ ಕೈ ಅವರದೇ ಎಂಬುದು ಜಯಮ್ಮನವರ ನಂಬಿಕೆ. ಅವರ ತಾಯಿ ಕಮಲಮ್ಮನವರಿಗೆ ಅಕ್ಷರ ಬರುತ್ತಿರಲಿಲ್ಲ. ಒಮ್ಮೆ ಅವರು ಮನೆಯಲ್ಲಿದ್ದ ಹಳೆಯ ಪುಸ್ತಕಗಳನ್ನು ಜೋಡಿಸುತ್ತಿರುವಾಗ ಅವರಿಗೆ ಹಳೆಯದಾದ ಪುಟ್ಟದಾದ ಸುಂದರವಾದ ಭಗವದ್ಗೀತೆಯೊಂದು ಸಿಕ್ಕಿತಂತೆ. ಆ ಭಗವದ್ಗೀತೆ ಅವರನ್ನು ದಿಟ್ಟಿಸಿ ನೋಡಿತಂತೆ. ಅವರೂ ಅದನ್ನು ದಿಟ್ಟಿಸಿನೋಡಿ ಒಮ್ಮೆಲೇ ಓದಲು ತೊಡಗಿದರಂತೆ. ಹಾಗೆ ಓದಲು ತೊಡಗಿದವರು ತೀರಿ ಹೋಗುವವರೆಗೂ ಓದುತ್ತಲೇ ಇದ್ದರಂತೆ. ಕಡತಂದು, ಕಾಡಿಬೇಡಿ ರಾಮಾಯಣ, ಮಹಾಭಾರತ, ರಾಮಕೃಷ್ಣ ಪರಮಹಂಸ, ಕುವೆಂಪು, ಶರತ್ ಚಂದ್ರ, ಟಾಗೋರ್, ಪು.ತಿ.ನ. ಎಲ್ಲರನ್ನೂ ಹಸಿದವರಂತೆ ಓದುತ್ತಾ ಅವರು ಕಣ್ಣು ಮುಚ್ಚುವಾಗಲೂ ಅವರ ಕೈಯಲ್ಲೊಂದು ಕನ್ನಡ ಪುಸ್ತಕವಿತ್ತಂತೆ.

ಐದು ವರ್ಷಗಳ ಹಿಂದೆ ಒಮ್ಮೆ ಜಯಮ್ಮನವರು ನನಗೆ ಕರೆ ಕಳುಹಿಸಿದ್ದರು. ರಾಮಾಯಣ, ಮಹಾಭಾರತ, ಬುದ್ಧ, ಮಹಾವೀರ, ಏಸುಕ್ರಿಸ್ತ ಈ ಎಲ್ಲರ ಕುರಿತು ಕಡಲಚಿಪ್ಪುಗಳಿಂದ ಕಲಾಕೃತಿಗಳನ್ನು ರಚಿಸಿದ್ದ ಅವರು ನನಗೆ ಕರೆಕಳುಹಿಸಿದ್ದ ಉದ್ದೇಶ ಕಂಡು ನಕ್ಕುಬಿಟ್ಟಿದ್ದೆ. ರಾಮ, ಕೃಷ್ಣ, ಏಸು, ಬುದ್ಧ, ಮಹಾವೀರ ಇವರೆಲ್ಲರ ರೂಪಗಳನ್ನು ಮಾಡಿದ್ದ ಅವರಿಗೆ ಇಸ್ಲಾಂ ಧರ್ಮದ ಕುರಿತ ಕಲಾಕೃತಿಗಳನ್ನು ಮಾಡಬೇಕೆಂಬ ಆಸೆಯಾಗಿತ್ತು. ಹಾಗಾಗಿ ಅದಕ್ಕೆ ಸಂಬಂಧಿಸಿದ ದೇವರದ್ದಾಗಲೀ, ಪುರಾಣ ಪುರುಷರದ್ದಾಗಲೀ, ಮಾದರಿಯೊಂದು ಅವರಿಗೆ ಬೇಕಾಗಿತ್ತು. ಅವರ ಮುಗ್ಧವಾದ ಬೇಡಿಕೆಗೆ ಮಂತ್ರ ಮುಗ್ಧನಾದ ನಾನು ಇಸ್ಲಾಂ ಧರ್ಮದ ದೇವರು ನಿರಾಕಾರನೆಂದೂ, ಆದರೆ ಆತ ಸರ್ವವ್ಯಾಪ್ತಿಯೆಂದೂ, ಇನ್ನು ಆಕೃತಿಗಳನ್ನು ನಿರ್ಮಿಸುವುದು ನಿಷಿದ್ಧವೆಂದೂ ಸುಮ್ಮನೆ ಅದರಿಂದ ಸಮಾಜದ ಶಾಂತಿಗೆ ಭಂಗವಾಗಬಹುದೆಂದೂ ಹೇಳಿದ್ದೆ. ಅದರ ಬದಲು ಸ್ವರ್ಗ ಅಥವಾ ನರಕದ ಪ್ರತಿಕೃತಿಯನ್ನು

ಮಾಡಬಹುದೆಂದೂ ಅದರ ವಿವರಗಳನ್ನು ಬೇಕಾದರೆ ಹೇಳುತ್ತೇನೆಂದೂ ಆದರೆ ಈಗ ಮರೆತು ಹೋಗಿದೆಯೆಂದೂ ಅವರಿಂದ ತಪ್ಪಿಸಿಕೊಂಡು ಬಂದಿದ್ದೆ. ಅವರಿಗೆ ಏನೂ ಸಹಾಯ ಮಾಡಲಾಗಿಲ್ಲವೆಂದು ತುಂಬ ನೊಂದುಕೊಂಡಿದ್ದೆ.

ಏಕೆಂದರೆ ಜಯಮ್ಮನವರು ನಿಜವಾಗಿಯೂ ಹೇಳುವುದಾದರೆ ಒಬ್ಬರು ಕಲಾಯೋಗಿನಿ. ಇದು ಗೊತ್ತಾಗಬೇಕಾದರೆ ನೀವು ನಾನು ಈ ಮೊದಲು ತಿಳಿಸಿದ ವಿಳಾಸದಲ್ಲಿರುವ ಅವರ ವಿಜಯ ಶಂಖಶುಕ್ತಿ ಕಲಾಕೇಂದ್ರವನ್ನು ನೋಡಬೇಕು. ನನ್ನಂತಹವರು ಒಳಗಿದ್ದ ಮಾಂಸವನ್ನು ತಿಂದು ಎಸೆದು ಬಿಡುವ ಕಡಲ ಚಿಪ್ಪುಮೀನುಗಳ ಹೊಳೆಯುವ ಹೊರ ಕವಚವನ್ನು ತೊಳೆದು ಶುಚಿಗೊಳಿಸಿ ಹೊಳಪುಗೊಳಿಸಿ ಒಂದೊಂದೇ ಚಿಪ್ಪುಗಳನ್ನು ಎತ್ತಿಕೊಂಡು ಮಹಾಕಲಾಕೃತಿಗಳನ್ನಾಗಿ ಮಾಡಿರುವ ಜಯಮ್ಮನವರು ನೋಡಲು ತಪಸ್ವಿನಿಯಂತೆಯೇ ಇದ್ದಾರೆ. ಬ್ರಹ್ಮಚಾರಿಣಿಯಾಗಿ ಉಳಿದಿರುವ ಅವರು ರೂಪಿಸಿರುವ ಆಂಜನೇಯ ಲಂಕಿಣಿಯರ ಯುದ್ಧದ ಪ್ರತಿಕೃತಿ– ಕಬಂಧ ಬಾಹುವಿನ ಸಂಹಾರದ ಕೃತಿ– ಭಾಗವತದ ಪೂತನೀ ಸಂಹಾರದ ಪ್ರಸಂಗ –ಈ ಎಲ್ಲದರ ಹಿಂದೆ ಅಧ್ಯಾತ್ಮವಿದೆ. ಈ ಅಧ್ಯಾತ್ಮ ಜಯಮ್ಮನವರ ಮುಖದಲ್ಲೂ ಇದೆ. ಕತ್ತಲೆಯ ಆ ಕೋಣೆಯಲ್ಲಿ ಆ ಕಲಾಕೃತಿಗಳ ನಡುವೆ ನಿಂತುಕೊಂಡ ಜಯಮ್ಮನವರ ತಲೆಯ ಮೇಲಿರುವ ಪ್ರಭಾವಳಿ ನನಗಂತೂ ಕಾಣಿಸಿದೆ.

ಐತಿಹಾಸಿಕ ವಿಶ್ವಕರ್ಮ ಕುಟುಂಬಕ್ಕೆ ಸೇರಿದ ಜಯಮ್ಮನವರು ಯಾಕೆ ಹೀಗೆ ಬ್ರಹ್ಮಚಾರಿಣಿಯಾಗಿ, ಕಲಾ ತಪಸ್ವಿಯಾಗಿ, ಕಡಲಚಿಪ್ಪುಗಳ ಸಹವಾಸದಲ್ಲಿ ಧ್ಯಾನ ಮಗ್ನರಾಗಿರುತ್ತಾರೆ ಎಂಬ ಕುತೂಹಲ ನನಗೆ ಬಹಳ ಸಮಯದಿಂದ ಇತ್ತು. ನಿನ್ನೆ ಅವರನ್ನು ಕಾಣಲು ಹೋದಾಗ ಈ ಪ್ರಶ್ನೆಯನ್ನು ನಾನು ಅವರಿಗೆ ಕೇಳಿದ್ದೆ. ಅವರು ಏನೋ ಹೇಳಲು ಹೊರಟವರು ಆಮೇಲೆ ನಿಮಗೆ ದೆಹಲಿಯಲ್ಲಿ ಯಾರಾದರೂ ಗೊತ್ತಾ? ರಾಷ್ಟ್ರಪತಿ ಕಲಾಂ ಅವರಿಗೆ ಅವರ ಈ ಆಕೃತಿಯನ್ನು ಕೊಡುಗೆಯಾಗಿ ಕೊಡಬೇಕು. ಒಂದು ವೇಳೆ ಅದನ್ನು ಸ್ವೀಕರಿಸಲು ಅವರೇ ಬಂದರೆ ಈ ದೂಳು ತುಂಬಿದ ಕಲಾ ಕೇಂದ್ರವನ್ನು ಹೇಗೆ ಸಜ್ಜುಗೊಳಿಸುವುದು ಎಂದೆಲ್ಲಾ ಸ್ವಗತದಲ್ಲಿ ಮಾತನಾಡತೊಡಗಿದ್ದರು. ಅವರಿಗೆ ಐದು ವರ್ಷಗಳ ಹಿಂದೆ ನನ್ನ ನೋಡಿದ್ದ ನೆನಪೂ ಇರಲಿಲ್ಲ. ನಾನೂ ಅವರಿಗೆ ಇದನ್ನು ಹೇಳಲಿಲ್ಲ.

ಆಮೇಲೆ ಹೊರಗೆ ಬರುವಾಗ ಜಯಮ್ಮ ಅವರ ಅಕ್ಕ ಸರೋಜಾ ಮೇಡಂ ತಮ್ಮ ಸಂಸಾರದ ನೋವಿನ ಕತೆಯನ್ನು ನನಗೆ ಹೇಳಿದರು. ತನ್ನ ವೈವಾಹಿಕ ಗೋಳು ತನ್ನ ಪ್ರೀತಿಯ ತಂಗಿ ಜಯಮ್ಮಳನ್ನು ಹೇಗೆ ಅಧ್ಯಾತ್ಮ ಮತ್ತು ಕಲೆಯ ಕಡೆಗೆ ಕೊಂಡೊಯ್ದಿತು ಎಂದು ವಿವರಿಸಿದರು. ಅದೊಂದು ಬೇರೆಯದೇ ಕತೆ. ಅದನ್ನು ಅಂಕಣದಲ್ಲಿ ಬರೆಯಲಾಗುವುದಿಲ್ಲ.

ಕೊಡಗಿನ ಅರಸರ ಹಿಟ್ಟಿನ ಅರಮನೆ

ನಾವು ರಾಮನೆತನದವರು ಎಂದು ಗೊತ್ತಾಗುವ ಮೊದಲು ಹಿಟ್ಟು ಬೀಸುತ್ತಾ ಹಿಟ್ಟು ಮಾರುತ್ತಾ ಒಟ್ಟಿನಲ್ಲಿ ಅಜ್ಞಾತವಾಸದಲ್ಲಿದ್ದ ಪಾಂಡವರ ಹಾಗೆ ಕಾಲತಳ್ಳುತ್ತಿದ್ದೆವು ಎಂದು ಕೊಡಗು ಸಿಂಹಾಸನಾಧೀಶ್ವರ ಹಾಲೇರಿ ದೊಡ್ಡವೀರರಾಜ ಒಡೆಯರ್ ರವರ ಮಗಳು ದೇವಮ್ಮಾಜಿ ಹಾಗೂ ಅಳಿಯ ಪಟೇಲಮಲ್ಲಪ್ಪನವರ ಮರಿಮಗನಾದ ಹಾಲೇರಿ ಸಿ. ನಾಗರಾಜು ಒಡೆಯರ್ ಅವರು ಮೈಸೂರಿನ ಶಿವರಾಂ ಪೇಟೆಯಲ್ಲಿರುವ ತಮ್ಮ ಸದಾನಂದ ಹಿಟ್ಟಿನ ಅಂಗಡಿಯ ಒಳಕೋಣೆಯೊಂದರಲ್ಲಿ ಕುಳಿತು ವಿವರಿಸುತ್ತಿದ್ದರು.

ನಾನು ಕಣ್ಣು ಪಿಳಿಪಿಳಿ ಬಿಟ್ಟುಕೊಂಡು ಅವರನ್ನು ಪರೀಕ್ಷಕ ದೃಷ್ಟಿಯಿಂದ ನೋಡುತ್ತಾ ಪಾಟೀಸವಾಲು ಹಾಕುತ್ತಾ ಹಿಟ್ಟಿನ ಗಿರಣಿಯ ರಂಧ್ರರಂಧ್ರಗಳಿಂದ ಹೊರಬರಲು ಚಡಪಡಿಸುತಿದ್ದ ಅಕ್ಕಿಹಿಟ್ಟು, ರಾಗಿಹಿಟ್ಟು, ಮೆಂತ್ಯಹಿಟ್ಟು, ಸಕ್ಕರೆಪುಡಿ, ಹುರಿದ ಜೀರಿಗೆ, ಸಾಂಬಾರ ಪುಡಿ, ಅಚ್ಚಖಾರದ ಪುಡಿಗಳ ಕಲಸು ಮೇಲೋಗರ ಪರಿಮಳದಲ್ಲಿ ತೇಲಿಮುಳುಗುತ್ತಾ ಆಗಾಗ ನುಗ್ಗಿ ಬರುತ್ತಿದ್ದ ಕೆಮ್ಮುಸೀನುಗಳನ್ನು ಅದುಮಿ ಹಿಡಿಯುತ್ತಾ ಅವರ ಮಾತುಗಳನ್ನು ಕೇಳಿಸಿಕೊಳ್ಳುತ್ತಿದ್ದೆ.

ಕೊಡಗಿನ ಅರಸ ಹಾಲೇರಿ ದೊಡ್ಡ ವೀರರಾಜನ ಮಗಳು ದೇವಮ್ಮಾಜಿ, ಆಕೆಯನ್ನು ವರಿಸಿದ್ದು ಹಳ್ಳಿ ಮಲ್ಲಪ್ಪ ಅಲಿಯಾಸ್ ಮಲ್ಲಪ್ಪಗೌಡ. ಆ ಮಲ್ಲಪ್ಪಗೌಡರ ಮಗ ಹಳ್ಳಿಮಲ್ಲಣ್ಣ, ಮಲ್ಲಣ್ಣನವರ ಮಗ ಚಿನ್ನಣ್ಣ – ಚಿನ್ನಣ್ಣನವರ ಮಗ ನಾನು– ನಾಗರಾಜ. ನನ್ನ ಮುತ್ತಜ್ಜಿ ದೇವಮ್ಮಾಜಿ ಈಸ್ಟ್ ಇಂಡಿಯಾ ಕಂಪೆನಿಗೆ ಆ ಕಾಲದಲ್ಲಿ ಸುಮಾರು ಅರವತ್ತೈದು ಸಾವಿರ ರೂಪಾಯಿಗಳನ್ನು ಶೇಕಡಾ ಆರರ ಬಡ್ಡಿಯ ಮೇರೆಗೆ ಸಾಲ

ಕೊಟ್ಟಿದ್ದರು. ಆ ಸಾಲಕ್ಕೆ ಬಡ್ಡಿ ಬೆಳೆದು ಆ ಬಡ್ಡಿಗೆ ಚಕ್ರಬಡ್ಡಿ ಬೆಳೆದು ಈಗ ಒಟ್ಟು ಒಂದು ಲಕ್ಷದ ಐವತ್ತೈದು ಸಾವಿರ ಕೋಟಿ ನಮಗೆ ಬರಬೇಕಾಗಿದೆ. ಮುಳುಗಿಹೋದ ಈಸ್ಟ್ ಇಂಡಿಯಾ ಕಂಪೆನಿಯ ವಾರಸುದಾರರಾದ ಬ್ರಿಟಿಷ್ ಮಹಾರಾಣಿಯು ಈ ಮೊತ್ತವನ್ನು ನಮಗೆ ಸಂದಾಯಮಾಡಬೇಕಾಗಿದೆ. ಅದೂ ಅಲ್ಲದೆ ಪಿರಿಯಾಪಟ್ಟಣದಿಂದ ಹಿಡಿದು ಅಮರ ಸುಳ್ಯದ ತನಕ ಇರುವ ಸಮಸ್ತ ಕೊಡಗನ್ನು ನನ್ನ ಹಿರೀಕರು ರಾಜ್ಯಭಾರ ಮಾಡಿದ್ದರಿಂದ ಆ ಜಾಗವೆಲ್ಲವೂ ನನಗೆ ಸೇರಬೇಕಾಗಿದೆ. ಒಂದು ವೇಳೆ ಅದು ಆಗದಿದ್ದಲ್ಲಿ ಸಾಂಕೇತವಾಗಿ ಕೊಡಗಿನ ರಾಜಾಸೀಟು, ಗದ್ದುಗೆ, ಕೋಟೆ, ಅರಮನೆ, ಕಾಫಿತೋಟ ಇವೆಲ್ಲವೂ ನನಗೆ ಸೇರಬೇಕಾಗಿದೆ ಎಂದು ಸದಾನಂದ ಹಿಟ್ಟಿನ ಗಿರಣಿಯ ಮಾಲೀಕರಾದ ನಾಗರಾಜ ಒಡೆಯರ್ ಅವರು ಯಾವುದೇ ಮುಲಾಜಿಲ್ಲದೆ ನಿಸ್ಸಂದೇಹವಾಗಿ ನನಗೆ ವಿವರಿಸುತ್ತಿದ್ದರು.

ಒಂದು ಕಾಲದಲ್ಲಿ ಕೊಡಗಿನ ನಮಗೆಲ್ಲರಿಗೂ ಮಹಾರಾಜರಾಗಿದ್ದ ಹಾಲೇರಿ ಅರಸರ ವಂಶದ ಕುಡಿಯೊಡನೆ ವಾದ ಮಾಡುತ್ತಿರುವ ನನ್ನ ಉದ್ಧಟತನಕ್ಕೆ ನನಗೇ ನಗುಬಂದು ಆ ನಗುವನ್ನು ತೋರಿಸಿಕೊಳ್ಳದೆ ನಾಗರಾಜ ಒಡೆಯರು ಖಾಲಿ ಹಿಟ್ಟಿನಚೀಲದೊಳಗೆ ಜತನದಲ್ಲಿ ಇಟ್ಟುಕೊಂಡಿದ್ದ ರಾಜಮನೆತನಕ್ಕೆ ಸಂಬಂಧಿಸಿದ ಅಮೂಲ್ಯ ದಾಖಲಾತಿಗಳನ್ನೂ, ಐತಿಹಾಸಿಕ ಕಾಗದ ಪತ್ರಗಳನ್ನೂ ಎತ್ತಿಕೊಂಡು ಅವುಗಳ ಮೇಲೆ ಹರಡಿದ್ದ ನಾನಾ ಹಿಟ್ಟುಗಳ ಧೂಳುಗಳನ್ನು ಜೋಪಾನವಾಗಿ ಕೊಡವಿ ನೋಡತೊಡಗಿದೆ.

ಅದರಲ್ಲಿರುವ ಒಂದು ಪತ್ರ ಇಂಗ್ಲೆಂಡಿನ ಸಾಮ್ರಾಜ್ಞಿ, ಎಲಿಜಬೆತ್ ಮಹಾರಾಣಿಯ ಖಾಸಗೀ ಕಾರ್ಯದರ್ಶಿಯವರು ಬಕಿಂಗ್‌ಹಾಂ ಅರಮನೆಯಿಂದ ಬರೆದ ಪತ್ರ. ತಮಗೆ ಬ್ರಿಟೀಷ್ ಸರಕಾರ ಮರುಪಾವತಿಸಬೇಕಾದ ಸಾಲದ ಕುರಿತು ನಾಗರಾಜ ಒಡೆಯರ್‌ರವರು ಮಹಾರಾಣಿಯವರಿಗೆ ಬರೆದ ಪತ್ರಕ್ಕೆ ಬಂದ ಉತ್ತರವದು. ಆ ಪತ್ರದಲ್ಲಿ ಮಹಾರಾಣಿಯವರು ನಾಗರಾಜ ಒಡೆಯರ್ ಅವರ ಪತ್ರದ ಒಕ್ಕಣೆಯನ್ನು ಗಮನಿಸಿರುವುದಾಗಿಯೂ ಈ ಕುರಿತ ಮುಂದಿನ ಕ್ರಮಕ್ಕಾಗಿ ಆ ಪತ್ರವನ್ನು ವಿದೇಶಾಂಗ ಹಾಗೂ ಕಾಮನ್‌ವೆಲ್ತ್ ವ್ಯವಹಾರಗಳ ಇಲಾಖೆಯ ಕಾರ್ಯದರ್ಶಿಯವರಿಗೆ ರವಾನಿಸಿರುವುದಾಗಿಯೂ ಬರೆಯಲಾಗಿತ್ತು.ಈ ಪತ್ರವನ್ನು ನಾಗರಾಜ ಒಡೆಯರ್ ಅವರು ತಮ್ಮ ಹಿಟ್ಟಿನ ಅಂಗಡಿಯ ದೊಡ್ಡ ದೊಡ್ಡ ಚೀಲಗಳ ನಡುವೆ ಇರುವ ಹಳೆಯಕಂಬಕ್ಕೆ ಕಟ್ಟು ಹಾಕಿಸಿ ತೂಗಿ ಹಾಕಿದ್ದಾರೆ.

ಇನ್ನೊಂದು ಪತ್ರ ಈಸ್ಟ್ ಇಂಡಿಯಾ ಕಂಪೆನಿಯ ಉಳಿದಿರಬಹುದಾದ ವಾರಸುದಾರರಿಗೆ ಸಾಲದ ವಿಚಾರವಾಗಿ ನಾಗರಾಜ ಒಡೆಯರ್ ಅವರು ಬರೆದ ಪತ್ರಕ್ಕೆ ಬಂದ ಉತ್ತರ. ಆ ಉತ್ತರವನ್ನು ಮುಳುಗಿ ಹೋದ ಕಂಪೆನಿಗಳ ಕುರಿತ ಇಲಾಖೆಯ ಮುಖ್ಯಸ್ಥರು ಬರೆದಿದ್ದರು. ಒಂದು ವೇಳೆ ದೇವಮ್ಮಾಜಿಯವರು ಈಸ್ಟ್ ಇಂಡಿಯಾ ಕಂಪೆನಿಗೆ ಸಾಲ ಕೊಟ್ಟಿರುವುದು ನಿಜವಾಗಿದ್ದರೂ, ದೇವಮ್ಮಾಜಿಯವರು

ಮಲ್ಲಪ್ಪಗೌಡರನ್ನು ವಿವಾಹವಾಗಿರುವುದು ನಿಜವಾಗಿದ್ದರೂ, ಈಗ ಬದುಕಿರುವ ನಾಗರಾಜ ಒಡೆಯರ್ ಅವರು ಆ ವಂಶದ ವಾರಸುದಾರನಾಗಿರುವುದು ನಿಜವಾಗಿದ್ದರೂ ಸಾಲ ಇಸಕೊಂಡ ಈಸ್ಟ್‌ಇಂಡಿಯಾ ಕಂಪೆನಿ ಮುಳುಗಿ ಹೋಗಿರುವುದರಿಂದ ಮುಳುಗಿ ಹೋಗಿರುವ ಕಂಪೆನಿಯ ಬಾಧ್ಯತೆಗಳಿಗೆ ಬ್ರಿಟಿಷ್ ಸರಕಾರ ಹೊಣೆಯಲ್ಲದಿರುವುದರಿಂದ ಈ ಕುರಿತ ಪತ್ರವ್ಯವಹಾರ ಇಲ್ಲಿಗೇ ಕೊನೆಯಾಗಿರುವುದು ಎಂದು ಬರೆದಿತ್ತು. ಇನ್ನೊಂದು ಪತ್ರ ಬ್ರಿಟನ್ನಿನ ಪ್ರಧಾನಿಯ ಕಚೇರಿಯಿಂದ ಬಂದಿರುವ ಪತ್ರ. ಅದರಲ್ಲೂ ಇದೇರೀತಿಯ ಒಕ್ಕಣೆಯಿತ್ತು.

ಉಳಿದ ದಾಖಲೆಗಳೆಲ್ಲವೂ ಕೊಡಗಿನಲ್ಲಿ ಬ್ರಿಟಿಷ್‌ರಿಗೆ ಸೆರೆಸಿಕ್ಕು ಇಂಗ್ಲೆಂಡು, ಬರ್ಮಾ ಇತ್ಯಾದಿ ಕಡೆಗಳಲ್ಲಿ ಸೆರೆಯಾಳಾಗಿ ಜೀವಾವಧಿ ಶಿಕ್ಷೆ ಮುಗಿಸಿ ಪಿರಿಯಾಪಟ್ಟಕ್ಕೆ ಮರಳಿ ಬಂದು ಪ್ಲೇಗಿಗೆ ಸಿಕ್ಕಿಹಾಕಿಕೊಂಡು ಸತ್ತುಹೋದ ಮಲ್ಲಪ್ಪಗೌಡನ ಪೂರ್ವಾಪರಗಳ ಕುರಿತು ನಾಗರಾಜು ಒಡೆಯರ್ ಅವರು ಇಂಗ್ಲೆಂಡಿನ ಇತಿಹಾಸ ಸಂಶೋದಕಿಯೊಬ್ಬಳ ಜೊತೆ ನಡೆಸಿದ ಪತ್ರವ್ಯವಹಾರಗಳ ಕುರಿತಾಗಿದೆ. ಲಂಡನ್ನಿನ ನಾನಾ ಪತ್ರಾಗಾರಗಳಲ್ಲಿ ತಾನು ನಡೆಸಿದ ಶೋಧಗಳು ಅದು ಹೇಗೆ ರೋಮಾಂಚನಕಾರಿಯಾಗಿತ್ತೆಂದೂ, ಕೈಗೆ ಸಿಕ್ಕೇ ಬಿಟ್ಟಿತು ಎನ್ನುವಷ್ಟರಲ್ಲಿ ಅದು ಹೇಗೆ ಮಲ್ಲಪ್ಪನ ವಿವರಗಳಿದ್ದ ಕಡತಗಳು ಕ್ರಿಮಿ ಕೀಟಗಳ ಹಾವಳಿಗೆ ಸಿಕ್ಕಿ ಹಾಳಾಗಿ ಹೋಗುತ್ತಿದ್ದವೆಂದೂ ಆಕೆ ವಾರಕ್ಕೊಂದು ಸಲ ಬರೆಯುತ್ತಿದ್ದಳು. ನಡುನಡುವಲ್ಲಿ ಒಡೆಯರ್ ಅವರು ಕಳುಹಿಸುತ್ತಿರುವ ಹಣದ ಕುರಿತು ಕೃತಜ್ಞತೆಯನ್ನು ತೋರಿಸಿದ್ದಳು. ಒಂದು ಪತ್ರದಲ್ಲಿ ತನ್ನ ಹಳೆಯದಾದ ರೆಫ್ರಿಜಿರೇಟರ್ ಹಾಳಾಗಿದೆಯೆಂದೂ ಅದನ್ನು ಸರಿಪಡಿಸದೆ ತನ್ನ ಸಂಶೋಧನೆ ಮುಂದೆ ಸಾಗದೆಂದೂ ನಾಗರಾಜ ಒಡೆಯರ್ ಅವರು ಸ್ವಲ್ಪ ಕಾಲ ಕಾಯಬೇಕಾಗುತ್ತದೆಂದೂ ಬರೆದಿದ್ದಳು.

ನಾನು ಈ ಎಲ್ಲ ಕಾಗದ ಪತ್ರಗಳ ಮೇಲೆ ಹಸಿದ ಗೆದ್ದಲಿನಂತೆ ಕಣ್ಣಾಡಿಸುತ್ತಾ ಹಿಟ್ಟಿನ ಅಂಗಡಿಯ ಮಸಾಲೆಯ ಧೂಳಿಗೆ ಸೀನುತ್ತಾ ನಾಗರಾಜ ಒಡೆಯರ ಜೊತೆ ಮಾತನಾಡುತ್ತಿದ್ದೆ. ನೂರಾರು ವರ್ಷಗಳಿಂದ ಒಂದೇ ಸಮನೆ ತಿರುಗುತ್ತಿರುವ ಗಿರಣಿಯ ಮಿಷಿನ್ ಸಣ್ಣದಾಗಿ ಸದ್ದು ಮಾಡುತ್ತಾ ಗೊಣಗುತ್ತಾ ತನ್ನ ಕೆಲಸವನ್ನು ತಾನು ಮಾಡುತ್ತಿತ್ತು. ನಾಗರಾಜ ಒಡೆಯರ್ ಅವರ ಕಿರಿಯ ಇಬ್ಬರು ಗಂಡುಮಕ್ಕಳು ಯುವರಾಜರುಗಳಂತೆ ನನ್ನನ್ನು ತದೇಕಚಿತ್ತದಿಂದ ನೋಡುತ್ತಾ ನಡುನಡುವಲ್ಲಿ ಹೀಗೆ ಆಗುಂತಕನಂತೆ ಬಂದು ತಮ್ಮ ತಂದೆ ಹಾಲೇರಿ ಸಿ. ನಾಗರಾಜು ಒಡೆಯರ್ ಅವರನ್ನು ಪಾಟೀಸವಾಲಿಗೊಳಪಡಿಸುತ್ತಿರುವ ನನ್ನನ್ನು ಈಸ್ಟ್ ಇಂಡಿಯಾ ಕಂಪನಿಯ ಬೇಹುಗಾರನಿರಬೇಕೆಂದು ಸಂಶಯಿಸುತ್ತಾ ಕುಳಿತಿದ್ದರು.

ದೇವಮ್ಮಾಜಿ ಮತ್ತು ಮಲ್ಲಪ್ಪ ಪಿರಿಯಾಪಟ್ಟಣದಲ್ಲಿ ಪ್ಲೇಗು ಬಂದು ತೀರಿಕೊಂಡರಂತೆ, ತೀರಿಹೋಗುವ ಮೊದಲು ಮಲ್ಲಪ್ಪ ಅಲ್ಲಿ ಸಂತೆವ್ಯಾಪಾರ ಮಾಡುತ್ತಿದ್ದರಂತೆ. ಅವರ ಕಾಲಾನಂತರ ಅವರ ಮಗ ಮಲ್ಲಣ್ಣನವರು ತನ್ನ ಮಗ ಚೆನ್ನಣ್ಣನವರೊಡನೆ ಮೈಸೂರಿಗೆ ಬಂದು ಹಳ್ಳಿಯವರಿಂದ ಅಕ್ಕಿ,ರಾಗಿ ಕಾಳು ಕೊಂಡು ಬೀಸಿಕೊಟ್ಟು ಜೀವನಸಾಗಿಸುತ್ತಿದ್ದರಂತೆ

ಅಷ್ಟುಹೊತ್ತಿಗೆ ಮೈಸೂರಿನ ಮಹಾರಾಜರು ಇಂಗ್ಲೆಂಡಿನಿಂದ ತಂದ ಹಿಟ್ಟುಮಾಡುವ ಯಂತ್ರವನ್ನು ಸಾರ್ವಜನಿಕರ ಪ್ರದರ್ಶನಕ್ಕಾಗಿ ದೊಡ್ಡಕೆರೆ ಮೈದಾನದಲ್ಲಿ ಇಟ್ಟಿದ್ದರಂತೆ. ಎರಡು ಸಾವಿರ ಕೊಟ್ಟು ಮಹಾರಾಜರಿಂದ ಅದನ್ನು ಖರೀದಿಸಿ ಮಹಾರಾಜರ ಬಳಿಯಿಂದ ಎರಡು ಹಾಲ್‌ಸ್ಟೀನ್ ಹಸುಗಳನ್ನೂ ಖರೀದಿಸಿ ಹಿಟ್ಟಿಗೆ ಹಿಟ್ಟುಮಾರಿ ಹಾಲಿಗೆ ಹಾಲುಮಾರಿ ಈ ಸ್ಥಿತಿಗೆ ಬಂದೆವು. ಆದರೆ ನಾವು ಕೊಡಗಿನ ಮಹಾರಾಜರ ವಾರಸುದಾರರು ಎಂದು ಅರಿವಾದ ಮೇಲೆ ಏನೋ ಒಂದು ಕಳಕೊಂಡಂತಾಗಿದೆ. ನನ್ನ ಮುತ್ತಜ್ಜಿಯ ಸಾಲವನ್ನು ಬ್ರಿಟಿಷ್ ಸರಕಾರ ಮರುಪಾವತಿಸಿದರೆ ನಾನು ಕೊಡಗಿನ ಬಡಪ್ರಜೆಗಳಿಗಾಗಿ ಒಂದು ಅತ್ಯಾಧುನಿಕ ಹೃದಯ ಆಸ್ಪತ್ರೆಯನ್ನು ಕಟ್ಟಿಕೊಡುತ್ತೇನೆ. ಕೊಡಗಿನಲ್ಲಿ ಇನ್ನಷ್ಟು ಕಾಡು ಬೆಳೆಸುತ್ತೇನೆ ಎಂದು ನಾಗರಾಜ ಒಡೆಯರು ಕಣ್ಣಿನಲ್ಲಿ ಕನಸು ತುಂಬಿಕೊಂಡು ಹೇಳುತ್ತಿದ್ದರು.

ಅಷ್ಟರಲ್ಲಿ ನಾಗರಾಜು ಒಡೆಯರ್ ಅವರ ಕಿರಿಯಪುತ್ರ ನನ್ನ ಕೈಯಲ್ಲಿದ್ದ ದಾಖಲೆ ಪತ್ರಗಳನ್ನು ವಶಪಡಿಸಿಕೊಂಡು ಅಪ್ಪನನ್ನು ಒತ್ತಾಯದಲ್ಲಿ ಎಬ್ಬಿಸಿಕೊಂಡು ವಕೀಲರ ಬಳಿ ಹೊರಟ. ಬಹುಶಃ ಬ್ರಿಟಿಷ್ ಸರಕಾರದ ವಿರುದ್ಧ ನಡೆಸುತ್ತಿರುವ ಕಾನೂನು ಸಮರದ ಮುಂದಿನ ರೂಪುರೇಷೆಗಳನ್ನು ಚರ್ಚಿಸಲು ಇರಬಹುದು. ದಾಖಲೆ ಪತ್ರಗಳನ್ನು ವಶಪಡಿಸಿಕೊಂಡಿದ್ದಕ್ಕೆ ಕ್ಷಮೆ ಇರಲಿ ಎಂದು ಕೇಳಿಕೊಳ್ಳುವಂತೆ ಮುಖಮಾಡಿಕೊಂಡು ಹಾಲೇರಿ ನಾಗರಾಜ ಒಡೆಯರು ಮಗನ ಹಿಂದೆ ನಡೆಯುತ್ತಿದ್ದರು. ಅವರ ಮುಖದ ಮೇಲೆಲ್ಲಾ ಅಲ್ಲಲ್ಲಿ ಕ್ಷೀಣವಾಗಿ ನಾನಾ ಬಣ್ಣಗಳ ಹಿಟ್ಟಿನ ಹುಡಿಗಳು ಪೌಡರಿನಂತೆ ಲೇಪಿತವಾಗಿದ್ದವು.

ಮೈಸೂರಿನ ಅತೀ ಪ್ರಸಿದ್ಧ ಹಿಟ್ಟಿನ ಅಂಗಡಿಯ ಮುಂದೆ ಎಂದಿನಂತೆ ಜನಸೇರಿದ್ದರು. ಇದು ಯಾವುದಕ್ಕೂ ಸಂಬಂಧ ಇಲ್ಲವೆಂಬಂತೆ ಹಾಲೇರಿ ನಾಗರಾಜ ಒಡೆಯರ್ ಅವರ ಹಿರಿಯ ಮಗ ಹಿಟ್ಟಿನಲ್ಲಿ ಒಂದಾಗಿ ಬಣ್ಣದ ವೇಷದವನಂತೆ ವ್ಯಾಪಾರ ನಡೆಸುತ್ತಿದ್ದ. ಆತನ ಮುಖದಲ್ಲಂತೂ ರಾಜಕಳೆ ಖಂಡಿತಾ ಎದ್ದು ಕಾಣುತ್ತಿತ್ತು. ನಾನು ಮನಸ್ಸಿನಲ್ಲೇ ಆತನಿಗೆ ವಂದಿಸಿ ಹೊರಟು ಬಂದೆ.

ಪ್ರೊಫೆಸರ್ ಕರೀಮುದ್ದೀನ್ ಸಾಹೇಬರು

'ಹಿಂದೂಸ್ತಾನದ ರಾಜಮಹಾರಾಜರುಗಳು ಅದು ಹೇಗೆ ಅಷ್ಟು ಸುಲಭದಲ್ಲಿ ಬ್ರಿಟಿಷ್ ದೊರೆಗಳ ಕೈಯಲ್ಲಿ ಸೋತುಹೋದರು ಗೊತ್ತಾ?..'

ಪ್ರೊಫೆಸರ್ ಕರಿಮುದ್ದೀನ್ ಸಾಹೇಬರು ಶ್ರೀರಂಗಪಟ್ಟಣದ ಗಂಜಾಂನಲ್ಲಿರುವ ಟಿಪ್ಪುಸುಲ್ತಾನ್ ಹೈದರಾಲಿಗಳ ಸಮಾಧಿಯ ಮುಂದಿರುವ ಸುಂದರ ಉದ್ಯಾನವನದಲ್ಲಿ ನಡೆಯುತ್ತ ನಡುವೆ ಹಿಂತಿರುಗಿ ನನ್ನತ್ತ ನೋಡಿ ಪುಟ್ಟ ಬಾಲಕನಂತೆ ನಕ್ಕರು.

ನಾನು ಗೊತ್ತಿಲ್ಲವೆಂಬಂತೆ ಅವರತ್ತ ನೋಡಿದೆ. 'ಎಲ್ಲಾ ಈ ಆನೆಗಳ ದೆಸೆಯಿಂದ. ಈ ರಾಜಮಹಾರಾಜರುಗಳಿಗೆ ಯಾವಾಗಲೂ ಆನೆಗಳ ಮೇಲೆಯೇ ಸವಾರಿ ಹೋಗಬೇಕು. ಆನೆಗಳ ಬಿಟ್ಟು ಕೆಳಗಿಳಿಯಬಾರದು. ಅರಮನೆಗೆ ಹೋಗುವಾಗಲೂ ಆನೆ. ಮಸೀದಿಗೆ ಹೋಗುವಾಗಲೂ ಆನೆ. ಕೋಟೆಯನ್ನು ಪ್ರವೇಶಿಸುವಾಗಲೂ ಆನೆ. ಇವರು ಆನೆಯ ಮೇಲೆ ರಾಜಗಾಂಭೀರ್ಯದಲ್ಲಿ ನಿಧಾನವಾಗಿ ಚಲಿಸುವಾಗ ಬ್ರಿಟಿಷರು ಕುದುರೆಗಳ ಮೇಲೆ ವೇಗವಾಗಿ ಬಂದು ಸಾಮ್ರಾಜ್ಯಗಳನ್ನು ವಶಪಡಿಸಿಕೊಂಡರು. ಹೋಗಲಿ, ಈ ರಾಜರುಗಳು ಕೋಟೆಗಳ ಬಾಗಿಲುಗಳನ್ನಾದರೂ ಸಣ್ಣದಾಗಿ ನಿರ್ಮಿಸಬಾರದಾ? ಆನೆಗಳು ಹೋಗಿಬರಲು ಅವುಗಳನ್ನೂ ಅಗಲವಾಗಿ ಮಾಡಿದರು. ಬ್ರಿಟಿಷ್‌ರಿಗೆ ಇನ್ನೇನು ಬೇಕು – ಎಲ್ಲವನ್ನು ವೇಗವಾಗಿ ನುಂಗಿ ನೀರು ಕುಡಿದರು.'

ಪ್ರೊಫೆಸರ್ ಕರೀಮುದ್ದೀನ್ ಸಾಹೇಬರು ಹೇಳುತ್ತಾ ಕೊನೆಯಲ್ಲಿ ಇನ್ನೊಮ್ಮೆ ನಕ್ಕರು. ನಾನು ಇವರು ಹೇಳಿದ ಕಾರಣವನ್ನು ಮೊದಲು ನಂಬದಿದ್ದರೂ ಆಮೇಲೆ

ನನಗೆ ಗೊತ್ತಿರುವ ಎಲ್ಲ ಕೋಟೆಗಳ ಬಾಗಿಲುಗಳನ್ನೂ ನೆನಪುಮಾಡಿಕೊಂಡೆ. ಹೌದು. ಅವುಗಳು ಬಹುತೇಕ ಕರೀಮುದ್ದೀನ್ ಸಾಹೇಬರು ಹೇಳಿದ ಹಾಗೆ ಆನೆಗಳು ಹೋಗಲೆಂದೇ ಮಾಡಿದ ಹಾಗಿತ್ತು. ಅವರ ಮಾತುಗಳು ಪೂರ್ತಿ ನಿಜವಲ್ಲದಿದ್ದರೂ ಕೇಳಲು ತುಂಬಾ ಸಕಾರಣವಾಗಿತ್ತು.

'ಕರೀಮುದ್ದೀನ್ ಸಾಹೇಬರೇ ನೀವು ಟಿಪ್ಪುಸುಲ್ತಾನರ ಕಾಲದಿಂದಲೂ ಅರೇಬಿಕ್ ವಿದ್ವಾಂಸರ ಕುಟುಂಬಕ್ಕೆ ಸೇರಿದವರು. ಅದು ಹೇಗೆ ನೀವು ಕನ್ನಡ ಶಾಲೆಗೆ ಹೋಗಿ ಕನ್ನಡ ಎಂ.ಎ. ಮಾಡಿ ಕನ್ನಡದ ಪ್ರೊಫೆಸರ್ ಆಗಿ ನಿವೃತ್ತರಾದಿರಿ?' ಎಂದು ಕೇಳಿದೆ.

ಅದಕ್ಕೆ ಅವರು ತಮ್ಮ ಜೀವನದ ಕಥೆ ಹೇಳಿದರು.

ಮೊನ್ನೆ ಯುಗಾದಿಯ ಮಾರನೆಯದಿನ, ಶ್ರೀರಂಗಪಟ್ಟಣದ ಬಳಿಯ ಗಂಜಾಂ ಎಂಬ ಪ್ರದೇಶದ ಕಾವೇರಿ ನದಿಯ ತೀರದಲ್ಲಿರುವ ಸುಮಾರು ನೂರಿಪ್ಪತ್ತು ವರ್ಷಗಳಷ್ಟು ಹಳೆಯ ವೆಲ್ಲೂರು ಮಾದರಿಯ ಹಳೆಯ ಹಂಚಿನ ಮನೆಯ ಎದುರಿನ ಕಲ್ಲು ಹಾಸಿನಲ್ಲಿ ಕುಳಿತು ಎಪ್ಪತ್ತನಾಲ್ಕು ವರ್ಷದ ಕರೀಮುದ್ದೀನ್ ಸಾಹೇಬರು ತಮ್ಮ ಕಥೆ ಹೇಳಿ ಮುಗಿಸಿದರು. ಬಹುಶಃ ಆ ಕತೆಯ ಕೊನೆಯಲ್ಲಿ ಕತ್ತಲಲ್ಲಿ ಕಣ್ಣೀರು ಒರೆಸಿಕೊಂಡು ನನ್ನನ್ನು ಬೀಳುಕೊಂಡರು. ಈ ಕಥೆಯಲ್ಲಿ ಟಿಪ್ಪೂಸುಲ್ತಾನ ಬರುತ್ತಾನೆ. ಕುಪ್ಪಳ್ಳಿ ವೆಂಕಟ ಪುಟ್ಟಪ್ಪನವರು ಬರುತ್ತಾರೆ. ಮಿಲ್ಟನ್‌ನ ಪ್ಯಾರಡೈಸ್‌ಲಾಸ್ಟ್ ಬರುತ್ತದೆ. ಏಸುಕ್ರಿಸ್ತ ಬರುತ್ತಾನೆ. ಮಾ ವಿದ್ ವಿಷಾವ ಹೈ ಎಂಬ ಸಂಸ್ಕೃತ ಶ್ಲೋಕ ಬರುತ್ತದೆ. ನೂರುನ್ ಅಲಾನೂರ್ ಎಂಬ ಕುರಾನಿನ ವಾಕ್ಯ ಬರುತ್ತದೆ. ನಕ್ಸಲೈಟರು ಬರುತ್ತಾರೆ. ಹನ್ನೆರೆಡುವರ್ಷದ ಒಂದು ಬೆಕ್ಕು, ಒಂದು ಪುಟ್ಟ ನಾಯಿಮರಿ, ನಕ್ಸಲ್‌ರ ದಾಳಿಯಲ್ಲಿ ಹತನಾದ ಕರೀಮುದ್ದಿನರ ಸಾಕುಮಗಳ ಗಂಡನ ತಬ್ಬಲಿ ಮಕ್ಕಳು, ಈ ಕಥೆ ಹೇಳಿ ಮುಗಿದ ಮೇಲೂ ಕಾವೇರಿಯ ಅಂಗಳದ ಆ ಹಳೆಯ ಮನೆಯ ಅಂಗಳದಲ್ಲಿ ಆಟವಾಡುತ್ತಿರುತ್ತಾರೆ.

ನಾನು ಇನ್ನು ಉಳಿದಿರುವ ಆರು ನೂರು ಪದಗಳಲ್ಲಿ ಪ್ರೊಫೆಸರ್ ಕರೀಮುದ್ದೀನರ ಕಥೆ ಹೇಳಿ ಮುಗಿಸಲು ನೋಡುತ್ತೇನೆ.

ಪ್ರೊಫೆಸರ್ ಕರೀಮುದ್ದೀನ್ ಸಾಹೇಬರ ಮುತ್ತಾತಂದಿರಾದ ಮಹಮದ್ ಉಮರ್‌ಸಾಹೇಬ್ ಮತ್ತು ಮಹಮದ್ ಇಬ್ರಾಹಿಂಸಾಹೇಬ್ ಎಂಬ ಸಹೋದರರು ಟಿಪ್ಪೂಸುಲ್ತಾನನಿಗೆ ಬಾಮೈದರಾಗಿದ್ದರು. ಈಸ್ಟ್ ಇಂಡಿಯಾ ಕಂಪೆನಿಯ ಕೈಯಲ್ಲಿ ಟಿಪ್ಪೂ ಪತನಗೊಂಡ ನಂತರ ಬ್ರಿಟಿಷ್‌ರ ಸೆರೆಯಾಳುಗಳಾಗಿ ಇವರು ಸಂಸಾರ ಸಮೇತ ತಮಿಳುನಾಡಿನ ವೆಲ್ಲೂರಿನಲ್ಲಿ ಬಂಧನದಲ್ಲಿದ್ದರು. ಬಂದಿಗಳಾಗಿದ್ದ ಇವರಿಗೆ ಬ್ರಿಟಿಷ್ ಸರಕಾರ ೫೦ ರೂಪಾಯಿಗಳ ರಾಜಭತ್ಯೆಯನ್ನೂ ನಿಗದಿ ಮಾಡಿತ್ತು. ಆದರೆ ರಾಜಭತ್ಯೆಗಿಂತ ಶ್ರೀರಂಗಪಟ್ಟಣದಲ್ಲಿರುವ ಟಿಪ್ಪೂ ಹಾಗು ಹೈದರರ ಸಮಾಧಿಯ ಸೇವೆ ಸಲ್ಲಿಸುವುದೇ ಮೇಲು ಎಂದುಕೊಂಡ ಈ ಮುತ್ತಾತರಲ್ಲಿ ಒಬ್ಬರು ದಿವಾನ್ ಪೂರ್ಣಯ್ಯನವರಲ್ಲಿ ಕೇಳಿಕೊಂಡು ದರ್ಗಾದ ಪರಿಚಾರಕರಾಗಿ ಸೇರಿಕೊಂಡರು. ಅವರ ಕಾಲಾನಂತರ ಅವರ ಮಗ ಮಹಮದ್ ಗೌಸ್ ಸಾಹೇಬರು ೫೦ ವರ್ಷ, ಅವರ ತಮ್ಮ

ಮಹಮದ್ ಹುಸೈನ್ ಸಾಹೇಬರು ೪೪ ವರ್ಷ, ಗೌಸ್ ಸಾಹೇಬರ ಮಗ ಕರೀಮುದ್ದೀನ್ ಸಾಹೇಬರು ೫೭ ವರ್ಷ ಸೇವೆ ಸಲ್ಲಿಸಿದರು. ಕರೀಮುದ್ದಿನ್ ಸಾಹೇಬರ ಮಗ ಹಕೀಂ ಅಬ್ದುಲ್‌ಅಲೀಂ ಎನ್ನುವವರು ಈಗ ಪಾಂಡವಪುರ ಎಂದು ಕರೆಯಲ್ಪಡುವ ಆಗ ಫ್ರೆಂಚ್‌ರಾಕ್ಸ್ ಎಂದು ಕರೆಯಲ್ಪಡುತ್ತಿದ್ದ ನಗರದಲ್ಲಿದ್ದ ವಿಭಾಗೀಯ ಅಧಿಕಾರಿಗಳಿಗೆ ಪತ್ರವೊಂದನ್ನು ಬರೆದು ತಮ್ಮನ್ನು ದಯವಿಟ್ಟು ಪುನಃ ದರ್ಗಾದ ಮೇಲ್ವಿಚಾರಕನನ್ನಾಗಿ ನೇಮಿಸಬೇಕೆಂದೂ, ತಮ್ಮ ಸ್ಥಿತಿ ಬಹಳ ದಯನೀಯವಾಗಿರುವುದೆಂದೂ, ರೋಗಿಗಳಿಗೆ ಯುನಾನಿ ಔಷಧಿಗಳನ್ನು ಉಚಿತವಾಗಿ ನೀಡುತ್ತಿದ್ದ ತಮಗೆ ಶ್ರೀರಂಗಪಟ್ಟಣದ ಪುರಸಭೆ ನೀಡುತ್ತಿದ್ದ ಹತ್ತು ರೂಪಾಯಿಗಳ ತಿಂಗಳ ಭತ್ಯೆಯೂ ನಿಂತುಹೋಗಿದೆಯೆಂದೂ ತಮ್ಮನ್ನು ಕಡಿಮೆ ಪಕ್ಷ ಮಸೀದಿಯಲ್ಲಿ ಕುರಾನು ಪಠಿಸುವ ಕೆಲಸಕ್ಕಾದರೂ ನೇಮಿಸಬೇಕೆಂದು ಬೇಡಿಕೊಂಡಿದ್ದರು. ಆದರೆ ಕೆಲಸ ಖಾಲಿ ಇಲ್ಲದ ಕಾರಣದಿಂದಾಗಿ ವಿಭಾಗಾಧಿಕಾರಿಗಳು ಅವರ ಅರ್ಜಿಯನ್ನು ತಿರಸ್ಕರಿಸಿದ್ದರು. ಪ್ರೊಫೆಸರ್ ಕರೀಮುದ್ದೀನ್ ಸಾಹೇಬರು ಈ ಹಕೀಂ ಸಾಹೇಬರ ಕಿರಿಯ ಮಗ.ಅವರ ಬಳಿ ಈ ಅರ್ಜಿಯ ನಕಲು ಪ್ರತಿ ಈಗಲೂ ಇದೆ.

ತಂದೆಯವರು ತೀರಿ ಹೋದಾಗ ಕರೀಮುದ್ದೀನರಿಗೆ ಆರುವರ್ಷ. ಮೂರೂವರೆ ಮೈಲಿ ಉದ್ದ, ಎರಡೂವರೆ ಮೈಲಿ ಅಗಲವಿರುವ ಸುಂದರ ದ್ವೀಪವಾದ ಶ್ರೀರಂಗಪಟ್ಟಣದ ಜನಸಾಮಾನ್ಯರು ಬದುಕುವ ಗಂಜಾಂ ಎಂಬ ಪ್ರದೇಶದ ಶುಕ್ರವಾರ ಪೇಟೆ ಬೀದಿಯಲ್ಲಿ ಇರುವ ಆ ಮನೆಯೂ ಈಗಲೂ ಹಾಗೇ ಇದೆ. ಕರೀಮುದ್ದೀನರ ಒಬ್ಬ ಅಣ್ಣನಿಗೆ ಹುಚ್ಚುಹಿಡಿದಿತ್ತು. ಆತ ಹುಚ್ಚಿನಲ್ಲೇ ತೀರಿಹೋದ. ಅಕ್ಕಂದಿರಲ್ಲಿ ಒಬ್ಬರು ಕ್ಯಾನ್ಸರ್ ತಗುಲಿ ಅವಿವಾಹಿತರಾಗಿಯೇ ತೀರಿಹೋದರು. ವಿವಾಹಿತನಾಗಿ ಆರು ಮಕ್ಕಳನ್ನು ಹೊಂದಿದ್ದ ಅಣ್ಣ ಕೆಲಸದ ಸ್ಥಳದಲ್ಲಿ ಆದ ಅವಮಾನ ಸಹಿಸಲಾರದೆ ಕಾವೇರಿ ನದಿಗೆ ಹಾರಿ ಪ್ರಾಣಕಳಕೊಂಡರು. ಆ ದುಃಖದಲ್ಲಿ ತಾಯಿಗೂ ಮತಿಭ್ರಮಣೆಯಾಯಿತು. ಆ ತಾಯಿ, ಅಣ್ಣನ ಸಂಸಾರ, ಕಾಯಿಲೆಯ ತಂಗಿ ಇವರೆಲ್ಲರನ್ನು ಸಂಭಾಳಿಸಿ ಮುಗಿಯದೆ ಪ್ರೊಫೆಸರ್ ಕರೀಮುದ್ದೀನರು ಈಗಲೂ ಅವಿವಾಹಿತರಾಗಿಯೇ ಉಳಿದಿದ್ದಾರೆ. ಅವರ ಜೊತೆಗೆ ಕಳೆದ ಹನ್ನೆರಡು ವರ್ಷಗಳಿಂದ ಬೆಕ್ಕೊಂದು ಬದುಕುತ್ತಿದೆ. ಅದು ಸದಾಕಾಲ ಅವರ ಜೊತೆ ಇರುತ್ತದೆ. ಅವರು ಎಲ್ಲಾದರೂ ಮೈಸೂರಿಗೋ ಮಂಡ್ಯಕ್ಕೋ ಉಪನ್ಯಾಸ ಮಾಡಲು ಹೋದರೆ, ಅದು ಅವರ ಒಂಟಿಕೋಣೆಯ ಮುಚ್ಚಿದ ಬಾಗಿಲ ಮುಂದೆ ಶತಪಥ ಹಾಕುತ್ತಾ ಇರುತ್ತದೆ. ಕರೀಮುದ್ದೀನರು ತಮ್ಮ ಅಣ್ಣನ ಮಗಳಲ್ಲಿ ಒಬ್ಬಾಕೆಯನ್ನು ಆಂಧ್ರಕ್ಕೂ, ಇನ್ನೊಬ್ಬಾಕೆಯನ್ನು ಪಾವಗಡಕ್ಕೂ ಮದುವೆ ಮಾಡಿಸಿ ಕಳಿಸಿದ್ದರು. ಅದರಲ್ಲಿ ಪಾವಗಡದಾಕೆಯ ಗಂಡನನ್ನು ಮೋಟಾರು ಬೈಕಿನಲ್ಲಿ ಹೋಗುತ್ತಿರುವಾಗ ಕ್ರಾಂತಿಕಾರಿಗಳು ಕೊಂದು ಹಾಕಿದ್ದಾರೆ. ಈಗ ಆಕೆಯ ಮಕ್ಕಳೂ ಆ ಬೆಕ್ಕಿನ ಜೊತೆಯಲ್ಲಿ ಕರಿಮುದ್ದೀನರ ಬಳಿ ಆಟವಾಡಿಕೊಂಡಿರುತ್ತವೆ.

ಹಾಗೆ ನೋಡಿದರೆ ೧೯೪೭ರಲ್ಲಿ ದೇಶ ವಿಭಜನೆಯಾದಾಗ ಕರೀಮುದ್ದೀನರ ಕುಟುಂಬದವರು ಪಾಕಿಸ್ತಾನಕ್ಕೋ ಬಾಂಗ್ಲಾ ದೇಶಕ್ಕೋ ವಲಸೆ ಹೋಗಬೇಕಾಗಿತ್ತು.

ಏಕೆಂದರೆ ಪರಿಸ್ಥಿತಿಯೇ ಹಾಗಿತ್ತು. ಕರೀಮುದ್ದೀನರು ಆಗ ಮೈಸೂರಿನ ಮಹಾರಾಜಾ ಶಾಲೆಯಲ್ಲಿ ಹೈಸ್ಕೂಲು ಓದುತ್ತಿದ್ದರು. ಬೆಳಿಗ್ಗೆ ಎದ್ದು ಶ್ರೀರಂಗಪಟ್ಟಣದ ರೈಲು ನಿಲ್ದಾಣದವರೆಗೆ ನಡೆದು, ಮದ್ದೂರಿನಿಂದ ಬರುತ್ತಿದ್ದ ಶಟಲ್ ಟ್ರೈನಿನ ಶಾಲಾಮಕ್ಕಳ ಸ್ಪೆಷಲ್ ಬೋಗಿ ಹತ್ತಬೇಕಾದರೆ ರೈಲು ನಿಲ್ದಾಣದಲ್ಲಿ ಕಿಕ್ಕಿರಿದು ಕೂತಿದ್ದ ನಿರಾಶ್ರಿತ ಹಿಂದೂಗಳ ರೋದನ ಅವರ ಹೃದಯ ಹಿಂಡುತ್ತಿತ್ತು. ತಾನು ಮುಸಲ್ಮಾನ ಅಂದುಕೊಳ್ಳಲು ಅವರಿಗೆ ಗಾಬರಿಯಾಗುತ್ತಿತ್ತು. ಉತ್ತರ ಭಾರತದಿಂದ ಬಂದಿದ್ದ ಆ ನಿರಾಶ್ರಿತರು ಹೃದಯ ವಿದ್ರಾವಕ ಕತೆಗಳನ್ನು ಹೇಳುತ್ತಿದ್ದರು. ಆ ಕತೆ ಕೇಳಿ ಅಳ್ಳೆದೆಗೊಂಡ ಕರೀಮುದ್ದೀನ್ ಎಂಬ ಆ ಹುಡುಗ ಮನೆಯ ಯಜಮಾನನೂ ಆಗಿದ್ದರಿಂದ ಎಲ್ಲಿಗಾದರೂ ದೂರ ಕುಟುಂಬ ಸಮೇತ ಪರಾರಿಯಾಗ ಬೇಕೆಂದು ಕೊಂಡಿದ್ದ. ಆದರೆ ಶ್ರೀರಂಗಪಟ್ಟಣದ ಹಿರಿಯರು ಆ ಹುಡುಗನಿಗೆ ಬುದ್ಧಿ ಹೇಳಿ ರಕ್ಷಣೆ ಕೊಟ್ಟು ಕಾಪಾಡಿದರು. ಏಕೆಂದರೆ ಆಗ ಶ್ರೀರಂಗಪಟ್ಟಣದಿಂದ ಹೈದರಾಬಾದಿನ ನವಾಬರ ರಾಜ್ಯಕ್ಕೆ ವಲಸೆ ಹೋದವರು ಅಲ್ಲಿನ ರಜಾಕಾರರಿಂದ ಒದೆತ ತಿಂದು ವಾಪಸ್ಸು ಬಂದಿದ್ದರು. ಅದೂ ಅಲ್ಲದೆ ಕರೀಮುದ್ದೀನ್ ಟಿಪ್ಪೂವಿನ ಕುಟುಂಬಕ್ಕೆ ಸೇರಿದ್ದರಿಂದ ಟಿಪ್ಪೂವಿನ ಮೇಲಿದ್ದ ಅವರ ಪ್ರೀತಿ ರಕ್ತಗತವಾಗಿ ಆ ಹುಡುಗನ ಕಡೆಗೂ ಹರಿದಿತ್ತು.

'ಅದೆಲ್ಲ ಸರಿ ನೀವು ಕನ್ನಡ ಕಲಿತು ಕನ್ನಡದ ಪ್ರೊಫೆಸರ್ ಹೇಗೆ' ಎಂದು ನಡುವಿನಲ್ಲಿ ನಾನು ಕೇಳಿದೆ. ಅದೆಲ್ಲಾ ಕುವೆಂಪು ಮತ್ತು ಮಿಲ್ಟನ್ನನ ಪ್ಯಾರಡೈಸ್ ಲಾಸ್ಟ್ ಮಹಾಕಾವ್ಯದ ದೆಸೆಯಿಂದ ಎಂದು ಆ ಕತೆಯನ್ನೂ ಅವರು ಹೇಳಿದರು.

ಕರೀಮುದ್ದಿನ್ ಅವರು ಒಂದನೇ ತರಗತಿಗೆ ಉರ್ದುಶಾಲೆಗೆ ಸೇರಿದ್ದರಂತೆ. ಅಲ್ಲಿ ಒಂದರಿಂದ ನಾಲ್ಕರವರೆಗೆ ಎಲ್ಲಾ ಕ್ಲಾಸಿನ ಮಕ್ಕಳೂ ಒಂದೇ ಕೋಣೆಯಲ್ಲಿ ಕೂತಿರಬೇಕಿತ್ತಂತೆ. ಒಂದು ದಿನ ನಾಲ್ಕನೇ ತರಗತಿಯವರಿಗೆ ಕೇಳಿದ ಪ್ರಶ್ನೆಗೆ ಒಂದನೇ ತರಗತಿಯ ಕರೀಮುದ್ದೀನ್ ಉತ್ತರ ಹೇಳಿದ್ದಕ್ಕೆ ಕೆಂಡಾಮಂಡಲವಾದ ಉರ್ದುಶಾಲೆಯ ಮೌಲ್ವಿ ಕಂಡಾಬಟ್ಟೆ ಬಾರಿಸಿದನಂತೆ. ಆಗ ಕರೀಮುದ್ದೀನರ ಮನೆಯಲ್ಲಿ ಬಟ್ಟೆ ಒಗೆಯಲು ಬರುತ್ತಿದ್ದ ಅಗಸರ ಎಂಕಟಮ್ಮನ ಮಗ ಜವರಯ್ಯ ಪಕ್ಕದ ಕನ್ನಡ ಶಾಲೆಯಲ್ಲಿ ಮೇಷ್ಟರಾಗಿದ್ದರಂತೆ. ಅವರು ಅಳುತ್ತಿದ್ದ ಬಾಲಕನನ್ನು ಎತ್ತಿಕೊಂಡು ಹೋಗಿ ಕನ್ನಡ ಶಾಲೆಗೆ ಸೇರಿಸಿದರಂತೆ.

ಆದರೂ ಕನ್ನಡ ಕಲಿಯಬೇಕೆಂದು ಕರೀಮುದ್ದೀನರಿಗೆ ಆಸೆಯೇನೂ ಇರಲಿಲ್ಲ.

ಅವರು ಇಂಗ್ಲಿಷ್ ಕಲಿಯಬೇಕೆಂದು ಮಹಾರಾಜಾ ಕಾಲೇಜಿಗೆ ಸೇರಿದರೆ ಅಲ್ಲಿ ಕ್ಯಾಪ್ಟನ್ ರಾಮಸ್ವಾಮಿಯವರು ಮಿಲ್ಟನ್ನನ ಪಾರಡೈಸ್ ಲಾಸ್ಟ್ ಕಾವ್ಯವನ್ನು ಸಾಯಂಕಾಲ ಕೊನೇ ಪೀರಿಯಡ್‌ನಲ್ಲಿ ಕಲಿಸುತ್ತಿದ್ದರಂತೆ. ಆದರೆ ಆ ಕಾವ್ಯದಲ್ಲಿ ಪ್ರತಿಮೆಗಳೂ ಉಪಮೆಗಳೂ, ಗ್ರೀಕ್ ಹಾಗು ಲ್ಯಾಟಿನ್ ಪದಗಳೂ ಎಲ್ಲಾ ಸೇರಿ ಕೊನೆಯ ಪೀರಿಯಡ್‌ನಲ್ಲಿ ವಿದ್ಯಾರ್ಥಿಗಳ ತಲೆಗೆ ಅದು ಹತ್ತದೆ, ಕ್ಯಾಪ್ಟನ್ ರಾಮಸ್ವಾಮಿಯವರು ಬೆಳಗ್ಗೆ ಒಂಬತ್ತೂವರೆಗೇ 'ಪ್ಯಾರಡೈಸ್ ಲಾಸ್ಟ್' ಶುರುಮಾಡುತ್ತಿದ್ದರಂತೆ ಆದರೆ ಕರೀಮುದ್ದೀನರ ಮದ್ದೂರು

ಶಟಲ್ ಮೈಸೂರು ತಲುಪುತ್ತಿದ್ದುದು ಹತ್ತೂವರೆಗೆ. ಕರೀಮುದ್ದೀನರಿಗೆ ರೋಸಿ ಹೋಗಿ ದೂರು ಹೇಳಲು ಹೋದರೆ ಪ್ರಿನ್ಸಿಪಾಲರಾಗಿದ್ದವರು ಕನ್ನಡದ ರಸಋಷಿ ಕುವೆಂಪು. ಅವರು ಇವರ ಮಾತುಗಳನ್ನು ಕೇಳಿ ಮಹಮದೀಯನಾದರೂ ಈತ ಸಾಬಿ ಎಷ್ಟು ಚೆನ್ನಾಗಿ ಕನ್ನಡ ಮಾತನಾಡುತ್ತಾನೆ ಎಂದು ಅಚ್ಚರಿಗೊಂಡು ಅವರನ್ನ ಕನ್ನಡ ಆನರ್ಸ್‌ಗೆ ಸೇರಿಸಿದರಂತೆ. ಪಾಠ ಮಾಡುತ್ತಾ ಮಾಡುತ್ತಾ ಕುವೆಂಪುರವರು ಇದ್ದಕ್ಕಿದ್ದಂತೆ ನಿಮಿಷಗಟ್ಟಲೆ ಸೈಲಂಟ್ ಆಗಿಬಿಡುತ್ತಿದ್ದುದ್ದನ್ನು ಕರೀಮುದ್ದೀನ್ ಈಗಲೂ ನೆನಪಿಸಿಕೊಂಡು ನಗುತ್ತಾರೆ.

ಮಾತಿನ ನಡುವಲ್ಲಿ ಕರೀಮುದ್ದೀನರು ಹೆರಾಕ್ಲಿಟಸ್ ಎಂಬ ತತ್ವಜ್ಞಾನಿಯ ಮಾತುಗಳನ್ನು ಹೇಳಿದರು. ಏಸುಕ್ರಿಸ್ತನೂ ಸಣ್ಣವನಿರುವಾಗ ಹೆರಾಕ್ಲಿಟಸ್ ನ ತತ್ವಗಳನ್ನು ಶಾಲೆಯಲ್ಲಿ ಓದಿದ್ದನಂತೆ. ಹೆರಾಕ್ಲಿಟಸ್ನನ ಪ್ರಕಾರ ದೇವರು ಬೆಳಕಲ್ಲ, ಕತ್ತಲೆ ದೇವರು. ಬೆಳಕಿಗಿಂತ ಮೊದಲೂ ಬೆಳಕು ಹೋದ ಮೇಲೂ ಕತ್ತಲೆ ಇರುತ್ತದೆ. ಅದೇ ಸರ್ವವ್ಯಾಪಿ. ಹಾಗಾಗಿ ನಾನು ಬೆಳಕು ಎಂದು ದೇವರು ಹೇಳುವುದಿಲ್ಲ ಎಂದು ಅವರು ಹೇಳುತ್ತಾರೆ.

ನಾನು ಬೆಳಕಿಲ್ಲದ ಆ ಆಕಾಶದಲ್ಲಿ ಬಿದಿಗೆಯ ಚಂದ್ರ ಮತ್ತು ಅದರ ಪಕ್ಕದಲ್ಲಿರುವ ಸಣ್ಣ ನಕ್ಷತ್ರವನ್ನು ನೋಡುತ್ತಾ ನೂರಾರು ಜನರು ತೀರಿಹೋಗಿರುವ ಶ್ರೀರಂಗಪಟ್ಟಣದ ಯುದ್ಧಭೂಮಿಯಲ್ಲಿ ಗೋರಿಯ ಕಲ್ಲುಗಳ ನಡುವಲ್ಲಿ ಹೆದರುತ್ತಾ ಬೈಕು ಓಡಿಸುತ್ತಾ ಬಂದು ಈಗಲೂ ಸುಮ್ಮನೆ ಕೂತಿದ್ದೇನೆ.

ಮನಸ್ಸಿನಲ್ಲೇ ಮಹಾದೇವ

ಕನ್ನಡನಾಡಿನ ಎಲ್ಲೋ ಒಂದುಕಡೆ ಒಂದು ಕಲ್ಲಿನ ದೇವಾಲಯವಿದೆಯಂತೆ. ಆ ದೇವಾಲಯದ ಯಾವ ಕಲ್ಲನ್ನು ಮೊಟಕಿದರೂ ಅದರಿಂದ ಸಂಗೀತ ಹೊರಹೊಮ್ಮುವುದಂತೆ. ಅದೇ ರೀತಿ ಮೈಸೂರಿನ ಹಳೆಯ ಕಾಲದ ಯಾರನ್ನು ಮಾತನಾಡಿಸಿದರೂ ಅವರಿಂದ ಮಹಾರಾಜರ ಕಥೆಗಳೇ ಹೊರ ಬರುವುದಂತೆ. ಇನ್ನೂ ಸ್ವಲ್ಪ ಕಡಿಮೆ ಹಳಬರನ್ನು ಮಾತನಾಡಿಸಿದರೆ ಅವರಿಂದ ಕುವೆಂಪು ಅವರ ಹೆಸರೇ ಬರುವುದಂತೆ.

'ಇವರಿಬ್ಬರ ಗುಂಗಿನಿಂದ ಹೊರಬಂದು ಬರೆಯುವುದೆಂದರೆ ಮೈಸೂರಿನಲ್ಲಿ ಹರಸಾಹಸದ ಕೆಲಸವೇ ಸರಿ. ಹಾಗಾಗಿ ನೀನು ಯಾಕೆ ಸ್ವಲ್ಪ ನಮ್ಮ ದೇವನೂರು ಮಹಾದೇವರನ್ನು ಮಾತನಾಡಿಸಿ ಬರೆಯಬಾರದು ಎಂದು ಗೆಳೆಯರೊಬ್ಬರು ಕೊಂಚ ಕಳಕಳಿಯಿಂದಲೇ ನನಗೊಂದು ಉಚಿತ ಐಡಿಯಾ ಕೊಟ್ಟಿದ್ದರು. ಅವರು ಹೇಳಿದ ಉಪಾಯವೂ ಬಹಳ ಹರ ಸಾಹಸದ ಕೆಲಸವೆಂದು ನನಗೆ ಅನ್ನಿಸುತ್ತಿತ್ತು. ಯಾಕೆಂದರೆ ನೋಡಿದಾಗಲೆಲ್ಲ ಈ ಭೂಲೋಕದ ನಾನಾ ನೋವುಗಳನ್ನೂ, ಸಾಮಾಜಿಕ ಸ್ಥಿತ್ಯಂತರಗಳನ್ನೂ ಬೇರೆ ಬೇರೆ ಕೋನಗಳಲ್ಲಿ ಚಿಂತಿಸಿಕೊಂಡು ಕೂತಿರುತ್ತಿದ್ದ ದೇವನೂರು ಒಂದು ಸಣ್ಣ ಪ್ರಶ್ನೆಗೂ ಉತ್ತರ ಹೇಳಲು ಬಹಳ ಕಾಲವನ್ನು ತೆಗೆದುಕೊಂಡು ಅವರ ಯೋಚನಾ ಖಂಡಗಳ ನಡುವಿನ ಮೌನವನ್ನು ಹೇಗೆ ತುಂಬಿಸುವುದು ಎಂದು ನನಗೆ ಯೋಚನೆ ಶುರುವಾಗುತ್ತಿತ್ತು. ಮಹಾದೇವ ಅವರು ರಾಜ್ಯಮಟ್ಟದ ಪ್ರಾದೇಶಿಕ ಪಕ್ಷವೊಂದರ ಅಧ್ಯಕ್ಷರೂ ಆಗಿರುವುದರಿಂದ ಅವರು ಬಹುತೇಕ ಕಾಲ ಚಿಂತಿಸುವುದರಲ್ಲೂ, ಏನು ಭಾಷಣ ಮಾಡುವುದೆಂದು ಯೋಚಿಸುವುದರಲ್ಲೂ ಹಾಗೂ ಪಕ್ಷದ ಕಾರ್ಯಕರ್ತರು ಹೊರತರುವ ಭಿತ್ತಿಪತ್ರ, ಕರಪತ್ರ, ಪ್ರಣಾಳಿಕೆ ಇತ್ಯಾದಿಗಳ ಕರಡುಪ್ರತಿಗಳನ್ನು ಸರಿಪಡಿಸುವುದರಲ್ಲೂ ವ್ಯಯವಾಗುತ್ತಿತ್ತು. ಹಾಗಾಗಿ ಅವರನ್ನು ನಾನು ಮಾತನಾಡಿಸಲು ಹೋದರೆ ಅವರ ಕಾಲ ನನ್ನ ಕೀಟಲೆಯ ಪ್ರಶ್ನೆಗಳಿಗೆ ಉತ್ತರ ಹೇಳುವುದರಲ್ಲಿ ಕಳೆದು ಹೋಗಬಾರದು ಎಂಬ ಹೆದರಿಕೆಯೂ ನನಗಿತ್ತು. ಆದರೂ ಧೈರ್ಯಮಾಡಿ ಒಂದು ದಿನ ಮಧ್ಯಾಹ್ನ ಹನ್ನೆರಡು ಹೊತ್ತಿಗೆ ಅವರಿಗೆ ಪೋನ್ ಮಾಡಿ 'ಮಾದೇವ ಮಾಮ, ಈವತ್ತು ಸಾಯಂಕಾಲ ಕುಕ್ಕರಹಳ್ಳಿ ಕೆರೆದಂಡೆಯಲ್ಲಿ ವಾಕ್ ಹೋಗೋಣವಾ' ಎಂದು ಕೇಳಿ ಬಿಟ್ಟೆ. ನನ್ನ ಪ್ರಶ್ನೆಯ ಹಿಂದೆ ಯಾವುದೋ ತುಂಟ ಹುನ್ನಾರವಿರುವುದನ್ನು ಆ ಮಾತಿನಲ್ಲಿದ್ದ 'ಮಾಮ' ಎಂಬ ಪದದ ಪರಿಮಳದಿಂದಲೇ ಮನಗಂಡ ಮಾದೇವ 'ಯಾಕೆ? ಏನು ಸಮಾಚಾರ?' ಎಂದು

ನಯವಾಗಿ ಗದರಿಸಿದರು. ಮಹಾದೇವ 'ಏನು ಸಮಾಚಾರ?' ಎಂದರೆ ಮೈಸೂರಿನ ಕಾಲು ಭಾಗ ಲೇಖಕರು, ಬರಹಗಾರರು, ಬುದ್ಧಿಜೀವಿಗಳು ಹೆದರಿಬಿಡುತ್ತಾರೆ. ನಾನೂ ಹಾಗೆ ಹೆದರಿದಂತೆ ನಟಿಸಿ 'ಇಲ್ಲ ಮಾಮ ಈ ವಾರದ ಲೇಖನ ಬರೆಯಲು ನೀವೇ ನನಗೆ ಕಥಾನಾಯಕ. ನೀವೇ ನನ್ನನ್ನು ಕಾಪಾಡಬೇಕು, ಮಹಾರಾಜರ ಕಥೆಗಳನ್ನೂ, ಮಹಾಕವಿಗಳ ಕಥೆಗಳನ್ನೂ ಕೇಳಿ ಓದುಗರು ಬೋರ್ ಹೊಡೆಸಿಕೊಂಡಿದ್ದಾರೆ' ಎಂದು ಹೇಳಿದೆ.

'ನಾನು ಬೋರ್ ಹೊಡೆಸುವುದಿಲ್ಲ ಎಂದು ಏನು ಗ್ಯಾರಂಟಿ' ಎಂದು ಕೇಳಿದರು.

'ಇಲ್ಲ ಮಾಮ ಬನ್ನಿ ವಾಕ್ ಹೋಗುವಾ. ನೀವು ಮಾತನಾಡದಿದ್ದರು ಪರವಾಗಿಲ್ಲ, ನಾನು ಹೇಗೋ ನಿಮ್ಮ ಮೌನವನ್ನೇ ಊಹಿಸಿಕೊಂಡು ಬರೆದು ಬಿಡುತ್ತೇನೆ' ಎಂದೆ. 'ಹಾಗಾದರೆ ಒಂದು ಉಪಾಯ. ನಾನು ಬರುವುದಿಲ್ಲ. ನಾನು ಜೊತೆಯಲ್ಲಿ ನಡೆಯುತ್ತಿದ್ದೇನೆ ಎಂದು ಊಹಿಸಿಕೊಂಡು ಬರೆ. ನಿನಗೆ ಜಯವಾಗಲಿ' ಎಂದು ಉಪಾಯವಾಗಿ ತಪ್ಪಿಸಿಕೊಂಡು ಮಹಾದೇವ ಮತ್ತೆ ಮೌನದ ಮೊರೆ ಹೊಕ್ಕಿದ್ದರು.

ರಾತ್ರಿಯೆಲ್ಲಾ ನಿದ್ದೆಯಿಲ್ಲದಿದ್ದರೂ ಇಂದು ಬೆಳಿಗೆಯೇ ಎದ್ದು ನಿದ್ದೆಕಣ್ಣಲ್ಲಿ ಬೈಕು ಓಡಿಸುತ್ತಾ ಸೂರ್ಯನಿಗಿಂತಲೂ ಮೊದಲೇ ಕುಕ್ಕರಹಳ್ಳಿ ಕೆರೆಯ ನೈಋತ್ಯ ಮೂಲೆಯನ್ನು ತಲುಪಿ ಮಹಾದೇವರನ್ನು ಮನಸಿನಲ್ಲಿಯೇ ನೆನೆದುಕೊಂಡು ನಡೆಯಲು ತೊಡಗಿದೆ. ಸುಮಾರು ಹತ್ತಿರ ಹತ್ತಿರ ನಾಲ್ಕು ಕಿಲೋಮೀಟರ್ ಇರುವ ಈ ಕೆರೆಯ ಒಂದು ಸುತ್ತನ್ನು ನಾನು ಸಾಧಾರಣವಾಗಿ ಮೂವತ್ತಾರು ನಿಮಿಷಗಳಲ್ಲಿ ಮುಗಿಸುತ್ತೇನೆ. ಆದರೆ ಇಂದು ಜೊತೆಯಲ್ಲಿ ಮಹಾದೇವರನ್ನೂ ಮನಸಿನಲ್ಲಿಯೇ ನಡೆಸಿಕೊಂಡು ಹೋಗಬೇಕಾಗಿರುವುದರಿಂದ ಅವರಿಗೆ ಆಯಾಸವಾಗಬಾರದೆಂಬ ಕಾರಣಕ್ಕಾಗಿ ನಿಧಾನಕ್ಕೆ ನಡೆಯತೊಡಗಿದೆ.

ಅದೂ ಅಲ್ಲದೆ ಮನೆಯಲ್ಲಿ ರಜಾದ ಮಜದಲ್ಲಿರುವ ಮಕ್ಕಳು ನೀನು ನಿಧಾನವಾಗಿ ಬಂದರೆ ಸಾಕು. ನೀನು ಮನೆಗೆ ಬಂದ ಕೂಡಲೇ ಸಂಗೀತ ಕೇಳಲು ಶುರುಮಾಡುತ್ತೀಯಾ. ನಿನ್ನ ಹಿಂದೂಸ್ತಾನೀ ಶಾಸ್ತ್ರೀಯ ಸಂಗೀತದಿಂದ ನಮಗೆ ಆಟವಾಡಲು ಆಗುವುದಿಲ್ಲ ಎಂದು ರಾತ್ರಿಯೇ ಎಚ್ಚರಿಸಿ ನಿದ್ದೆ ಹೋಗಿದ್ದರು. ನಾನು ಬೆಳಿಗೆಯೇ ಎದ್ದು ವಾಕ್ ಹೋಗಲು ಹಾಕುವ ನನ್ನ ಇತಿಹಾಸ ಪ್ರಸಿದ್ಧ ಶೂಗಾಗಿ ಮನೆಯಲ್ಲೆಲ್ಲಾ ಗದ್ದಲ ಮಾಡಿಕೊಂಡು ಹುಡುಕುತ್ತಿದ್ದರೆ ಅವರು ಇಹಲೋಕದ ಯಾವುದೇ ಪರಿವೆಯಿಲ್ಲದೆ ಕಣ್ಣುಗಳನ್ನು ಕನಸುಮಾಡಿಕೊಂಡು ನಿದ್ದೆಯಲ್ಲೂ ಆಟವಾಡುತ್ತಿದ್ದರು.

ನಾನು ರಾತ್ರಿ ಬಹಳ ಹೊತ್ತಿನ ತನಕ ದೇವನೂರ ಮಹಾದೇವರನ್ನು ಕೆರೆಯ ಏರಿಯಮೇಲೆ ಮನಸಿನಲ್ಲೇ ಹೇಗೆ ನಡೆಸಿಕೊಂಡು ಹೋಗುವುದು ಎಂದು ಯೋಚಿಸುತ್ತಿದ್ದೆ. ಸಣ್ಣ ವಯಸ್ಸಿನಿಂದಲೂ ನನಗೆ ಮಹಾದೇವ ಒಂದು ತರಹದ ಜೇಮ್ಸ್‌ಬಾಂಡ್ ಇದ್ದಹಾಗೆ. ಅವರ ನಾಯಕಿಯರಾದ ಒಡಲಾಳದ ಸಾಕವ್ವ, ನವಿಲುಬರೆಯುವ ಪುಟ್ಟ ಗೌರಿ, ಕುಸುಮ ಬಾಲೆಯ ಹೊಲಾರಹಟ್ಟಿಯ ತೂರಮ್ಮ, ಚನ್ನನ ಅವ್ವ, ಯಾಡನ ಅವ್ವ ಮಾದೇವಿ-ಇವರನ್ನೆಲ್ಲ ಸುತ್ತ ನಿಲ್ಲಿಸಿಕೊಂಡು ಅವರ ನಡುವೆ ಕೈಯಲ್ಲಿ ಉರಿಯುತ್ತಿರುವ ಸಿಗರೇಟಿನಂತಹ ಲೇಖನಿಯನ್ನು ತುಪಾಕಿಯಂತೆ ಹಿಡಿದು ನಿಂತುಕೊಂಡಿರುವ ದೇವನೂರು ಮಹಾದೇವ

ಎಂಬ ನನ್ನ ಪ್ರೀತಿಯ ಲೇಖಕನ ಈ ಮಾದರಿಯ ಸಿನಿಮಾ ಪೋಸ್ಟರ್‌ಗಳನ್ನು ಮೈಸೂರಿನ ಗೋಡೆಗಳ ಮೇಲೆ ಊಹಿಸಿಕೊಂಡು ಸೈಕಲ್ಲು ಓಡಿಸುತ್ತಿದ್ದ ನನಗೆ ಮಹಾದೇವರನ್ನು ಮೊದಲು ಬಾರಿಗೆ ಕಂಡಾಗ ಅವರು ಮಹಾದೇವ ಎಂದು ನಂಬಲಾಗಿರಲೇ ಇಲ್ಲ. ಕದ್ದು ಸಿಗರೇಟು ಸೇದಲು ನಿಂತಿದ್ದ ನಾನೂ, ಧೈರ್ಯವಾಗಿ ಸಿಗರೇಟು ಸೇದಲು ನಿಂತಿದ್ದ ಅವರೂ ಒಂದೇ ಪೆಟ್ಟಿಗೆ ಅಂಗಡಿಯ ಮುಂದೆ ಚಿಲ್ಲರೆಗಾಗಿ ಕಾಯುತ್ತಾ ಒಬ್ಬರನ್ನೊಬ್ಬರು ಮೆಚ್ಚಿಕೊಂಡು ಒಂದೇ ಮೈಸೂರಿನಲ್ಲಿ ಬದುಕುತ್ತಿದ್ದೆವು.

ಈಗ ನೋಡಿದರೆ ಮಹಾದೇವ, 'ವಾಕ್ ಬರುವುದಿಲ್ಲ. ನೀನೇ ಮನಸ್ಸಿನಲ್ಲಿ ನನ್ನನ್ನು ಊಹಿಸಿಕೊಂಡು ಕೆರೆಯ ಸುತ್ತ ಒಂದು ಸುತ್ತು ನಡೆದು ಬಂದು ಬರೆ. ನಿನಗೆ ನನ್ನ ಆಶೀರ್ವಾದವಿದೆ' ಎಂದು ಹರಸಿ ಬೆಳಬೆಳಗೆಯೇ ನನ್ನನು ಒಂಟಿಯನ್ನಾಗಿಸಿ ಕೆರೆಗೆ ಸುತ್ತು ಹಾಕಿಸುತ್ತಿದ್ದರು.

ಬೇರೆಯ ದಿನವಾದರೆ ಹಕ್ಕಿ ಪಕ್ಷಿಗಳನ್ನೂ, ನಾಜಿ ಯಾತನಾ ಶಿಬಿರಗಳಲ್ಲಿ ನಡೆಯುತ್ತಲೇ ಇರುವ ನಿರಾಶ್ರಿತರ ಹಾಗೆ ಮುಖಮಾಡಿಕೊಂಡು ಬೆಳಗೆಯೇ ನಡೆಯುವ ಸುಂದರ ಸುಂದರಿಯರನ್ನೂ, ಗೃಹಸ್ಥರನ್ನೂ, ವಾಣಿಜ್ಯೋದ್ಯಮಿಗಳನ್ನೂ, ಮಾಜಿ ರಾಜಕಾರಣಿಗಳನ್ನೂ, ಕೆರೆಯ ಹುಲ್ಲು ಕದ್ದು ಸಾಗಿಸಲು ಬಂದವರನ್ನೂ, ಕೆರೆಯ ನೀರಿನಿಂದ ಆಕಾಶಕ್ಕೆ ಹಾರುವ ಮೀನುಗಳನ್ನೂ, ತುಂಬು ಸಂಸಾರ ತೂಗಿಸಲು ಮರದ ಕೊಂಬೆಗಳಲ್ಲಿ ಹರಸಾಹಸ ಮಾಡುತ್ತಿರುವ ಗಂಡು ಹೆಜ್ಜಾರ್ಲೆಗಳನ್ನೂ ನೋಡುತ್ತಾ ಬಿರುಸಾಗಿ ನಡೆಯುವ ನಾನು ಈ ದಿನ ಮನಸ್ಸಿನ ಒಳಗೆ ಮಹಾದೇವ ಇರುವುದರಿಂದ ಬೇರೆ ಏನೂ ಯೋಚಿಸದೆ ಗಂಭೀರವಾಗಿ ನಡೆಯುತ್ತಿದ್ದೆ. ಮನಸಿನಲ್ಲೇ ಮಹಾದೇವನಿಗೆ ಪ್ರಶ್ನೆಗಳನ್ನು ಕೇಳುತ್ತಿದ್ದೆ. ಅವರು ಸಲೀಸಾಗಿ ಉತ್ತರಿಸುತ್ತಿದ್ದರು.

ಕೆರೆಯ ದಡದಲ್ಲಿ ನಡೆದ ನಮ್ಮ ಪ್ರಶ್ನೋತ್ತರಗಳು ನಮ್ಮ ಪಾಲಿಗೆ ಬಹಳ ನಿಜವಾಗಿದ್ದರೂ ಅದು ನಿಜವಾಗಿ ನಡೆದಿಲ್ಲದಿರುವುದರಿಂದ ಅದನ್ನೆಲ್ಲಾ ಇಲ್ಲಿ ಲಿಖಿತ ರೂಪಕ್ಕೆ ಇಳಿಸಲಾಗುವುದಿಲ್ಲ. ಆದರೆ ಒಂದಂತೂ ನಿಜ. ನಾನೇ ಒಬ್ಬ ಮಹಾಜಾಣ ಎಂದು ನಾನು ತಿಳಿದುಕೊಂಡಿದ್ದರೆ ಮಹಾದೇವ ನನಗಿಂತ ಜಾಣರಾಗಿದ್ದರು. ನಾನು ಕೆರೆಯ ಸುತ್ತ ಅವರನ್ನು ಮನಸಿನಲ್ಲೇ ನಡೆಸಿಕೊಂಡು ಬೆವರಿಕೊಂಡು ಏನು ಬರೆಯುವುದೆಂದು ಚಿಂತಿತನಾಗಿದ್ದರೆ ಅವರು ಮನೆಯಲ್ಲಿ ಮಲಗಿಯೇ ನನ್ನನ್ನು ಕೆರೆಯ ಸುತ್ತ ನಡೆಸಿ ನಾನಾ ಕೋನಗಳಿಂದ ಬಹಳಷ್ಟು ಸಂಗತಿಗಳನ್ನು ಸಂಗ್ರಹಿಸಿಬಿಟ್ಟಿದ್ದರು. ಇವರು ಮೈಸೂರು ಪ್ರಾಂತ್ಯದ ಜನರಿಂದ ಧರೆಗೆ ದೊಡ್ಡವರು ಎಂದು ಕರೆಸಿಕೊಳ್ಳುತ್ತಿರುವುದು ಸುಮ್ಮನೇ ಅಲ್ಲ ಎಂಬ ಅರಿವನ್ನು ಹೊಂದಿ ನಾನು ನಡೆಯುತ್ತಲೇ ಇದ್ದೆ.

ಚಿತ್ರ : ಗುಜ್ಜಾರ್

ತೇಜಸ್ವಿ ನನ್ನ ಮೊಬೈಲ್ ನಂಬರ್ ಮರೆಯದಿರಲಿ ದೇವರೇ....

ಮೂಡಿಗೆರೆಯ ಕ್ಯಾಂಟೀನ್ ಸಾಬರ ಹೋಟಲ್ಲಿನಿಂದ ಪಾರ್ಸಲ್ ತಂದ ಬಿರಿಯಾನಿ ತಿಂದು ಮುಗಿಸಿ ಕೈತೊಳೆದು ಮುಖ ನೋಡಿ ಕನ್ನಡಿಯಲ್ಲಿ ಯಾವುದೋ ಅಜ್ಞಾತ ಹಲ್ಲಿಯನ್ನು ಕಂಡ ತೇಜಸ್ವಿ ಅದರ ಜಾಡನ್ನು ಹಿಡಿದು ಈ ದೇಹವನ್ನು ಇಲ್ಲೇ ಬಿಟ್ಟು ಹೊರಟು ಹೋಗಿದ್ದಾರೆ. ಬಹುಶಃ ಮರಳಿಬರುವುದಿಲ್ಲ. ಅವರ ಮಾಯಾಲೋಕದ ಮುಂದಿನ ಅಷ್ಟೂ ಭಾಗಗಳು ಬಹುಶಃ ಅಲ್ಲೇ ಪ್ರಕಟಗೊಂಡು ಮರು ಮುದ್ರಣಗೊಂಡು ಅಲ್ಲೇ ಶಾಲೆಗೆ ಹೋಗುವ ಹುಡುಗರಿಗೆ ಪಾಠ ಪುಸ್ತಕಗಳಾಗಿ ಅಲ್ಲಿನ ವಿಮರ್ಶಕರ ಕಠಿಣ ಹಲ್ಲುಗಳ ನಡುವೆ ಮೀನಿನ ಮುಳ್ಳುಗಳ ಹಾಗೆ ಸಿಲುಕಿಕೊಂಡು ಅದನ್ನು ಅವರು ತೆಗೆಯಲೂ ಆಗದೆ ಜಗಿಯಲೂ ಆಗದೆ ಯಾವ ಪರಿಭಾಷೆಗಳಿಂದ ಅದನ್ನು ನಿರ್ವಹಿಸುವುದು ಎಂಬ ಅರಿವಾಗದೆ ಅವರೆಲ್ಲರೂ ಅಲ್ಲಿ ಒಂದು ದೊಡ್ಡ ಹಾಹಾಕಾರದಲ್ಲಿ ಸಿಲುಕಿಕೊಂಡು ಬಿಡಲಿದ್ದಾರೆ.

ತೇಜಸ್ವಿಯವರು ಹೋಗುವ ಎರಡು ದಿನ ಮೊದಲು ಮಂಗಳವಾರ ಬೆಳಿಗ್ಗೆ ನನ್ನ ಪೋನ್ ನಂಬರ್ ತೆಗೆದುಕೊಂಡು ನಿನ್ನ ಜೊತೆ ಏನೋ ಮಾತಾಡಬೇಕು ಎಂದು ಮೆಲು ದನಿಯಲ್ಲಿ ಹೇಳಿದ್ದರು. ನಾನು 'ಆಯ್ತು' ಎಂದು ಹೇಳಿ ತೇಜಸ್ವಿಯವರ ಮಡದಿ ಆರ್. ರಾಜೇಶ್ವರಿಯವರ ಜೊತೆ ರೇಡಿಯೋ ಸಂಭಾಷಣೆಯಲ್ಲಿ ತೊಡಗಿದ್ದೆ. ವಿಷಯ : ನಮ್ಮ ಯಜಮಾನರ ಕೈ ಅಡುಗೆಯ ಬಾಯಿ ರುಚಿ. ರಾಜೇಶ್ವರಿಯವರು ದೂರವಾಣಿಯಲ್ಲಿ ಮೂಡಿಗೆರೆ ಹ್ಯಾಂಡ್‌ಪೋಸ್ಟ್‌ನಿಂದ ತೇಜಸ್ವಿಯವರ ಬಿರಿಯಾನಿ ಮಾಡುವ ತಪಸ್ಸನ್ನು ಬಹಳ ಹೆಮ್ಮೆಯಿಂದ ಕೊಂಚ ಸಂಕೋಚದಿಂದ ಹಾಗೂ

ಸಾಕಷ್ಟು ನಾಚಿಕೊಂಡು ಮಾತನಾಡುತ್ತಿದ್ದರು. ಅದು ಹೇಗೆ ತೇಜಸ್ವಿಯವರು ತಾವೇ ಮೂಡಿಗೆರೆ ಪೇಟೆಗೆ ಹೋಗಿ ಮಟನ್ ಕೊಂಡುಕೊಂಡು ಬಂದು ತೊಳೆದು ಕತ್ತರಿಸಿ ಮೇರಿನೇಟ್ ಮಾಡಿಟ್ಟುಕೊಂಡು ಅಡುಗೆ ಮನೆಯ ಬಾಗಿಲು ಓರೆ ಮಾಡಿಕೊಂಡು ಸ್ವರ್ಗ ಸದೃಶ ಬಿರಿಯಾನಿ ತಯಾರುಮಾಡುತ್ತಾರೆ ಎಂಬುದನ್ನು ವಿವರಿಸುತ್ತಿದ್ದರು. ಬಿರಿಯಾನಿ ಮಾಡುವ ಮೊದಲು ಅವರು ಹೇಗೆ ಅದಕ್ಕೆ ಬೇಕಾದ ಎಲ್ಲ ಪರಿಕರಗಳನ್ನೂ ಯಂತ್ರೋಪಕರಣಗಳನ್ನೂ ತತ್ವಜ್ಞಾನಿಯಂತೆ ಪರಿಶೀಲಿಸಿ ಮಿಕ್ಸಿಯ ಮಾಮೂಲು ಸದ್ದಿನಲ್ಲಿ ಏನಾದರೂ ಅಸಹಜತೆ ಕಂಡುಬಂದರೆ ಅದನ್ನು ಬಿಚ್ಚಿ ಸರಿಮಾಡಿಕೊಂಡು ಯಾರನ್ನೂ ಹತ್ತಿರ ಸೇರಿಸಿಕೊಳ್ಳದೆ ಬಿರಿಯಾನಿ ಯಾಗದಲ್ಲಿ ಮಗ್ನರಾಗುತ್ತಿದ್ದರು ಎಂದು ವಿವರಿಸುತ್ತಿದ್ದರು. ಅದಕ್ಕೆ ಬೇಕಾಗುವ ಬೆಳ್ಳುಳ್ಳಿ, ಅದಕ್ಕೆ ಬೇಕಾಗುವ ಶುಂಠಿ, ಅದಕ್ಕೆ ಬೇಕಾಗುವ ಗರಂ ಮಸಾಲ ಮತ್ತು ಎಲ್ಲಕ್ಕಿಂತ ಮುಖ್ಯವಾಗಿ ಅದಕ್ಕೆ ಬೇಕಾಗುವ ಕಾದಂಬರಿಕಾರನ ಮನಸ್ಸು ಇವೆಲ್ಲವನ್ನೂ ಅವರು ಹೇಗೆ ಹೊಂದಿಸಿಕೊಳ್ಳುತ್ತಿದ್ದರು ಮತ್ತು ಅವುಗಳು ಇಲ್ಲವಾದಾಗ ಹೇಗೆ ಸಿಡಿಮಿಡಿಗೊಳ್ಳುತ್ತಿದ್ದರು ಎಂಬುದನ್ನು ರಾಜೇಶ್ವರಿಯವರು ದೂರವಾಣಿಯಲ್ಲಿ ಮಲೆಗಳಲ್ಲಿ ಮದುಮಗಳ ಹಾಗೆ ವಿವರಿಸುತ್ತಿದ್ದರು. ಮೈಸೂರು ಆಕಾಶವಾಣಿಯ ಕೇಳುಗರು ಕನ್ನಡನಾಡಿನ ಮೇರುಸದೃಶ ಲೇಖಕನ ಅಡುಗೆಯ ಕೈಚಳಕವನ್ನು ತದೇಕಚಿತ್ತರಾಗಿ ಆಲಿಸುತ್ತಿದ್ದರು. ಬಹುಶಃ ತೇಜಸ್ವಿಯವರು ಹೆಂಡತಿಯ ಮಾತುಗಳನ್ನು ಹಿಂದಿನಿಂದ ಕೇಳಿಸಿಕೊಂಡು ನಗುತಿದ್ದರು.

'ಏನು ಮೇಡಂ ತೇಜಸ್ವಿಯವರು ಬಿರಿಯಾನಿ ಕರಿಯನಿಗಿಂತಲೂ ಮಿಗಿಲಾದ ಬಿರಿಯಾನಿ ಮಾಡುತ್ತಾರಾ?' ಎಂದು ಕೇಳಿದ್ದೆ. 'ಏನು ಮೇಡಂ ತೇಜಸ್ವಿಯವರ ಬಿರಿಯಾನಿಯಿಂದಾಗಿಯೇ ನೀವು ಅವರ ಪ್ರೇಮದಲ್ಲಿ ಸಿಲುಕಿಕೊಂಡಿರಾ' ಎಂದು ಚೇಷ್ಟೆ ಮಾಡಿದ್ದೆ. 'ಏನು ಮೇಡಂ ತೇಜಸ್ವಿಯವರು ಅಡುಗೆ ಮುಗಿಸಿದ ಮೇಲೆ ಅಡುಗೆ ಮನೆ ರಣರಂಗವಾಗಿ ಹೋಗುವುದಾ' ಎಂದೂ ಕೇಳಿದ್ದೆ. ಎಲ್ಲದಕ್ಕೂ ರಾಜೇಶ್ವರಿಯವರು ಎದೆ ತುಂಬಿ ವಿಶಾಲವಾಗಿ ನಗುತ್ತಾ ವಿವರಿಸುತ್ತಿದ್ದರು. ರೇಡಿಯೋದಲ್ಲಿ ನಮ್ಮ ಮಾತು ಮುಗಿದ ಮೇಲೆ ತೇಜಸ್ವಿಯವರು ಫೋನ್ ತೆಗೆದುಕೊಂಡು ಆಮೇಲೆ ಮಾತಾಡುತ್ತೇನೆ ಅಂದಿದ್ದರು. ಅವರು ಹಾಗೆ ಅಂದದ್ದು ನನಗೆ ಆಕಾಶ ನೋಡಿದಷ್ಟು ಖುಷಿಯಾಗಿ ಸ್ಟುಡಿಯೋದೊಳಗೇ ಹೆಮ್ಮೆಯಿಂದ ಬೀಗಿದ್ದೆ.

ಈಗ ನೋಡಿದರೆ ನನ್ನ ಮನಸ್ಸನ್ನು ಕುರುಕ್ಷೇತ್ರದ ಕೊನೆಯ ದಿನದ ನಂತರದ ಬೆಳಗಿನ ರಣರಂಗವನ್ನಾಗಿ ಮಾಡಿ ಅವರು ಅಂತರ್ಜಾಲದ ಯಾವುದೋ ತಂತ್ರಾಂಶವನ್ನು ಹುಡುಕಿಕೊಂಡು ಕೈತೊಳೆದು ಮುಖನೋಡಿ ಕನ್ನಡಿಯೊಳಗೆ ಹೊರಟು ಹೋಗಿದ್ದಾರೆ. ಬಹುಶಃ ತೇಜಸ್ವಿಯಂತಹ ದೈತ್ಯನನ್ನು ಸಾಕುವುದು ಕನ್ನಡ ಸಾರಸ್ವತ ಲೋಕಕ್ಕೆ ಆಗುತ್ತಿಲ್ಲ. ಕೃಷ್ಣೇಗೌಡನ ಆನೆಯನ್ನೇ ಸರಿಯಾಗಿ ಅರ್ಥಮಾಡಿಕೊಳ್ಳಲಾಗದೆ, ಬಹಳಷ್ಟು ಅನರ್ಥಮಾಡಿಕೊಂಡ ಹುಲು ಓದುಗರಾದ ನಾವು, ತೇಜಸ್ವಿಯಂತಹ ಅಲೌಕಿಕ ಹಕ್ಕಿಯನ್ನು ಏನೇನೆಂದೆಲ್ಲಾ ಕರೆದು ಅನರ್ಥಮಾಡಿಕೊಂಡಿರಬಹುದು. ಅದಕ್ಕಾಗಿ ಅವರು ಯಾರದ್ದೇನೂ ಹರಿಯಕ್ಕಿಲ್ಲ ಯಾರದೇನೂ ಮುರಿಯಕ್ಕಿಲ್ಲ ಎಂದು ಕ್ಯಾರೇ ಮಾಡದೇ ಹೊರಟು ಹೋಗಿದ್ದಾರೆ.

ನಾನೂ ಸುಮಾರು ೨೫ ವರ್ಷಗಳ ಹಿಂದೆ ಬೇರೆಯದೇ ಒಬ್ಬರನ್ನು ತೇಜಸ್ವಿ ಎಂದು ಅನರ್ಥ ಮಾಡಿಕೊಂಡು ಅದರಿಂದಾದ ಅನಾಹುತದಿಂದಾಗಿ ಕನ್ನಡದ ಬರಹಗಾರರನಾಗಿ ಬಿಟ್ಟಿದ್ದೇನೆ. ಆ ದುರಂತದ ಪರಿಣಾಮವನ್ನು ಈಗಲೂ ತುಂಬ ಮಂದಿ ಅನುಭವಿಸುತ್ತಿದ್ದಾರೆ.

ಅದು ಬಹುಶಃ ೧೯೮೨ ರಲ್ಲಿ ಇರಬೇಕು. ಆಗ ನಾವೆಲ್ಲರೂ ಕೊಡಗಿನ ಸಂಪಾಜೆ ಶಾಲೆಯಲ್ಲಿ ಓದುತ್ತಿದ್ದೆವು. ಆಗ ಮಡಿಕೇರಿಯಲ್ಲಿ ಕನ್ನಡ ಸಾಹಿತ್ಯ ಸಮ್ಮೇಳನ ನಡೆಯಿತು. ಶಂ. ಬಾ. ಜೋಷಿ ಅಧ್ಯಕ್ಷರಾಗಿದ್ದರು. ಅದಕ್ಕೆ ಪರ್ಯಾಯವಾಗಿ ಬಂಡಾಯ ಸಾಹಿತ್ಯ ಸಮ್ಮೇಳನವೂ ನಡೆದಿತ್ತು. ಆದರೆ ಅಲ್ಲಿ ಊಟದ ಟಿಕೆಟ್ ಇಲ್ಲದಿರುವುದರಿಂದ ನಾವು ಊಟದ ಟಿಕೆಟ್ಟು ಹುಡುಕಿಕೊಂಡು ಭಾಷಣಗಳ ನಡುವೆ ದಾರಿಮಾಡಿಕೊಂಡು ಕ.ಸಾ.ಪ.ಸಭಾಂಗಣದೊಳಕ್ಕೆ ತಿರುಗಾಡಿಕೊಂಡಿದ್ದೆವು. ಯಾರೋ ಒಬ್ಬರು ವಯಸ್ಸಾದ ಸಾಹಿತಿಗಳೊಬ್ಬರು ಊಟದ ಟಿಕೆಟು ಕೊಡಿಸುತ್ತೇವೆಂದು ನಮ್ಮನ್ನು ಅವರ ಕೋಣೆಗೆ ಕರೆದುಕೊಂಡು ಹೋಗಿ ನಮ್ಮೊಡನೆ ವಿಚಿತ್ರವಾಗಿ ವರ್ತಿಸಿದ್ದರು. ಅವರು ನೋಡಲು ಆಕರ್ಷಕವಾಗಿಯೂ ಇರಲಿಲ್ಲ. ನಾವು ಹೆದರಿಕೊಂಡು ಅಲ್ಲಿಂದ ಪರಾರಿಯಾಗಿ ಕೆಂಪು ಬಸ್ಸೊಂದನ್ನು ಹತ್ತಿ ಮಡಿಕೇರಿಯಿಂದ ಬಸ್ಸಿನಲ್ಲಿ ನೇತಾಡುತ್ತಾ ಸಂಪಾಜೆ ಘಾಟಿಯನ್ನು ಇಳಿಯುತ್ತಿದ್ದೆವು. ಸಾಹಿತ್ಯ ಸಮ್ಮೇಳನದಲ್ಲಿ ತೇಜಸ್ವಿಯವರು ಇರುತ್ತಾರಾ ಎಂದು ಹುಡುಕಿ ನಾನು ನಿರಾಶೆಗೊಂಡಿದ್ದೆ. ತೇಜಸ್ವಿಯವರ ನಿಗೂಢ ಮನುಷ್ಯರು ಕಾದಂಬರಿಯನ್ನು ಓದಿ ನಾನು ಆಗಲೇ ಸಾಕಷ್ಟು ಹೆದರಿಕೆಗಳನ್ನೂ ಅನುಭವಿಸಿದ್ದೆ.

ಸಾಹಿತ್ಯ ಸಮ್ಮೇಳನದಲ್ಲಿ ತೇಜಸ್ವಿಯವರನ್ನು ಕಾಣದ ನನಗೆ ಬಸ್ಸಿನ ಮುಂದಿನ ಸೀಟಿನಲ್ಲಿ ಅಕಸ್ಮಾತ್ತಾಗಿ ತೇಜಸ್ವಿಯವರು ಮರೀಚಿಕೆಯಂತೆ ಕಾಣಿಸಿಕೊಂಡಿದ್ದರು. ಅವರು ಡ್ರೈವರನ ಹಿಂದೆ, ಮುಂದಿನ ಸೀಟಿನ ಮೂಲೆಯಲ್ಲಿ ಕಾಲಮೇಲೆ ಕಾಲು ಹಾಕಿಕೊಂಡು ಯಾವುದೋ ದಪ್ಪದ ಪುಸ್ತಕವನ್ನು ಓದುತ್ತಿದ್ದರು. ನೋಡಲು ಅವರು ತೇಜಸ್ವಿಯವರ ಹಾಗೇ ಕಾಣಿಸುತ್ತಿದ್ದರು. ಹೆದರಿಕೊಂಡೇ 'ಸರ್ ನೀವು ತೇಜಸ್ವಿಯವರಾ' ಎಂದು ಕೇಳಿದ್ದೆ. 'ಇಲ್ಲ ಏನು ಬೇಕಾಗಿತ್ತು' ಎಂದು ಕೊಂಚ ಸರಿದು ಕೂರಲು ಜಾಗಕೊಟ್ಟಿದ್ದರು. 'ನೀವು ತೇಜಸ್ವಿ ಅಲ್ಲವಾ' ಎಂದು ಮುಖವನ್ನು ನಿರಾಶೆ ಮಾಡಿಕೊಂಡಿದ್ದೆ 'ಅಲ್ಲ ಮಗೂ, ಆದರೂ ನಿನಗೆ ಏನು ಬೇಕಾಗಿತ್ತು' ಎಂದು ಕೇಳಿದ್ದರು. 'ಏನೂ ಇಲ್ಲ ನಾನು ಕನ್ನಡದಲ್ಲಿ ಕವಿತೆ ಬರೀತಾ ಇದೀನಿ. ಮುಂದೆ ಏನು ಮಾಡಬೇಕು ಗೊತ್ತಾಗ್ತಾ ಇಲ್ಲ' ಎಂದೆಲ್ಲಾ ತೊದಲಿದ್ದೆ.

ಆ ಮಹಾನುಭಾವರು ನಮ್ಮ ಬಸ್ಸು ಸಂಪಾಜೆ ಗೇಟು ತಲುಪುವವರೆಗೆ ಸಾಹಿತ್ಯದ ಅನಂತ ಸಾಧ್ಯತೆಗಳನ್ನು ವಿವರಿಸಿದ್ದರು. ಕನ್ನಡದಲ್ಲಿ ಕವಿತೆ ಬರೆಯಲು ಏನೆಲ್ಲಾ ಮಾಡಬೇಕೆಂದೂ ವಯಸ್ಸಾದ ತಂದೆ ತಾಯಿಯರನ್ನೂ ತಮ್ಮ ತಂಗಿಯಂದಿರನ್ನು ಸಾಕಬೇಕಾದರೆ ಏನೆಲ್ಲಾ ಮಾಡಬೇಕೆಂದೂ, ಎರಡೂ ಬೇಕಾದರೆ ಮೈಸೂರಿನ ಮಹಾರಾಜಾ ಕಾಲೇಜಿನಲ್ಲಿ ಓದಬೇಕೆಂದೂ ಬೆನ್ನುತಟ್ಟಿ ಬಸ್ಸು ಇಳಿಸಿದ್ದರು. 'ನಾನು ತೇಜಸ್ವಿ ಅಲ್ಲ ಅದಕ್ಕಾಗಿ ಸಾರಿ' ಎಂದಿದ್ದರು.

ಆ ಮಹಾನುಭಾವರ ಹೆಸರು ಪ್ರೊಫೆಸರ್ ಪಂಡಿತಾರಾಧ್ಯ ಎಂದು. ಅವರು ಈಗ ಮೈಸೂರಿನಲ್ಲಿದ್ದಾರೆ. ಅವರನ್ನು ಕಂಡಾಗಲೆಲ್ಲ ನಾನು ಮನಸ್ಸಿನಲ್ಲೇ ತೇಜಸ್ವಿಯವರನ್ನೂ ನೆನೆಯುತ್ತೇನೆ. ತೇಜಸ್ವಿಯವರ ದೆಸೆಯಿಂದಾಗಿ ನನ್ನ ಬದುಕಿನಲ್ಲಿ ಏನೇನೆಲ್ಲಾ ಆಯಿತು ಎಂದು ಕೊಳ್ಳುತ್ತೇನೆ. ನನ್ನ ಬಾಪಾನಂತೆಯೇ ಕಾಫಿ ತೋಟದ ರೈಟರಾಗಬೇಕಾಗಿದ್ದ ನಾನು ತೇಜಸ್ವಿಯವರ ದೆಸೆಯಿಂದಾಗಿ ಕನ್ನಡದ ರೈಟರಾಗಿ ಅಸಹಾಯಕತೆಯಿಂದ ಜೋಲು ಮುಖ ಹಾಕಿಕೊಂಡು ನಡೆಯುತ್ತಿರುವುದನ್ನು ನೆನೆದು ಒಂಥರಾ ಆನಂದವಾಗುತ್ತಿದೆ.

ಕೆಲವು ತಿಂಗಳುಗಳ ಹಿಂದೆ ಬೆಂಗಳೂರಿನಲ್ಲಿ ತೇಜಸ್ವಿಯವರ ಸಾಹಿತ್ಯದ ಕುರಿತು ವಿಚಾರ ಸಂಕಿರಣವೊಂದು ನಡೆಯುತ್ತಿತ್ತು. ಪ್ರಾಂಜಲರಾದ ವಿದ್ವಾಂಸರುಗಳೂ ವಿಮರ್ಶಕರುಗಳೂ ಅಲ್ಲಿದ್ದರು. ನಾನೂ ಮಾತಾಡಬೇಕಿತ್ತು ತೇಜಸ್ವಿಯವರ ಮಾಯಾಲೋಕದ ಕುರಿತು ಕೆಲವು ಮೂಲಭೂತ ತಕರಾರುಗಳನ್ನು ನಾನು ಎತ್ತಬೇಕಿತ್ತು. ಹಾಗೇ ನೋಡಿದರೆ ಮಾಯಾಲೋಕದ ಕುರಿತು ಯಾವುದೇ ಮೂಲವಾಗಲೀ ಆದ ಭೂತವಾಗಲೀ ಆದ ತಕರಾರುಗಳು ನನಗಿರಲಿಲ್ಲ. ಮನಸ್ಸಿನ ತುಂಬ, ಬಜ್ಜಿ ಮಾಡಿ ಮಾರುವ ಬಜ್ಜಿ ಪಾತಿಮಾ ತುಂಬಿಕೊಂಡಿದ್ದಳು. ತೇಜಸ್ವಿ ಅಂತ ನಾನು ಪಂಡಿತಾರಾಧ್ಯರನ್ನು ತಪ್ಪು ತಿಳಿಕೊಂಡ ದೆಸೆಯಿಂದಾಗಿ ಕಾಫಿತೋಟದ ರೈಟರಾಗಬೇಕಾಗಿದ್ದ ನಾನು ಕನ್ನಡದ ರೈಟರಾದ ಕುಚೇಷ್ಟೆಯನ್ನು ಯೋಚಿಸಿ ನಗುಬರುತ್ತಿತ್ತು. ತೋಟದ ಸಾಹುಕಾರರೇನಾದರು ಸಿಟ್ಟುಮಾಡಿಕೊಂಡು ನನ್ನನ್ನು ಹೊರಹಾಕಿದ್ದರೆ ನಾನೂ ಸುಂಟಿಕೊಪ್ಪ ಸಂತೆಯಲ್ಲಿ ಬಜ್ಜಿ ಮಾರಿಕೊಂಡಿರುತ್ತಿದ್ದೆ ಎಂದು ಖುಷಿಯಾಗುತ್ತಿತ್ತು.

'ಅಲ್ಲ ಮಹಾರಾಯರೇ, ತೇಜಸ್ವಿಯವರ ಮೂಲ ದ್ರವ್ಯವೇ ಒಂದು ಪಕ್ಷಿ ಇನ್ನೊಂದು ಪಕ್ಷಿಯನ್ನು ಅನರ್ಥ ಮಾಡಿಕೊಳ್ಳುವುದರಿಂದ ಆಗುವ ಅನಾಹುತಗಳ ಕುರಿತು ಇದೆ. ಬಿರಿಯಾನಿ ಕರಿಯನನ್ನು ಹಾವುಗೊಲ್ಲರ ನಾಗನೂ ಕರ್ವಾಲೋ ಸಾಹೇಬರನ್ನು ಊರವರೂ, ಭಿಕ್ಷುಕನನ್ನು ಹುಚ್ಚನೂ, ಓತಿಯನ್ನು ಕಿವಿ ಎಂಬ ನಾಯಿಯೂ, ಪ್ಯಾರನನ್ನು ಲೇಖಕರೂ – ಹೀಗೆ ಪ್ರತಿಯೊಬ್ಬರನ್ನೂ ಇನ್ನೊಬ್ಬರು ಅನರ್ಥಮಾಡಿಕೊಂಡು ಆಗುವ ಅನಾಹುತಗಳನ್ನು ತೇಜಸ್ವಿಯವರು ನಮಗೆ ಹೇಳಿದ್ದಾರೆ. ನಾವಾದರೋ ಅವರನ್ನು ಎಲ್ಲರೂ ಸೇರಿ ಅನಾಮತ್ತಾಗಿ ಅನರ್ಥಮಾಡಿಕೊಂಡು ರಾದ್ಧಾಂತ ಮಾಡುತ್ತಿದ್ದೇವೆ' ಎಂದು ಮಾತುಮುಗಿಸಿದ್ದೆ.

ಈಗ ನೋಡಿದರೆ ತೇಜಸ್ವಿಯವರು ನನ್ನ ಮೊಬೈಲ್ ನಂಬರು ಕೇಳಿ ಪಡೆದು ಏನನ್ನೂ ಹೇಳದೆ ಹೊರಟು ಹೋಗಿದ್ದಾರೆ. ಹೀಗೆಲ್ಲಾ ಬರೆದದ್ದಕ್ಕೆ ನನ್ನನ್ನು ಅವರು ಫೋನಿನಲ್ಲಿ ತರಾಟೆಗೆ ತೆಗೆದುಕೊಳ್ಳಲಿ ಎಂದು ಕಾಯುತ್ತಿದ್ದೇನೆ. ನನ್ನ ದೂರವಾಣಿ ಸಂಖ್ಯೆ ಅವರಿಗೆ ಮರೆತು ಹೋಗದಿರಲಿ ದೇವರೇ, ದೇವರಾದರೂ ಅದನ್ನು ಸರಿಯಾಗಿ ಅರ್ಥಮಾಡಿಕೊಂಡರೆ ಸಾಕು ದೇವರೇ ಎಂದು ಪ್ರಾರ್ಥಿಸುತ್ತಿದ್ದೇನೆ.

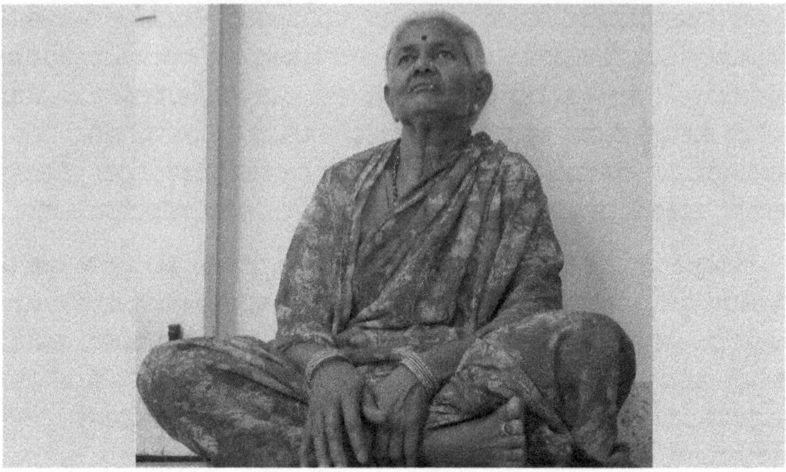

ಸಿದ್ಧಮ್ಮನ ಇನ್ಫೋಸಿಸ್ ಕನಸು

ಮಧ್ಯಾಹ್ನದ ಹೊತ್ತು ನಿದ್ದೆ ಮಾಡುವ ನನ್ನ ಮಗನನ್ನು ನೋಡಿಕೊಳ್ಳಲು ಸಿದ್ಧಮ್ಮ ಎಂಬ ಗಾಣಿಗರ ಅಜ್ಜಿ ಬರುತ್ತಾಳೆ. ಈ ಅಜ್ಜಿಯ ಬೆನ್ನು ಸ್ವಲ್ಪ ಬಾಗಿದೆ. ಸೊಂಟ ಯಾವಾಗಲೂ ಹಿಡಿದುಕೊಂಡಿರುತ್ತದೆ. ಕೀಟಲೆಯಲ್ಲಿ ನನಗಿಂತಲೂ ಒಂದು ಕೈ ಮೇಲೆಯೇ ಇರುವ ನನ್ನ ಮಗ ಒಂದು ಕಣ್ಣು ತೆರೆದುಕೊಂಡು ಇನ್ನೊಂದು ಕಣ್ಣನ್ನು ಮುಚ್ಚಿ ಕಣ್ಣೆದುರು ಕಾಣಿಸುವ ಎಲ್ಲ ಚರಾಚರ ವಸ್ತುಗಳ ಸ್ಪೆಲ್ಲಿಂಗನ್ನು ಹೇಳಿಕೊಂಡು ಕ್ಯಾಚ್ ಅನ್ನುವ ಹೆಸರಲ್ಲಿ 'ಸಿ' ಯಾಕೆ ಬೇಕು? 'ಯು' ಯಿಂದ ಶುರುವಾಗುವುದಾದರೆ ಕೊಡೆಯನ್ನು ಯುಂಬ್ರೆಲಾ ಎಂದು ಕರೆಯಬೇಕಾಲ್ಲವೇ ಎಂದೆಲ್ಲಾ ಗೊಂದಲ ಮಾಡಿಕೊಂಡು ನಿದ್ದೆ ಬಾರದೆ ಒದ್ದಾಡುತ್ತಿರುತ್ತಾನೆ. ಅವನನ್ನು ಹೆದರಿಸಿ ಬೆದರಿಸಿ ರಮಿಸಿ ನಿದ್ದೆ ಹೋಗಿಸಿ ಸಿದ್ಧಮ್ಮ ತಾನೂ ಸುಸ್ತಾಗಿ ತೂಕಡಿಸುತ್ತಾ ಕುಳಿತಿರುತ್ತಾಳೆ. ಮಧ್ಯಾಹ್ನದ ಹೊತ್ತು ಬೇರೆ ಏನೂ ಕೆಲಸವಿಲ್ಲದಿದ್ದರೆ ನಾನು ಆ ಅಜ್ಜಿಯನ್ನು ಮಂಪರು ಪರೀಕ್ಷೆಗೆ ಒಳಪಡಿಸಿ ಅವಳ ಸಂಕಟಗಳನ್ನು ಅವಳ ಬಾಯಿಯಿಂದ ಹೊರತರಿಸಿ ಅವಳ ಸಂಕಟಗಳಿಗೇನಾದರೂ ಪರಿಹಾರ ಒದಗಿಸಬಹುದಾ ಎಂದು ಯೋಚಿಸುತ್ತಿರುತ್ತೇನೆ. ಅಜ್ಜಿ ಮಂಪರಿನಲ್ಲಿ ಹೇಳುವ ಬಹುತೇಕ ಸಂಕಟಗಳಿಗೆ ಈ ಜಗತ್ತಿನಲ್ಲಿ ಪರಿಹಾರಗಳಿಲ್ಲ ಎಂದು ಗೊತ್ತಾಗಿ ಪೆಚ್ಚಾಗಿ ಬಿಡುತ್ತೇನೆ.

ಉದಾಹರಣೆಗೆ ಗಾಣಿಗರ ಸಿದ್ಧಮ್ಮ ಮೊನ್ನೆ ಒಂದು ದಿನ ಮಧ್ಯಾಹ್ನ ನಿದ್ದೆಯ ಮಂಪರಿನಲ್ಲಿ ಮಾತನಾಡುತ್ತಾ ನನ್ನ ಮೊಮ್ಮಗನಿಗೆ ಇನ್ಫೋಸಿಸ್‌ನಲ್ಲಿ ಒಂದು ಕೆಲಸ ಕೊಡಿಸಿ ಬಿಡಪ್ಪಾ ನಿನಗೆ ಪುಣ್ಯ ಬರುತ್ತೆ, ನಿನ್ನ ಕಾಲು ಕಟ್ಕೊಳ್ತೀನಿ ಅಂತ ಹೇಳುತ್ತಿದ್ದಳು.

ಈ ಮೊಮ್ಮಗ ಏಳನೇ ಕ್ಲಾಸಲ್ಲಿ ಫೇಲಾಗಿ ಈಗ ನಾಲ್ಕು ವರ್ಷವಾಗಿದೆ. ಈತ ಸಿದ್ದಮ್ಮನ ಮೊದಲ ಮಗಳ ಮಗ. ಮೈಸೂರಿನಿಂದ ಹೊರಗೆ ಶ್ರೀರಂಗಪಟ್ಟಣದ ಬಳಿ ಅಪ್ಪನ ಜಮೀನಿನಲ್ಲಿ ಹೊಲ ಉಳುತ್ತಾ ಉಳಿದ ಸಮಯದಲ್ಲಿ ಶಾಲೆಗೆ ಹೋಗುತ್ತಾ ಇದ್ದ. ಮೈಸೂರು, ಮಾಹಿತಿ ತಂತ್ರಜ್ಞಾನದ ಕೇಂದ್ರವಾದ ಮೇಲೆ ಜಮೀನಿನ ರೇಟು ಸಿಕ್ಕಾಪಟ್ಟೆ ಏರಿ ಅದು ಗೊತ್ತಿಲ್ಲದ ಈ ಬಾಲಕನ ಅಪ್ಪ ಒಂದಿಷ್ಟು ದುಡ್ಡಿಗೆ ಅದನ್ನು ಅಡ ಇಟ್ಟು ಈ ಜಮೀನು ಯಾರದೋ ಪಾಲಾಗಿದೆ. ಆ ಹುಡುಗ ಪೋಲಿಬಿದ್ದಿದ್ದಾನೆ. ಆದರೆ ಆತ ಒಳ್ಳೆಯ ಹುಡುಗ. ಸಿದ್ಧಮ್ಮನಿಗೆ ಅವನನ್ನು ಕಂಡರೆ ಪ್ರೀತಿ. ಇನ್ಫೋಸಿಸ್‌ನಲ್ಲಿ ತುಂಬಾ ಸಂಬಳ ಸಿಗುತ್ತದೆ ಅಂತ ಸಿದ್ಧಮ್ಮನಿಗೆ ಯಾರೋ ಹೇಳಿದ್ದಾರೆ. ಅದಕ್ಕೆ ಸಿದ್ಧಮ್ಮ ತೂಕಡಿಕೆಯ ನಡುವೆಯೇ ಕನಸುಗಳನ್ನು ಕಂಡುಕೊಂಡು ತನ್ನ ಮನದ ಆಸೆಯನ್ನು ನನ್ನೊಡನೆ ಹೇಳಿಕೊಳ್ಳುತ್ತಿದ್ದಾಳೆ. ನಾನು ಮಲಗಿರುವ ಮಗನನ್ನೂ, ತೂಕಡಿಸುತ್ತಿರುವ ಅಜ್ಜಿಯನ್ನೂ ಬಿರುಬಿಸಿಲಲ್ಲಿ ಬೆವರುತ್ತಿರುವ ಮೈಸೂರನ್ನೂ ಮತ್ತು ಇನ್ಫೋಸಿಸ್ ಎಂಬ ಮಾಯಾ ಕಂಪೆನಿಯನ್ನೂ ಯೋಚಿಸಿಕೊಂಡು ಪೆಚ್ಚಾಗುತ್ತೇನೆ.

ಸಿದ್ಧಮ್ಮ ನಿದ್ದೆಯಲ್ಲಿ ಇನ್ನೂ ಏನೇನೋ ಹೇಳುತ್ತಾ, ನನ್ನ ಬಗ್ಗೆಯೂ ಏನೇನೋ ಪ್ರಶ್ನೆಗಳನ್ನು ಕೇಳುತ್ತಾ ಕುಳಿತಲ್ಲೇ ತೂಕಡಿಸಿರುತ್ತಾಳೆ. ನಿನ್ನ ತಾಯಿಯ ಕಣ್ಣಿನ ಪೊರೆ ಆಪರೇಷನ್ ಮಾಡಿಸಿದ್ದು ಸರಿಯಾಯ್ತೇನಪ್ಪಾ, ನಿಮ್ಮ ಗಂಡಹೆಂಡತಿಯರ ಜಗಳ ಸರಿ ಆಯ್ತೇನಪ್ಪಾ ಎಂದೆಲ್ಲಾ ಕೇಳುತ್ತಿರುತ್ತಾಳೆ. ನಾನು ಉತ್ತರಿಸುತ್ತೇನೆ. ಸಿದ್ಧಮ್ಮನ ಮಂಪರಿಗೂ ನನ್ನ ಎಚ್ಚರಕ್ಕೂ ದೊಡ್ಡ ವ್ಯತ್ಯಾಸವೇನೂ ಇರುವುದಿಲ್ಲ.

ಎಚ್ಚರವಿರುವಾಗ ಸಿದ್ಧಮ್ಮ ಏನೂ ಮಾತನಾಡುವುದಿಲ್ಲ. ಕಷ್ಟಗಳನ್ನು ಹೇಳಿಕೊಳ್ಳುವುದಿಲ್ಲ. 'ಏನೂ ಆಗೋದಿಲ್ಲಾ ಬುಡಪ್ಪಾ' ಎಂದು ಎಲ್ಲ ಕೆಲಸಗಳನ್ನೂ ಮಾಡುತ್ತಿರುತ್ತಾಳೆ. ಮಗ ನಿದ್ದೆಯಿಂದ ಏಳುವವರೆಗೆ ತಾನೂ ತೂಕಡಿಸುತ್ತಾ ಕಾದಿದ್ದು ಅವನನ್ನು ಆಟವಾಡಲು ಕಳುಹಿಸಿ ಇನ್ನೊಂದು ಮನೆಗೆ ಪಾತ್ರೆತೊಳೆಯುವ ಕೆಲಸಕ್ಕೆ ಹೋಗುತ್ತಾಳೆ. ಉಳಿದ ಹೊತ್ತಿನಲ್ಲಿ ಮೈಸೂರಿನ ಕಂದಾಯ, ಆರೋಗ್ಯ ನೋಂದಣಿ, ಬ್ಯಾಂಕ್ ಇತ್ಯಾದಿ ಕಚೇರಿಗಳನ್ನು ಸುತ್ತುತ್ತಾ ತನಗೆ ಇನ್ನೂ ಬರಬೇಕಾದ ರೇಷನ್‌ಕಾರ್ಡ್, ವೃದ್ಧಾಪ್ಯ ವೇತನ, ಬ್ಯಾಂಕ್ ಸಾಲ ಇತ್ಯಾದಿಗಳಿಗೆ ಓಡಾಡುತ್ತಿರುತ್ತಾಳೆ. ಬಹುಶಃ ಈ ಜನ್ಮದಲ್ಲಿ ಆಕೆಗೆ ಇದು ಯಾವುದೂ ಸಿಗುವುದಿಲ್ಲ. ರೇಷನ್‌ಕಾರ್ಡ್‌ಗೆ ಬೇಕಾದ ವಾಸ್ತವ್ಯದ ದೃಢೀಕರಣ ಪತ್ರ ಈಕೆಯ ಬಳಿ ಇಲ್ಲ. ಈಕೆಗೆ ನಾಲ್ಕು ಗಂಡು ಮಕ್ಕಳಿರುವುದರಿಂದ ವೃದ್ಧಾಪ್ಯ ವೇತನ ಸಿಗುವುದಿಲ್ಲ. ಸಂಬಳದ ಸರ್ಟಿಫಿಕೇಟ್ ಇಲ್ಲದಿರುವುದರಿಂದ ಬ್ಯಾಂಕ್ ಸಾಲ ಸಿಗುವುದಿಲ್ಲ. ಸಿದ್ಧಮ್ಮನಿಗೆ ತನಗೆ ಎಷ್ಟು ವಯಸ್ಸು ಎಂಬುದು ನೆನಪಿಲ್ಲ. ಮದುವೆ ತನ್ನ ಹನ್ನೊಂದನೆಯ ವಯಸ್ಸಿನಲ್ಲಿ ಆಯ್ತು ಎಂಬ ನೆನಪಿದೆ. ಗಂಡ ರಂಗಸ್ವಾಮಿ ಆಗ ಹೇಗಿದ್ದರು ಎಂಬುದು ನೆನಪಿಲ್ಲ. ಗಂಡ ರಂಗಸ್ವಾಮಿ ಹಳ್ಳಿ ಹಳ್ಳಿ ತಿರುಗುತ್ತಾ ಗಂಧದ ಕಡ್ಡಿ ಮಾರುತ್ತಾ ಇದ್ದವನು ಈಗ ಕಳೆದ ಹತ್ತುವರ್ಷಗಳಿಂದ ದೇಹದ ಒಂದು ಬದಿಗೆ ಲಕ್ವಾ ಹೊಡೆಸಿಕೊಂಡು ಮಾತುಬಾರದೆ ಕಂಡ ಕಂಡದ್ದಕ್ಕೆಲ್ಲಾ ಕಣ್ಣೀರು ಹಾಕುತ್ತಾ ಕಾಲೆಳೆಯುತ್ತಾ ಮೈಸೂರಿನ ಚೆಲುವಾಂಬಾ ಉದ್ಯಾನವನದಲ್ಲಿ ಓಡಾಡುತ್ತಿರುತ್ತಾರೆ.

ಯಾರನ್ನು ನೋಡಿದರೂ ಅವರಿಗೆ ಅಳು ಬರುತ್ತದೆ. ಮಾತು ಬರುವುದಿಲ್ಲ. ಆತ ಉದ್ಯಾನವನದಲ್ಲಿ ಲತಾಮಂಟಪದಲ್ಲಿ ಕಣ್ಣೀರು ಹಾಕುತ್ತಾ ಸಿದ್ಧಮ್ಮಎಲ್ಲರ ಮನೆ ಕೆಲಸ ಮುಗಿಸಿ ಬರುವವರೆಗೆ ಕಾದಿದ್ದು ನಂತರ ಆಕೆಯನ್ನು ಹಿಂಬಾಲಿಸಿಕೊಂಡು ಒಂಟಿಕೊಪ್ಪಲಿನ ತನ್ನ ಒಂದು ರೂಮಿನ ಮನೆಯನ್ನು ಸೇರುತ್ತಾನೆ.

ಆ ಒಂದು ರೂಮಿನ ಮನೆ ಒಂದು ಕಾಲದಲ್ಲಿ ಗಂಧದ ಕಡ್ಡಿ ರಂಗಸ್ವಾಮಿಯ ದೊಡ್ಡ ಆಸ್ತಿಯ ಒಂದು ಸಣ್ಣ ಭಾಗವಾಗಿತ್ತು. ಕೋರ್ಟು, ಕಚೇರಿ, ದಾಯಾದಿ ವೈಮನಸ್ಸು, ಸಾಲ ಇತ್ಯಾದಿಗಳಿಂದ ಅದು ಕರಗಿ ರಂಗಸ್ವಾಮಿ ಮತ್ತು ಸಿದ್ಧಮ್ಮನ ದೊಡ್ಡ ಸಂಸಾರ ಈಗ ಈ ಒಂದು ಸಣ್ಣ ಕೋಣೆಯಲ್ಲಿದೆ. ಮದುವೆಯಾಗಿ ಹೋದ ನಾಲಕ್ಕು ಹೆಣ್ಣು ಮಕ್ಕಳಲ್ಲಿ ಬಹುತೇಕ ಹೆಣ್ಣುಮಕ್ಕಳು ಗಂಡಂದಿರ ಕಷ್ಟ ಸಹಿಸಲಾರದೆ ಇಲ್ಲೇ ಬಂದಿದ್ದಾರೆ. ಗಂಡು ಮಕ್ಕಳೂ ಬಹುತೇಕ ಮಂದಿ ಹೀಗೇ ಬಂದಿದ್ದಾರೆ. ಸಿದ್ಧಮ್ಮ ಮನೆ ಕೆಲಸ ಮಾಡಿದ ಹಣದಲ್ಲಿ ಇವರೆಲ್ಲಾ ಬದುಕ ಬೇಕಾಗಿದೆ. ಇದನ್ನೆಲ್ಲಾ ಯೋಚಿಸಿಕೊಂಡು ಮಾತು ಹೊರಟು ಹೋಗಿರುವ ರಂಗಸ್ವಾಮಿ ಅಳುವಿನಲ್ಲೇ ಎಲ್ಲವನ್ನು ವ್ಯಕ್ತ ಪಡಿಸುತ್ತಿರುತ್ತಾರೆ.

ಸಿದ್ಧಮ್ಮ ಹುಟ್ಟಿದ್ದು ಮಂಡ್ಯದ ಬಳಿಯ ನಾಗಮಂಗಲದಲ್ಲಿ. ಮೂರು ವರ್ಷಕ್ಕೆ ತಾಯಿ ತೀರಿ ಹೋಗುತ್ತಾರೆ. ಸಿದ್ಧಮ್ಮನ ತಾಯಿ ಸಿದ್ಧಮ್ಮನ ತಂದೆಯ ಎರಡನೇ ಹೆಂಡತಿ. ಆ ಹೆಂಡತಿ ಸಿದ್ಧಮ್ಮನ ತಾಯಿಯ ಅಕ್ಕ. ಆಕೆಗೂ ಒಬ್ಬಳು ಮಗಳು ಆ ಇಬ್ಬರು ಹೆಂಡತಿಯರೂ ಗಂಡನೂ ಕಾಲರಾ ಬಂದು ತೀರಿಹೋದ ಮೇಲೆ ಉಳಿದ ಅಕ್ಕ ಸಿದ್ಧಮ್ಮನನ್ನು ಸಾಕಿ ಶಾಲೆಗೆ ಕಳಿಸಿದ್ದಾರೆ. ಆ ಶಾಲೆಯಲ್ಲಿ ಸದಾ ತೂಕಡಿಸುವ ಒಬ್ಬ ಉಪಾಧ್ಯಾಯ. ಆತನ ತೂಕಡಿಕೆ ತಾಳಲಾರದೆ ಸಿದ್ಧಮ್ಮ ಶಾಲೆಗೆ ಹೋಗದೆ ನಾಗಮಂಗಲದ ಕೇಶವ ದೇವಸ್ಥಾನದ ಅಂಗಳದಲ್ಲಿ ಲಗೋರಿ ಆಡುತ್ತಾ ಪುರಿ ತಿನ್ನುತ್ತಾ ಸಾಬರ ಹುಡುಗರ ಜೊತೆ ಬೆಸ್ತರ ಹುಡುಗಿಯರ ಜೊತೆ ಕುಂಟಾ ಬಿಲ್ಲೆ ಆಡುತ್ತಾ ದೊಡ್ಡವಳಾಗಿದ್ದಾಳೆ. ಹನ್ನೊಂದನೆಯ ವಯಸ್ಸಿನಲ್ಲಿ ಮದುವೆಯೂ ಆಗಿದೆ. ಆಮೇಲೆ ಎಂಟು ಮಕ್ಕಳು ಆಗಿದ್ದಾರೆ. ಮನೆಕೆಲಸ ಶುರುಮಾಡಿ ೩೦ ವರ್ಷಗಳಾಗಿವೆ. ಸಿದ್ಧಮ್ಮನ ವಿಶೇಷತೆ ಏನೆಂದರೆ ಆಕೆ ಮಕ್ಕಳನ್ನು ಬಲು ಚೆನ್ನಾಗಿ ನಿದ್ದೆ ಮಾಡಿಸುತ್ತಾಳೆ. ಆಕೆ ನಿದ್ದೆ ಮಾಡಿಸಿ ಬೆಳಿಸಿದ ಹತ್ತಾರು ಮಕ್ಕಳು ಈಗ ದೊಡ್ಡವರಾಗಿ ಅದರಲ್ಲಿ ಕೆಲವರು ಮಾಹಿತಿ ತಂತ್ರಜ್ಞರೂ, ಕಲಾವಿದರೂ, ಕವಿಗಳೂ ಆಗಿದ್ದಾರೆ. ನನ್ನ ಮಗ ದೊಡ್ಡ ಸ್ಪೆಲ್ಲಿಂಗ್ ತಜ್ಞನಾಗುವ ಗುಣ ಲಕ್ಷಣಗಳನ್ನು ಈಗಲೇ ತೋರಿಸುತ್ತಿದ್ದಾನೆ. ಸಿದ್ಧಮ್ಮ ಅಷ್ಟು ದೊಡ್ಡ ಹಣೆ ಬೊಟ್ಟು ಇಟ್ಟುಕೊಂಡು ಮೂಗುತಿ ಧರಿಸಿಕೊಂಡು ನಿದ್ದೆಯಲ್ಲಿ ಕನವರಿಸುತ್ತಿದ್ದಾಳೆ. ಆಕೆ ಎಚ್ಚರಾದಾಗ ನೋಡಲಿ ಎಂಬ ಉದ್ದೇಶದಿಂದ ನಾನು ಡಾಕ್ಟರ್ ರಾಜಕುಮಾರ್ ನಟಿಸಿರುವ ಸಿನೆಮಾವೊಂದು ಬರುತ್ತಿರುವ ಟಿ.ವಿ. ಚಾನಲ್ ಆನ್ ಮಾಡಿ ಹೊರಟು ಬಂದಿದ್ದೇನೆ.

ಸಿದ್ಧಮ್ಮನಿಗೆ ಈಗ ಒಂದೇ ಒಂದು ಆಸೆ ಉಳಿದಿದೆ. ಯಾರೋ ಎರಡುರೂಪಾಯಿ ಬಡ್ಡಿದರದಲ್ಲಿ ನಲವತ್ತು ಸಾವಿರ ಸಾಲ ನೀಡುವೆ ಎಂದಿದ್ದಾರೆ. ಎರಡುರೂಪಾಯಿ

ಬಡ್ಡಿಯ ಆ ಸಾಲವನ್ನು ತೆಗೆದುಕೊಂಡು ನಾಲ್ಕು ರೂಪಾಯಿ ಬಡ್ಡಿದರದಲ್ಲಿ ತೆಗೆದುಕೊಂಡಿರುವ ಸಾಲ ತೀರಿಸಿ ಅಡ ಇಟ್ಟಿರುವ ಮನೆಯ ಇನ್ನೊಂದು ಕೋಣೆಯನ್ನು ಬಿಡಿಸಿಕೊಂಡು ಅದನ್ನು ಬಾಡಿಗೆಗೆ ಕೊಟ್ಟು ಆ ಹಣದಲ್ಲಿ ಈ ಎರಡು ರೂಪಾಯಿ ಬಡ್ಡಿದರದಲ್ಲಿ ಸಾಲವನ್ನು ತೀರಿಸಬೇಕು ಎಂಬುದು ಸಿದ್ಧಮ್ಮನ ಇತ್ತೀಚಿನ ಯೋಚನೆ. ಅದಕ್ಕಾಗಿಯೇ ಇರಬೇಕು ನಿದ್ದೆಯಲ್ಲೂ ಅವಳ ಕೈ ಬೆರಳುಗಳು ಬಡ್ಡಿದರವನ್ನು ಲೆಕ್ಕ ಹಾಕುತ್ತಾ ಇರುತ್ತವೆ.

ಮೊನ್ನೆ ಮೈಸೂರಿನ ಇನ್ಫೋಸಿಸ್ ಗೆ ಭಾರತದ ಮಾನ್ಯ ರಾಷ್ಟ್ರಪತಿ ಅಬ್ದುಲ್ ಕಲಾಂ ಬಂದಿದ್ದರು. ಅಲ್ಲಿಗೆ ನಾನೂ ಹೋಗುತ್ತಿದ್ದೇನೆ ಎಂಬುದನ್ನು ಸಿದ್ಧಮ್ಮನಿಗೆ ಯಾರೋ ಹೇಳಿದ್ದರು. 'ಅಯ್ಯೋ ರಾಷ್ಟ್ರಪತಿಗಳಿಗೆ ಹೇಳಿ ಇನ್ಫೋಸಿಸ್‌ನಲ್ಲಿ ನನ್ನ ಮೊಮ್ಮಗನಿಗೆ ಒಂದು ಕೆಲಸ ಕೊಡಿಸಿಬಿಡು ಮಗಾ ನಿನಗೆ ಪುಣ್ಯ ಬರುತ್ತದೆ' ಎಂದು ಅಜ್ಜಿ ಬೇಡಿಕೊಳ್ಳುತ್ತಿದ್ದರು.

ನಾನು ಏನು ಮಾಡುವುದು ಎಂದು ಗೊತ್ತಾಗದೆ ಸುಮ್ಮನಿದ್ದೆ. ಅದೂ ಅಲ್ಲದೆ ಇನ್ಫೋಸಿಸ್‌ಗೆ ನಾನು ಹೋಗುವುದು ನನ್ನ ಕಾರ್ಯಸೂಚಿಯಲ್ಲಿರಲಿಲ್ಲ. ನಾನು ಇನ್ನೊಂದು ಸಮಾರಂಭಕ್ಕೆ ಹೋಗಬೇಕಾಗಿತ್ತು. 'ಜಾಗತೀಕರಣದ ಸವಾಲುಗಳು ಧರ್ಮ, ಅಧ್ಯಾತ್ಮ ಹಾಗೂ ಶಿಕ್ಷಣ' ಎನ್ನುವ ರಾಷ್ಟ್ರೀಯ ವಿಚಾರ ಗೋಷ್ಠಿಯೊಂದನ್ನು ವರದಿ ಮಾಡಲು ನಾನು ಹೋಗಬೇಕಾಗಿತ್ತು. ಹಾಗಾಗಿ ಸಿದ್ಧಮ್ಮನಿಗೆ ಇದನ್ನು ಹೇಗೆ ಹೇಳವುದು ಗೊತ್ತಾಗಲಿಲ್ಲ.

ಈ ಅಂಕಣದ ಜೊತೆ ಸಿದ್ಧಮ್ಮನ ಚಿತ್ರವೊಂದು ಪ್ರಕಟವಾಗುತ್ತಿದೆ. ಗಾಣಿಗರ ಸಿದ್ಧಮ್ಮನಿಂದ ನಿದ್ದೆ ಮಾಡಿಸಿಕೊಂಡು ಬೆಳೆದು ದೊಡ್ಡವರಾದ ಮಕ್ಕಳು ಯಾರಾದರೂ ಆಕೆಯನ್ನು ನೆನಪಿಸಿಕೊಂಡರೆ ಸಹಾಯ ಮಾಡಬಹುದಾಗಿದೆ.

ಮಲ್ಲಮ್ಮ ,ಸರಸ್ವತಿ ಮತ್ತು ಈಗ ಜುಲೈಕಾ

ನೋಡಲು ಚೂಟಿಯಾಗಿದ್ದ ಆದರೆ ಓದಲು ಅಷ್ಟೇನೂ ಚುರುಕಾಗಿರದ ನಮ್ಮ ಸಂಬಂಧಿಕರ ಹುಡುಗಿಯೊಬ್ಬಳನ್ನು ಮ ನೆಯಲ್ಲಿಟ್ಟುಕೊಂಡು ಓದಿಸುತ್ತಿದ್ದೆ. ಎರಡು ವರ್ಷಗಳ ಹಿಂದೆ ಒಂದು ದಿನ ಸಂಜೆ ಎಲ್ಲಿಯೋ ತಿರುಗಾಡಲು ಹೋಗಿದ್ದ ನಾನು ತಿರುಗಿ ಬಂದಾಗ ಕತ್ತಲಾಗುತ್ತಿತ್ತು. ಆ ಹುಡುಗಿಗೆ ಗಂಡು ಹುಡುಕಿಕೊಂಡು ಬಂದ ಮಹಿಳೆಯರೊಬ್ಬರು ನನಗಾಗಿ ಕಾಯುತ್ತಾ ಕುಳಿತಿದ್ದರು. ಗಂಡು ಹುಡುಕುವುದು, ಮದುವೆ ಮಾಡಿಸುವುದು ಇತ್ಯಾದಿಗಳಲ್ಲಿ ಅಷ್ಟೇನೂ ಆಸಕ್ತಿ ಇರದ ನಾನು ಒಂದು ತರಹದ ನಿರಾಸಕ್ತಿಯಿಂದಲೇ ಆಕೆಯನ್ನು ಏನು ಮಾತಾಡಿಸುವುದು ಎಂದು ಯೋಚಿಸುತ್ತಿದ್ದೆ. ಮದುವೆಯ ವಯಸ್ಸೇನೂ ಆಗಿರದಿದ್ದ ಸಂಬಂಧಿಕರ ಹುಡುಗಿ ಬಿಸಿಲು ಚಾವಣಿಯಲ್ಲಿ ಮಕ್ಕಳೊಡನೆ ಜೂಟಾಟ ಆಡುತ್ತಾ ಕುಳಿತಿದ್ದಳು.

ಒಳಬಂದವನನ್ನು ಕಂಡು ಆ ಮಹಿಳೆ ಎದ್ದು ನಿಂತು ತನ್ನ ಹೆಸರು ಜುಲೈಕಾ ಎಂದೂ ತನ್ನ ಮಗ ಪಶ್ಚಿಮ ಆಫ್ರಿಕಾದ ಯಾವುದೋ ದೇಶವೊಂದರಲ್ಲಿ ಕಂಪ್ಯೂಟರ್ ಶಿಕ್ಷಕನಾಗಿರುವನೆಂದೂ, ಅವನು ಒಂದು ವರ್ಷದಲ್ಲಿ ಮೈಸೂರಿಗೆ ಬರುತ್ತಿರುವನೆಂದೂ, ನಮ್ಮ ಹುಡುಗಿಯ ಭಾವಚಿತ್ರವೊಂದು ಇದ್ದರೆ ಆತನಿಗೆ ಕಳುಹಿಸಿಕೊಡಬೇಕಿತ್ತೆಂದೂ, ಅದಕ್ಕಾಗಿ ಬಂದಿರುವುದಾಗಿಯೂ ಹೇಳಿದ್ದರು. ಆಕೆಯ ಮುಖ ಚಹರೆ, ನಡೆ ನುಡಿ, ಹಾವ ಭಾವ ಮತ್ತು ಆಕೆ ಆಡುತ್ತಿದ್ದ ಕನ್ನಡ ನುಡಿಯ ಶೈಲಿ ಇವುಗಳಿಗೂ ಮತ್ತು ಆಕೆಯ ಜುಲೈಕಾ ಎಂಬ ಹೆಸರಿಗೂ ಯವುದೇ ತರಹದ ತಾಳಮೇಳಗಳು ಗೋಚರಿಸುತ್ತಿರಲಿಲ್ಲ.

ನೋಡಿದರೆ ಅವರು ಯಾವುದೋ ಹಳೆಯ ಕಾಲದ ಅಭಿನೇತ್ರಿಯಂತೆ ಕಾಣಿಸುತ್ತಿದ್ದರು. ಆಮೇಲೆ ಆಕೆ ತೀರಿಹೋಗಿರುವ ತನ್ನ ಪತಿಯ ಹೆಸರನ್ನು ಹೇಳಿದರು. ಆ ಹೆಸರು ಕೇಳಿದ ಮೇಲೆ

ನನಗೆ ಅದು ಖಾತರಿಯಾಯಿತು. 'ನಿಮ್ಮ ಹಳೆಯ ಹೆಸರು ಸರಸ್ವತಿ ಎಂದಿರಬೇಕಲ್ಲವೇ?' ಅಂದೆ. 'ಹೌದು' ಎಂದು ಆಕೆ ನಾಚಿಕೊಂಡರು. 'ನಿಮ್ಮ ಮಕ್ಕಳ ತಂದೆ ಬಿ. ಶೇಖ್ ಚಾಂದ್ ತೀರಿ ಹೋಗಿದ್ದಾರೆ ಅಲ್ಲವೇ' ಅಂದೆ. 'ಹೌದು' ಎಂದರು. 'ಹಾಗಾದರೆ ಕೂತುಕೊಳ್ಳಿ ಒಂದು ನಿಮಿಷ' ಎಂದು ಒಳಕ್ಕೆ ಹೋಗಿ ಮುಖ ತೊಳೆದುಕೊಂಡು ಬಂದು ಅವರ ಜೊತೆ ಬಹಳ ಹೊತ್ತು ಮಾತನಾಡಿದೆ.

ನಿನ್ನೆ ಸಂಜೆ ಆಫೀಸಿನಲ್ಲಿ ಕುಳಿತಿರುವಾಗ ಸರಸ್ವತಿ ಅಲಿಯಾಸ್ ಜುಲೈಕಾ ಅವರ ಮಗ ಆಫ್ರಿಕಾದಿಂದ ಬಂದವನು ನನ್ನನ್ನು ಕಾಣಲು ಬಂದಿದ್ದ. ಆತನಿಗೆ ಕಂಪ್ಯೂಟರ್ ಅನಿಮೇಷನ್‌ಗಾಗಿ ಒಳ್ಳೆಯ ಇಂಗ್ಲಿಷ್ ಧ್ವನಿಯುಳ್ಳ ಯಾರಾದರೂ ಬೇಕಾಗಿತ್ತು. ನನಗೆ ಯಾರಾದರೂ ಗೊತ್ತಿರಬಹುದು ಎಂದು ಬಂದಿದ್ದ. ನನಗೆ ಈತ ಜುಲೈಕಾ ಅವರ ಪುತ್ರ ಎಂದು ಗೊತ್ತಾಯಿತು. ನನಗೆ ಸಂಬಂಧಿಕನಾಗಬೇಕಿದ್ದವನು. 'ತಾಯಿ ಜುಲೈಕಾ ಹೇಗಿದ್ದಾರೆ?' ಎಂದು ಕೇಳಿದೆ. 'ಆರಾಮವಾಗಿದ್ದಾರೆ' ಎಂದು ಹೇಳಿದ.

ಆತನನ್ನು ಸುಮ್ಮನೇ ಮಾತನಾಡಿಸಿ ಕಳಿಸಿದವನು ನಿನ್ನೆ ರಾತ್ರಿ ಜುಲೈಕಾರವರನ್ನು ಕಾಣಲು ಹೋದೆ. ಹೋದವನು ಅವರ ಕಥೆಯನ್ನು ಇನ್ನೊಮ್ಮೆ ಕೇಳಿ ಬಂದೆ. ಅವರು ಹೇಳಿದ್ದನ್ನು ಹಾಗೆಯೇ ನಿಮ್ಮ ಮುಂದಿಡುತ್ತಿದ್ದೇನೆ.

ಜುಲೈಕಾ ಅವರ ಮೂಲದ ಹೆಸರು ಮಲ್ಲಮ್ಮ. ಅವರ ಮನೆ ದೇವರು ಮಲ್ಲಿಕಾರ್ಜುನ ನಿಂದಾಗಿ ಅವರಿಗೆ ಆ ಹೆಸರು ಬಂದಿದೆ. ಕುರುವತ್ತಿ ಮಲ್ಲಯ್ಯ, ಮೈಲಾರಿ ಲಿಂಗ ಎಂದೂ ಆತನನ್ನು ಪೂಜಿಸುತ್ತಾರೆ. ಮಲ್ಲಮ್ಮ ಕೊಪ್ಪಳದ ಬಳಿಯ ಒಂದು ಹಳೆಯ ಗ್ರಾಮದ ಹಳೆಯ ವೀರಶೈವ ಕುಟುಂಬಕ್ಕೆ ಸೇರಿದವರು. ಆ ಊರಿನಲ್ಲಿ ನಡೆಯುವ ಮಹಮ್ಮಾಯಿಯ ಜಾತ್ರೆ ಇತಿಹಾಸ ಪ್ರಸಿದ್ಧ.

ಮಲ್ಲಮ್ಮನಿಗೆ ಆರು ವರ್ಷದಿಂದಲೂ ನಾಟಕದ ಹುಚ್ಚು. ಪುಟ್ಟ ಬಾಲಕಿಯಾಗಿರುವಾಗಲೇ ಜಂಪರ್ ಲಂಗವನ್ನು ಉಲ್ಟಾ ಮಾಡಿ ಕಚ್ಚೆಯಂತೆ ಕಟ್ಟಿಕೊಂಡು, ತಂದೆಯ ರುಮಾಲನ್ನು ಉರಿಹೊಡೆದು ಸೊಂಟದ ಸುತ್ತ ನೆರಿಗೆ ಮಾಡಿ ಸುತ್ತಿಕೊಂಡು, ರೊಟ್ಟಿ ತಟ್ಟುವ ಹಂಚಿನ ತಳದ ಮಸಿಯನ್ನು ವಿಭೂತಿಯಂತೆ ಬಳಿದುಕೊಂಡು, ಮುಖವನ್ನು ಉಫ್ ಅಂತ ಹನುಮಂತನ ಹಾಗೆ ಮಾಡಿಕೊಂಡು ಪುಟ್ಟ ಆಂಜನೇಯಳಾಗಿ ಕುಣಿಯುತ್ತಿದ್ದಳಂತೆ. ಅವರ ತಾತನ ಕಾಲಕ್ಕೆ ಎಂಟು ಎತ್ತಿನ ಕಟ್ಟೆಯಿತ್ತಂತೆ. ಅದು ಪಾಲಾಗಿ ನಾಲ್ಕು ಎತ್ತಿನ ಕಟ್ಟೆಯೊಂದು ತಂದೆಯ ಪಾಲಿಗೆ ಬಂದಿತ್ತಂತೆ. ಮಲ್ಲಮ್ಮ ದಿನವಿಡೀ ಅದರ ಮೇಲೆ ಹತ್ತಿ ಹನುಮಂತನಂತೆ ಜಿಗಿಯುತ್ತಿದ್ದಳಂತೆ. ಮನೆಗೆ ಬಂದು ಹೋಗುವವರೆಲ್ಲರೂ ಅವಳನ್ನು ನೋಡಿ ನಗುತ್ತಿದ್ದರಂತೆ.

ಅವರ ಹಳ್ಳಿಯಲ್ಲಿ ಒಬ್ಬಾಕೆ ನಾಟಕದ ನಟಿಯೊಬ್ಬಳು ಹೋಟೆಲ್ಲು ಇಟ್ಟುಕೊಂಡಿದ್ದಳಂತೆ. ಅವಳ ಒಬ್ಬ ತಮ್ಮ ನೀಡುತ್ತಿದ್ದನಂತೆ. ಆ ನಟಿ ಆರುವರ್ಷದ ಮಲ್ಲಮ್ಮನ ಆಂಜನೇಯ ವೇಷವನ್ನು ಮೆಚ್ಚಿಕೊಂಡು ಈಗಲೇ ಸುರಸುಂದರಿಯಂತಿರುವ ಈ ಬಾಲಕಿ ದೊಡ್ಡವಳಾದ ಮೇಲೆ ಖ್ಯಾತ ಅಭಿನೇತ್ರಿಯಾಗುವಳು ಎಂದು ಭವಿಷ್ಯ ನುಡಿದು ಆಕೆಯನ್ನು ಕರೆದುಕೊಂಡು ಹೋಗಿ ನಾಟಕದಲ್ಲಿ ಲೋಹಿತಾಶ್ವನ ಪಾತ್ರ ಕೊಟ್ಟಳಂತೆ.

ಆ ನಾಟಕ ನಡೆದದ್ದು ಮಾನ್ವಿಯಲ್ಲಿ. ತಾಯಿ ತಾರಾವತಿಯ ಪಾತ್ರವನ್ನು ಮುರುಗೋಡು ರೇಣಮ್ಮ ವಹಿಸಿದ್ದರಂತೆ. ತಾಯಿಯಿಂದ ಅಗಲುವಾಗ ಬಾಲಕ ಲೋಹಿತಾಶ್ವ 'ಅಮ್ಮಾ ನನ್ನನ್ನು ಅಗಲಿ ಹೋಗಬೇಡ. ನಿನ್ನ ಬಿಟ್ಟು ನಾನು ಇರಲಾರೆ' ಎಂದು ಅಳುತ್ತಾ ಹೇಳಬೇಕಿತ್ತಂತೆ. ಮಲ್ಲಮ್ಮ ತಾಯಿಯನ್ನು ಬಿಟ್ಟು ಬಂದ ಖುಷಿಯಿಂದ ಅದನ್ನು ನಗುತ್ತಾ ಹೇಳಿದಳಂತೆ. ರೇಣುಕಮ್ಮ ಪ್ರೇಕ್ಷಕರಿಗೆ ಗೊತ್ತಾಗದೆ ಹಾಗೆ ಮಲ್ಲಮ್ಮನನ್ನು ಜೋರಾಗಿ ಗಿಂಡಿದಳಂತೆ. ಲೋಹಿತಾಶ್ವ ಆಗ 'ಅಮ್ಮಾ ಹೋಗಬೇಡ' ಎಂದು ಅಳುತ್ತಾ ಹೇಳಿದಳಂತೆ. ನಾಟಕ ಮುಗಿಸಿ ಊರಿಗೆ ಬಂದ ಮಲ್ಲಮ್ಮ ಶಾಲೆಯಲ್ಲಿ ಈ ಘಟನೆಯನ್ನು ನಗುತ್ತಾ ತನ್ನ ಗೆಳತಿಯರ ಬಳಿ ಹೇಳುತ್ತಿದ್ದಳಂತೆ.

ಇನ್ನೊಂದು ದೃಶ್ಯದಲ್ಲಿ ಲೋಹಿತಾಶ್ವ ಸಾಯಬೇಕು – ಸತ್ತು ಒಂದು ಗಂಟೆಯ ಬಳಿಕ ಮುನಿಗಳೊಬ್ಬರು ಕಮಂಡಲದಿಂದ ನೀರು ಚಿಮುಕಿಸುವಾಗ ಲೋಹಿತಾಶ್ವ ಜೀವ ತಳೆದು ಏಳಬೇಕು. ಆದರೆ ಆ ಪಾತ್ರ ಮಾಡುತ್ತಿದ್ದ ಮಲ್ಲಮ್ಮ ಸ್ಟೇಜಿನಲ್ಲಿ ನಿದ್ದೆ ಹೋಗಿದ್ದಳಂತೆ. ನೀರು ಚಿಮುಕಿಸಿದರೂ ಲೋಹಿತಾಶ್ವ ಏಳದಿರುವುದನ್ನು ನೋಡಿ ಮುನಿಗಳು ಕಾಲಿನ ಹೆಬ್ಬೆರಳಿನಿಂದ ಮಲ್ಲಮ್ಮಳ ತೊಡೆಯನ್ನು ತುಳಿದರಂತೆ. ಆಗ ಮಲ್ಲಮ್ಮ ಕಿರುಚುತ್ತಾ ಎದ್ದು ನಿಂತಳಂತೆ.

ನಿನ್ನೆಯ ಇರುಳು ಮೈಸೂರಿನಲ್ಲಿ ಮಳೆ ಬರುತ್ತಿತ್ತು. ಜುಲೈಕಾ ತಮ್ಮ ಪುಟ್ಟ ಮನೆಯಲ್ಲಿ ನನ್ನನ್ನು ಕುಳ್ಳಿರಿಸಿಕೊಂಡು, ನಡುನಡುವಲ್ಲಿ ಅಳುತ್ತಾ, ಒಮ್ಮೊಮ್ಮೆ ನಗುತ್ತಾ, ಕಣ್ಣೀರು ಒರೆಸಿಕೊಳ್ಳುತ್ತಾ, ಕೆಲವೊಮ್ಮೆ ವೇದಾಂತಿಯಂತೆ ಮಾತನಾಡುತ್ತಾ ಮಲ್ಲಮ್ಮ ಎಂಬ ಹುಡುಗಿ ಸರಸ್ವತಿ ಎಂಬ ಹೆಸರಿನಲ್ಲಿ ಅಭಿನೇತ್ರಿಯಾಗಿದ್ದು, ಆಮೇಲೆ ಶೇಖ್‌ಚಾಂದ್ ಎಂಬ ರಂಗನಟನನ್ನು ಮದುವೆಯಾಗಿ ಜುಲೈಕಾ ಆಗಿದ್ದು ಎಲ್ಲವನ್ನು ನಾಟಕವೊಂದರ ದೃಶ್ಯಗಳಂತೆ ನನಗೆ ಹಾವಭಾವಗಳ ಸಮೇತ ವಿವರಿಸುತ್ತಿದ್ದರು. ಗಂಡನಿಗೆ ಪ್ರೇಮಿಯಾಗಿ, ಹೆಂಡತಿಯಾಗಿ, ಮಗಳಾಗಿ, ತಾಯಿಯಾಗಿ, ಊರೂರು ತಿರುಗುತ್ತಾ ನಾನಾ ಪಾತ್ರಗಳಲ್ಲಿ ಅಭಿನಯಿಸಿದ್ದು, ನಾಟಕದ ಡೇರೆಗಳಲ್ಲಿಯೇ ಮೂವರು ಗಂಡುಮಕ್ಕಳು ಹುಟ್ಟಿದ್ದು, ಬೆಳೆದದ್ದು, ಅವರನ್ನು ಓದಿಸಿ ದೊಡ್ಡವರನ್ನಾಗಿ ಮಾಡಿದ್ದು ಕೊನೆಯ ಮಗ ಮಹಾ ಪ್ರತಿಭಾವಂತನಾಗಿದ್ದ ಸಿಕಂದರ್ ಪಾಷಾ, ಕಾಮಾಲೆ ಕಾಯಿಲೆ ಬಂದು, ತನ್ನ ಇಪ್ಪತ್ತನೇ ವಯಸ್ಸಿನಲ್ಲಿ ತೀರಿ ಹೋಗಿದ್ದು, ಅದರಿಂದ ತಮಗೆ ಮತಿಭ್ರಮಣೆಯಾಗಿದ್ದು, ಆ ಮತಿಭ್ರಮಣೆಯನ್ನು ಮರೆಸಲೋ ಎಂಬಂತೆ ಸರ್ವಶಕ್ತನಾದ ಆ ಭಗವಂತ ಈಗ ಏಳುವರ್ಷಗಳ ಹಿಂದೆ ಪತಿ ಶೇಖ್ ಚಾಂದರ ಪ್ರಾಣವನ್ನು ಕಿತ್ತುಕೊಂಡಿದ್ದು ಎಲ್ಲವನ್ನೂ ಹೇಳುತ್ತಿದ್ದರು. ನಡುನಡುವೆ ಪಾತ್ರಗಳ ಸಾಲುಗಳನ್ನು ಹೇಳುತ್ತಿದ್ದರು. ನಾಟಕದ ಹಾಡುಗಳನ್ನು ಹಾಡುತ್ತಿದ್ದರು. ಕೊನೆಯಲ್ಲಿ ನೀನು ಏನು ಬೇಕಾದರೂ ಬರಿ. ನಾನು ಹೇಳಿದ್ದೆಲ್ಲವನ್ನೂ ಬರಿ. ಆದರೆ ಕೊಪ್ಪಳದ ಬಳಿಯ ತನ್ನ ಹಳ್ಳಿಯ ಹೆಸರನ್ನು ಮಾತ್ರ ಬರೆಯಬೇಡ ಎಂದು ಹೇಳಿ ಆ ಮಳೆಯಲ್ಲಿಯೇ ನನ್ನನ್ನು ಕಳಿಸಿದ್ದರು.

ಮಲ್ಲಮ್ಮ ಮೈನೆರೆದಾಗ ಆಕೆ ಗದಗಿನಲ್ಲಿರುವ ಬಸಯ್ಯನವರ ಪಟ್ಟದ ಕಲ್ಲು ನಾಟಕ ಕಂಪೆನಿಯಲ್ಲಿದ್ದಳು. ಆಕೆ ತನ್ನ ಎಂಟು ವರ್ಷದಲ್ಲಿಯೇ ಮನೆಯಿಂದ ಹೇಳದೆ ಕೇಳದೆ ಓಡಿಹೋಗಿದ್ದಳಂತೆ. ಹೋಗುವ ಖರ್ಚಿಗೆ ಕಾಲಿನ ಕಡಗ, ಕೈಯ ಬಳೆ, ಜುಮುಕಿ,

ಉಂಗುರ, ಸರ ಎಲ್ಲವನ್ನೂ ಮೂವತ್ತು ರೂಪಾಯಿಗೆ ಮಾರಿ ತನಗೆ ಯಾರೂ ಇಲ್ಲ, ತಾನು ಅನಾಥೆ ಎಂದು ಸುಳ್ಳು ಹೇಳಿ ಬಸಯ್ಯನವರ ಕಾಲಿಗೆ ಬಿದ್ದಳಂತೆ. ಹಾಗೆ ಕಾಲಿಗೆ ಬಿದ್ದ ಮಲ್ಲಮ್ಮನಿಗೆ ಸರಸ್ವತಿ ಎಂಬ ಹೆಸರಿಟ್ಟು ಸಾಕುಮಗಳನ್ನಾಗಿ ಬೆಳೆಸಿ ಅಭಿನೇತ್ರಿಯನ್ನಾಗಿ ಮಾಡಿದರಂತೆ. ಹನ್ನೆರಡು ವರ್ಷಕ್ಕೆ ಸರಸ್ವತಿ ಮೈನೆರೆದಾಗ ಬಸಯ್ಯನವರು ನಿಜ ಹೇಳು ಎಂದು ಹೇಳಿ ಅವಳ ತಂದೆ ತಾಯಿಯರ ಹೆಸರು ತಿಳಿದುಕೊಂಡು ಪುನಃ ಊರಿಗೆ ಕಳುಹಿಸಿದರಂತೆ.

ಊರಿಗೆ ಬಂದ ಮಗಳನ್ನು ಸೇರಿಸಿಕೊಂಡ ಆ ವೀರಶೈವ ತಂದೆ ಆಕೆಗೆ ಹೊಲಿಗೆಯ ಯಂತ್ರವೊಂದನ್ನು ಕೊಡಿಸಿ ಹೊಲಿದು ಕೊಂಡಿರು ಅಂತ ಕೂಡಿಸಿದರಂತೆ. ಯಾರಾದರೂ ಮಗಳು ಇಷ್ಟು ವರ್ಷ ಎಲ್ಲಿ ಕಾಣೆಯಾಗಿದ್ದಳು ಎಂದು ಕೇಳಿದರೆ ಕೊಪ್ಪಳಕ್ಕೆ ಹೊಲಿಗೆ ಕಲಿಯಲು ಹೋಗಿದ್ದಳು ಎಂದು ಸುಳ್ಳು ಹೇಳುತ್ತಿದ್ದರಂತೆ.

ಹೀಗೆ ಹೊಲಿಯುತ್ತಾ ಕೂತ ಮಲ್ಲಮ್ಮ ಎಂಬ ಸರಸ್ವತಿಯ ಮುಂದೆ ಒಂದು ದಿನ ಶೇಖ್ ಚಾಂದ್ ಪ್ರತ್ಯಕ್ಷರಾಗುತ್ತಾರೆ. ನಾಟಕದ ಹುಚ್ಚು ತಲೆಗೆ ಹತ್ತಿಸಿಕೊಂಡಿದ್ದ ಶೇಖ್ ಚಾಂದ್ ಆಗ ಇನ್ನೂ ಚಿಗುರು ಮಿಸೆಯ ಚೆಲುವ. ಆತನನ್ನು ನೋಡಿಯೂ ನೋಡದವಳಂತೆ ಹೊಲಿಯುತ್ತಾ ಕುಳಿತಿದ್ದವಳನ್ನೂ ಆತನೇ ಮಾತನಾಡಿಸಿದನಂತೆ. ಗದಗಿನ ನಾಟಕದ ಕಂಪೆನಿ ಸೇರಿ ಮಲ್ಲಮ್ಮ, ಸರಸ್ವತಿ ಎಂಬ ಹೆಸರಿನಲ್ಲಿ ಖ್ಯಾತಳಾಗಿ ಈಗ ಏನೂ ಆಗದವಳಂತೆ ಹೊಲಿಯುತ್ತಾ ಕೂತಿರುವುದು ಚಾಂದ್‌ಪಾಷಾನಿಗೆ ಗೊತ್ತಾಗಿತ್ತು. ತನ್ನ ಕನಸಿನ ನಾಟಕ ಕಂಪನಿಯ ನಾಯಕಿಯನ್ನು ಹುಡುಕಿಕೊಂಡು ಆತ ದೂರದ ಕಲಬುರ್ಗಿಯಿಂದ ಕೊಪ್ಪಳದ ಬಳಿಯ ಆ ಹಳ್ಳಿಗೆ ಬಂದಿದ್ದ. ಆತನನ್ನು ಕಡೆಗಣ್ಣಿನಿಂದ ಗಮನಿಸುತ್ತಿದ್ದ ಸರಸ್ವತಿಗೆ ಕಲ್ಬುರ್ಗಿಯ ಬಸವೇಶ್ವರ ದೇವಾಲಯವೂ ಬಿಜಾಪುರದ ಗೋಳಗುಮ್ಮಟವೂ ಏಕಕಾಲಕ್ಕೆ ನೆನಪಾದವಂತೆ.

ಆ ನಂತರ ನಡೆದದ್ದು ಒಂದು ದೊಡ್ಡ ಕತೆ. ನಾಟಕಕ್ಕಿಂತಲೂ ಮಿಗಿಲಾದ, ಕಥೆಗಿಂತಲೂ ರುದ್ರ ಭಯಂಕರವಾದ, ಆಕಸ್ಮಿಕಗಳಿಗಿಂತಲೂ ಆಕಸ್ಮಿಕಗಳು ತುಂಬಿ ಕೊಂಡಿರುವ ಕಥಾನಕ ಅದು. ಈ ಕಥಾನಕದ ನಾಯಕ ಶೇಖ್ ಚಾಂದ್. ಭೀಮರಾಯನ ಗುಡಿ ಎಂಬ ಊರಿನಲ್ಲಿ ತನ್ನ ಪ್ರಾಣ ಸ್ನೇಹಿತನ ಮಗುವೊಂದನ್ನು ಉಳಿಸಲು ಹೋಗಿ ತಾನು ಆಟೋರಿಕ್ಷಾವೊಂದಕ್ಕೆ ಸಿಲುಕಿ ತೀರಿಹೋದರು. ಅದಕ್ಕಿಂತಲೂ ಮೊದಲು ಕಾಮಾಲೆಗೆ ಸಿಲುಕಿ ಮಗ ಸಿಕಂದರ್ ತೀರಿಹೋಗಿದ್ದ.

ಈಗ ಜುಲೈಕಾ ಎಂಬ ಹೆಸರಿನಿಂದ ಕರೆಯಲ್ಪಡುತ್ತಿರುವ, ಹಿಂದೆ ಸರಸ್ವತಿ ಎಂಬ ಹೆಸರಿದ್ದ, ಅದಕ್ಕೂ ಮೊದಲು ಮಲ್ಲಮ್ಮ ಎಂಬ ಬಾಲಕಿಯಾಗಿದ್ದ ಈ ಮಹಿಳೆ ಈಗಲೂ ಪುಟ್ಟ ಹುಡುಗಿಯ ಹಾಗೆ ನಗುತ್ತಾರೆ. ಅವಕಾಶ ಸಿಕ್ಕರೆ ಈಗಲೂ ಆಂಜನೇಯನ ಹಾಗೆ ಕುಣಿಯಬಲ್ಲೆ ಎಂದು ಅವರ ಕಣ್ಣುಗಳು ಹೇಳುತ್ತವೆ.

'ನೋಡಿ ಮದುವೆ ಸಂಬಂಧಕ್ಕಾಗಿ ಬಂದಿದ್ದ ನಿಮ್ಮನ್ನು ಮಾತನಾಡಿಸಲು ಹೋಗಿ ನಿಮ್ಮ ಏನೆಲ್ಲಾ ಸಂಕಟಗಳನ್ನು ನೆನಪಿಸಿಕೊಳ್ಳುವಂತೆ ಮಾಡಿದ ನನ್ನನ್ನು ಕ್ಷಮಿಸಿ' ಎಂದು ಕೇಳಿದೆ. ಅವರು

ನಕ್ಕರು. 'ಈಗಲೂ ಕಾಲ ಮೀರಿಲ್ಲ ಆಫ್ರಿಕಾದಿಂದ ಬಂದಿರುವ ನನ್ನ ಮಗನಿಗೆ ಇನ್ನೂ ಹೆಣ್ಣು ಹುಡುಕುತ್ತಿದ್ದೇನೆ,ಯಾರಾದರೂ ಸಾಬರ ಹುಡುಗಿಯರು ಇದ್ದರೆ ಹೇಳಿ' ಎಂದು ಹೇಳಿದರು.

'ಹೇಳುತ್ತೇನೆ. ಆದರೂ ಈ ಮದುವೆ ಗಿದುವೆ ಹುಟ್ಟು ಸಾವು ಇತ್ಯಾದಿ ಆಕಸ್ಮಿಕಗಳು ನನಗೆ ಯಾಕೋ ಸರಿಯಾಗುವುದಿಲ್ಲ ನಾನು ಯಾವಾಗಲೂ ಇವುಗಳಿಂದ ದೂರ ಇರುತ್ತೇನೆ' ಎಂದು ಹೇಳಿ ಅವರಿಂದ ಬೀಳು ಕೊಂಡು ಮಳೆಯಲ್ಲಿ ಬೈಕು ಓಡಿಸುತ್ತಾ ಬಂದಿದ್ದೆ. ನಗುತ್ತಾ ನಟಿಸುತ್ತಿದ್ದ ಈ ನಟಿಯನ್ನು ಭಯಂಕರವಾಗಿ ಚಿವುಟಿ ಅಳುತ್ತಾ ನಟಿಸುವಂತೆ ಮಾಡಿದ ಆ ಭಗವಂತನ ಯೋಚನೆಯಾಗುತ್ತಿತ್ತು.

ಈಗ ಇರುಳಲ್ಲಿ ಕುಳಿತುಕೊಂಡು ಯಾವುದೋ ಭಾಷೆಯ ಸಂಗೀತ ಕೇಳುತ್ತಾ ಇದನ್ನೆಲ್ಲಾ ಬರೆಯುತ್ತಿರುವೆ.

ಬೈಕು ಪಾಲಿಸುವ ಮರಳುಗೋಪಾಲ

ಈ ಬೈಕಿನ ರಿಮ್ಮು ಒರೆಸುವ ಮರಳು ಗೋಪಾಲನ ಕುರಿತು ಗದ್ಯದಲ್ಲಿ ಬರೆಯುವುದೋ ಪದ್ಯದಲ್ಲಿ ಬರೆಯುವದೋ ಎಂದು ನನಗೆ ಇನ್ನೂ ಗೊತ್ತಾಗುತ್ತಿಲ್ಲ. ಇತ್ತೀಚಿನ ದಿನಗಳಲ್ಲಿ ಈ ತರಹದ ಸಂದಿಗ್ಧತೆ ಎಂದೂ ಎದುರಾಗಿಯೂ ಇರಲಿಲ್ಲ. ನನ್ನ ಬೈಕಿನ ಬೇರೆ ಎಲ್ಲಾ ಭಾಗಗಳೂ ಕೊಳೆಯಿಂದ ತುಂಬಿದ್ದರೂ ಚಕ್ರಗಳ ನಡುವಿನ ಲೋಹದ ರಿಮ್ಮುಗಳು ಯಾವಾಗಲೂ ಪಳಪಳನೆ ಹೊಳೆಯುತ್ತಿರುವ ಹಿಂದಿನ ಗುಟ್ಟು ಈವತ್ತಿನವರೆಗೆ ನನ್ನ ಹೆಂಡತಿಗೂ ಗೊತ್ತಿರಲಿಲ್ಲ. ಈವತ್ತು ಬರೆಯುವ ಮೊದಲು ಈ ಕುರಿತು ನನ್ನೊಳಗೂ ಇರುವ ಗೊಂದಲಗಳನ್ನು ನಿವಾರಿಸುವ ಸಲುವಾಗಿ ಆಕೆಗೆ ಮರಳು ಗೋಪಾಲನ ಕತೆ ಹೇಳಿ ಮುಗಿಸಿ ಆತನ ಚಿತ್ರಗಳನ್ನು ತೋರಿಸಿ ಬರೆಯಲು ಕುಳಿತಿರುವೆ.

ದಿನವೂ ನನ್ನ ಬೈಕಿನ ರಿಮ್ಮನ್ನು ಮಾತ್ರ ಒರೆಸಿ ಪಳಪಳ ಮಾಡಿ ಒಂದು ರೂಪಾಯಿ ನಾಣ್ಯವನ್ನು ಇಸಕೊಂಡು ತನ್ನ ನಾಯಿ ಕರಿಯನ ಜೊತೆ ಮರೆಯಾಗುವ ಈ ಗೋಪಾಲ ಉಳಿದ ಸಮಯದಲ್ಲಿ ಎಲ್ಲಿರುತ್ತಾನೆ ಹೇಗಿರುತ್ತಾನೆ ಎಂಬುದು ಇದುವರೆಗೆ ನನಗೂ ಗೊತ್ತಿರಲಿಲ್ಲ. ನಿನ್ನೆ ಮಧ್ಯಾಹ್ನದ ನಂತರ ಈತನನ್ನು ಹುಡುಕುತ್ತಾ ಒಂಟಿಕೊಪ್ಪಲಿನ ಓಣಿ ಓಣಿಗಳಲ್ಲಿ ಆತನನ್ನೂ ಆತ ಸಾಕಿರುವ ಇತರ ನಾಲ್ಕು ನಾಯಿಗಳನ್ನು ನೋಡಿ ಆತನೊಡನೆ ಮಾತನಾಡಿ ಏನೂ ಗೊತ್ತಾಗದೆ ಬಂದು ಕೂತಿರುವೆ.

ಮೈಸೂರಿನ ಯಾದವಗಿರಿಯಲ್ಲಿರುವ ತ.ರಾ.ಸು. ವೃತ್ತದ ಒಂದು ಮೂಲೆಯಲ್ಲಿರುವ ಗೂಡಂಗಡಿಯ ಮುಂದೆ ಟೀ ಕುಡಿಯಲು, ಸಿಗರೇಟು ಸೇದಲು, ಲಾಟರಿ ಟಿಕೇಟುಗಳನ್ನು

ಕೊಳ್ಳಲು ಹತ್ತಾರು ಜನ ಬರುತ್ತಾ ಹೋಗುತ್ತಾ ಇರುತ್ತಾರೆ. ಕೆಲವರು ದಿನವಿಡೀ ಅಲ್ಲಿ ಮರದ ಕೆಳಗೆ ಸುಮ್ಮನೆ ಕುಳಿತಿರುತ್ತಾರೆ. ಬೆಳಗಿನ ಸುಮಾರು ಎಂಟು ಗಂಟೆಯಿಂದ ಹತ್ತುಗಂಟೆಯವರೆಗೆ ಈ ಗೋಪಾಲ ಕೈಯಲ್ಲಿ ಒಂದು ಮಾಸಿದ ಬಟ್ಟೆ ಹಿಡಿದುಕೊಂಡು ಬಾಯಲ್ಲಿ ಯಾರೋ ಎಳೆದು ಬಿಸಾಕಿದ ಸಿಗರೇಟು ತುಂಡನ್ನು ಕಚ್ಚಿಕೊಂಡು ಯಾರದಾದರೂ ಬೈಕಿನ ರಿಮ್ಮನ್ನು ಒರೆಸುತ್ತಾ ಕುಳಿತಿರುತ್ತಾನೆ. ಆತನ ಕರಿಯ ಎಂಬ ಹೆಸರಿನ ನಾಯಿ ಆತನ ಪಕ್ಕದಲ್ಲಿ ಧ್ಯಾನ ಮಾಡುವಂತೆ ಮಲಗಿರುತ್ತದೆ. ರಿಮ್ಮು ಒರೆಸುವ ಗೋಪಾಲ ಕೆಲವೊಮ್ಮೆ ವಿನಾಕಾರಣ ಕಿರುಚುತ್ತಾನೆ. ನಾಟಕದ ಹಾಡುಗಳನ್ನು ಹಾಡುತ್ತಿರುತ್ತಾನೆ. ತನ್ನಷ್ಟಕ್ಕೆ ಯಾರಾದರೂ ಜೊತೆ ವಾಗ್ವಾದದಲ್ಲಿ ತೊಡಗಿರುತ್ತಾನೆ. ಆತನ ಮುಖ ಸದಾ ವ್ಯಗ್ರವಾಗಿರುತ್ತದೆ. ಏನಾದರೂ ಮಾತನಾಡಿಸಿದರೆ ಎದ್ದು ಪರಚುವಂತೆ ಕಾಣುತ್ತಾನೆ. ಹಾಗಾಗಿ ಈತನ ಸಹವಾಸವೂ ಬೇಡ, ಈತನ ಕಥೆಯೂ ಬೇಡ ಎಂದು ಯಾವಾಗಲೂ ಈತ ಒರೆಸಿ ಮುಗಿಸಿದೊಡನೆ ಒಂದು ರುಪಾಯಿ ನಾಣ್ಯವನ್ನು ಕೈಗಿತ್ತು ಬೈಕು ಸ್ಟಾರ್ಟ್ ಮಾಡುತ್ತಿದ್ದೆ. ನಿನ್ನೆಯೂ ಹಾಗೆಯೇ ಮಾಡಲು ಹೊರಟಿದ್ದೆ.

ಆದರೆ ಅಷ್ಟರಲ್ಲಿ ಪಕ್ಕದ ಇನ್ನೊಂದು ಗೂಡಂಗಡಿಯ ಕಡೆಯಿಂದ ಇನ್ನೊಬ್ಬ ಮರುಳ ಕಿರುಚಾಡುವುದು ಕೇಳಿಸಿತು. ಬಹುಶಃ ಆತನ ಹೆಸರು ಅನಂತ. ದಕ್ಷಿಣ ಕನ್ನಡದ ಕಡೆಯವನಿರಬೇಕು. ಯಾವಾಗಲೂ ವೇದಾಂತಿಯಂತೆ ಅಲ್ಲಿ ಎಲ್ಲಾದರೂ ಕುಳಿತುಕೊಂಡಿರುತ್ತಿದ್ದವನು ಯಾವುದೋ ಸಲುವಾಗಿ ಕೋಪ ಮಾಡಿಕೊಂಡು ಆ ಅಂಗಡಿಯವನೊಡನೆ ಕಿರುಚಾಡಲು ತೊಡಗಿದ್ದ. ಆ ಅಂಗಡಿಯವನು ಬೇರೆ ಏನೂ ಮಾಡಲಿಲ್ಲ. ದೊಡ್ಡ ದೊಣ್ಣೆಯೊಂದನ್ನು ಎತ್ತಿಕೊಂಡು ಆ ಅನಂತನಿಗೆ ಬಡಿಯಲು ಶುರುಮಾಡಿದ್ದ. ಎಲ್ಲರೂ ನೋಡುತ್ತಿದ್ದರು. ನಾನೂ ನೋಡುತ್ತಿದ್ದೆ. ಅದು ಏನನ್ನಿಸಿತೋ ಬೈಕು ಒರೆಸುತ್ತಿದ್ದ ಮರಳು ಗೋಪಾಲ ತಾನೂ ಜೋರಾಗಿ ಅರಚಿಕೊಂಡು ಎದ್ದು ಓಡಿಹೋಗಿ ಅನಂತನನ್ನು ಆ ದೊಣ್ಣೆಯ ಪೆಟ್ಟುಗಳಿಂದ ರಕ್ಷಿಸಿ ಆತನನ್ನು ದೂರ ಕರೆದುಕೊಂಡು ಹೋಗಿ ಮೌನವಾಗಿ ಹಿಂದಿರುಗಿಬಂದು ಪುನಃ ತಲೆತಗ್ಗಿಸಿ ಒರೆಸಲು ತೊಡಗಿದ. ಆ ಗದ್ದಲದಿಂದ ಮೇಲೆದ್ದ ಗೋಪಾಲನ ನಾಯಿ ಕರಿಯ ಮೈಮುರಿದು ಪುನಃ ತಲೆತಗ್ಗಿಸಿ ಮಲಗಿಕೊಂಡಿತು.

ನನಗೆ ಇನ್ನು ಈ ಗೋಪಾಲನೊಡನೆ ಮಾತನಾಡದೆ ಇರುವುದು ಸರಿ ಅಲ್ಲ ಅನ್ನಿಸಿತು. ಅದೂ ಅಲ್ಲದೆ ಅದುವರೆಗೆ ಇಷ್ಟು ಕಾಲದವರೆಗೆ ದಿನಾ ಬೈಕು ಒರೆಸಿಕೊಳ್ಳುತ್ತಿದ್ದರೂ ಆತನ ಹೆಸರೂ ನನಗೆ ತಿಳಿದಿಲ್ಲವಲ್ಲ ಅಂತ ಬೇಸರವಾಯಿತು. ಅದೂ ಅಲ್ಲದೆ ಸದಾ ಶಾಂತವಾಗಿರುತ್ತಿದ್ದ ಹುಚ್ಚ ಅನಂತನನ್ನು ಹಾವಿಗೆ ಬಡಿದ ಹಾಗೆ ಆ ಗೂಡಂಗಡಿಯ ಮಾಲೀಕ ದೊಣ್ಣೆಯಿಂದ ಬಡಿದದ್ದು ನನಗೂ ಹೆದರಿಕೆಯಾಗುವಂತೆ ಮಾಡಿತ್ತು ಗೋಪಾಲ ಆತನನ್ನು ರಕ್ಷಿಸಿದ್ದು ನೋಡಿ ಈತ ನನಗಿಂತ ಮಿಗಿಲಾದ ಮನುಷ್ಯ ಅಂತಲೂ ಗೊತ್ತಾಯಿತು.

ಆತನ ಹೆಸರು ಕೇಳಿದೆ. 'ಗೋಪಾಲ ಸಾರ್' ಅಂದ. 'ಮಕ್ಕಳು ಎಲ್ಲಿದ್ದಾರೆ' ಎಂದು ಕೇಳಿದೆ. 'ಇಲ್ಲ ಸಾರ್. ಇಲ್ಲೇ ಒಬ್ಬ ಇದ್ದಾನೆ ನೋಡಿ. ಒಟ್ಟು ಐದು ಜನ ಸಾರ್,

ಇನ್ನು ನಾಲ್ಕು ಮಕ್ಕಳು ಅಲ್ಲೇ ಕನ್ನಡ ಸಂಘದ ಕಟ್ಟೆಯಲ್ಲಿ ಮಲಗಿದ್ದಾರೆ' ಅಂತ ಹೇಳಿದ. ಆತ ಹೇಳಿದ್ದು ಇನ್ನೂ ನಾಲಕ್ಕು ನಾಯಿಗಳ ಬಗ್ಗೆ ಅಂತ ಗೊತ್ತಾಗಲಿಲ್ಲ. ಆತ 'ಇಲ್ಲೇ ಒಬ್ಬ ಇದ್ದಾನೆ' ಅಂತ ಕರಿಯ ಎಂಬ ಹೆಸರಿನ ನಾಯಿಯನ್ನು ತೋರಿಸಿದ ಮೇಲೆ ಗೊತ್ತಾಯಿತು. ಅಲ್ಲಿಯವರೆಗೆ ನನಗೆ ಈ ತ.ರಾ.ಸು. ವೃತ್ತದಲ್ಲಿ ಬೈಕಿನ ರಿಮ್ಮು ಒರೆಸುವ ಗೋಪಾಲನಿಗೂ ಕರಿಯ ಎಂಬ ಈ ನಾಯಿಗೂ ಯಾವುದೇ ಸಂಬಂಧವಿದೆ ಎಂದೂ ಗೊತ್ತಿರಲಿಲ್ಲ. ಸರಕಾರದವರು ಎಲ್ಲ ಬೀದಿನಾಯಿಗಳನ್ನು ಬಂಧಿಸಿ ಕೊಂಡು ಹೋಗಿದ್ದರೂ ಈ ಕರಿಯ ನಾಯಿ ಆರಾಮಾಗಿ ಇಲ್ಲಿ ಹೇಗೆ ಕೂತಿರುತ್ತದೆ ಎಂದು ಆಶ್ಚರ್ಯ ಪಟ್ಟುಕೊಳ್ಳುತ್ತಿದ್ದೆ.

ಯಾವಾಗಲೂ ಶಾಂತವಾಗಿರುವ ಆ ಅನಂತನಿಗೆ ಇವತ್ತು ಏಕೆ ಹೀಗೆ ಸಿಟ್ಟು ಬಂತು ಎಂದು ಕೇಳಿದೆ. 'ಇಲ್ಲ ಸಾರ್ ಬಹಳ ಒಳ್ಳೆಯವನು. ನನ್ನ ಜೊತೆಯಲ್ಲೇ ಜೈಲಿನಲ್ಲಿದ್ದ ಸಾರ್. ಬಾಳಾ ಒಳ್ಳೆಯವನು ಸಾರ್. ಆದರೆ ಹುಚ್ಚ. ಮಂಗಳೂರಿನ ಹತ್ತಿರ ಆತನ ತಾತನಿಗೆ ದೊಡ್ಡ ದ್ರಾಕ್ಷಿ ತೋಟ ಇತ್ತು. ಆಸ್ತಿ ಜಗಳ ಬಂತು ಸಾರ್ ಯಾರನ್ನೋ ಕೊಂದು ಬಿಟ್ಟ ಪಾಪ. ಒಳ್ಳೆಯವನು. ನನಗೆ ಬರೀ ನಾಲ್ಕು ಜನ ದೋಸ್ತ್‌ಗಳು ಸಾರ್ ಈ ಲೋಕದಲ್ಲಿ. ಅದರಲ್ಲಿ ಅನಂತ ಒಬ್ಬ ಸಾರ್. ಪಾಪ ಇವತ್ತು ಬಡಿದು ಸಾಯಿಸ್ತಾ ಇದ್ರು' ಎಂದು ಅಲ್ಲಿದ್ದ ಎಲ್ಲರಿಗೂ ಅಶ್ಲೀಲವಾಗಿ ಬೈದು ನನ್ನ ಕೈಯಲ್ಲಿದ್ದ ಸಿಗರೇಟು ಇಸಕೊಂಡು ಆರಾಮಾಗಿ ಸೇದತೊಡಗಿದ.

'ಗೋಪಾಲ ಈವತ್ತು ಒಂದು ರೂಪಾಯಿ ಸಾಕಾ, ಇನ್ನೂ ಬೇಕಾ ಎಷ್ಟು ಬೇಕಾದರೂ ಕೇಳು' ಅಂದೆ. ನನಗೂ ಈ ಹಾಳು ಹಣದ ಬಗ್ಗೆ ಜಿಗುಪ್ಸೆ ಬಂದಿತ್ತು. ಆತನೂ ಅದನ್ನೇ ಹೇಳಿದ 'ಹಣ ಯಾರಿಗೆ ಬೇಕು ಸಾರ್. ನಮ್ಮಮ್ಮ ಸ್ವಿಸ್ ಬ್ಯಾಂಕ್‌ನಲ್ಲಿ ಹಣ ಇಟ್ಟಿದ್ರೆ ಅದು ನನಗೆ ಬೇಕಾ ಸಾರ್, ನೀವು ಸುಮ್ಮನೆ ಹೋಗಿ ಸಾರ್' ಎಂದು ನಕ್ಕ. ಆತ ನಕ್ಕದ್ದನ್ನು ಅದೇ ಮೊದಲು ನೋಡಿದ್ದು. ಖುಷಿಯಾಯಿತು. 'ಗೋಪಾಲಾ, ನಿನ್ನ ಸ್ಟೋರಿ ಹೇಳ್ತೀಯಾ; ಹೇಳು ಸಿನೆಮಾ ಮಾಡುತ್ತೇನೆ. ಅದರಲ್ಲಿ ಹಣಬಂದರೆ ನನಗೆ ಅರ್ಧ ನಿನಗೆ ಅರ್ಧ' ಎಂದು ಹುಚ್ಚುಚ್ಚಾಗಿ ಮಾತನಾಡುತ್ತಾ ಹೋದೆ. 'ಇಲ್ಲಿ ಬೇಡಾ ಸಾರ್, ಒಂಟಿಕೊಪ್ಪಲು ಮೂರನೇ ಕ್ರಾಸ್ ಸಿಮೆಂಟ್ ಅಂಗಡಿ ಪಕ್ಕ ಕನ್ನಡ ಸಂಘದ ಕಟ್ಟೆ ಇದೆ ಸಾರ್. ಅಲ್ಲಿ ಮಲಗಿರ್‌ತೀನಿ. ಎಬ್ಬಿಸಿ. ಹೇಳ್ತೇನೆ. ಅವನವ್ವನ್ ಕಥೆಯಾ' ಎಂದು ಸಿಗರೇಟು ಆರಿಸಿ ಉಳಿದ ತುಂಡನ್ನು ಕಿವಿಯ ಸಂಧಿಗೆ ಸಿಕ್ಕಿಸಿ ಕರಿಯ ಎಂಬ ನಾಯಿಯನ್ನು ಎಬ್ಬಿಸಿ ಮಾಯವಾದ.

ನಿನ್ನೆ ಮಧ್ಯಾಹ್ನ ತುಂಬ ಹೊತ್ತು ಆತನನ್ನು ಹುಡುಕಿಕೊಂಡು ಅಲೆದಾಡಿದೆ. ಎಲ್ಲರೂ ನನ್ನನ್ನು ಹುಚ್ಚನಂತೆ ನೋಡುತ್ತಿದ್ದರು. 'ಗೋಪಾಲ ಹುಚ್ಚ ಸಾರ್' ಅಂದರು. 'ಕಳ್ಳ ಸಾರ್ ಜೈಲಿಗೆ ಹೋಗಿ ಬಂದಿದ್ದ' ಅಂದರು. 'ಒಳ್ಳೆಯವನು ಸಾರ್ ಮದುವೆಯಾದವಳು ಮೋಸ ಮಾಡಿದಳು ಸಾರ್, ಅದಕ್ಕೆ ಹೀಗಾದ ಸಾರ್' ಅಂದರು. 'ಬಾಳಾ ಚೆನ್ನಾಗಿ ಚಿತ್ರ ಬರೀತಿದ್ದ ಸಾರ್' ಅಂದರು. 'ಸೈಕಲ್ ಅಂಗಡಿ ಇಟ್ಟುಕೊಂಡಿದ್ದ ಸಾರ್. ಸೈಕಲ್ ಅಂಗಡಿಯಲ್ಲಿ

ಕ್ಯಾರಂಬೋರ್ಡ್ ಇಟ್ಟುಕೊಂಡಿದ್ದ ಸಾರ್ . ನಾವೆಲ್ಲಾ ಅಲ್ಲಿ ಆಡುತ್ತಿದ್ದೆವು' ಅಂದರು. 'ಸಾರ್ ಅವರು ನೀಲಗಿರಿಯ ಗೌಡರು ಸಾರ್, ಬಹಳ ಹಿಂದೆ ನಾಗಮಂಗಲ, ಮಂಡ್ಯದ ಕಡೆ ಬರ ಬಂದಾಗ ಅವರ ಹಿರಿಯರು ನೀಲಗಿರಿಯ ಕಡೆ ವಲಸೆ ಹೋಗಿದ್ದರು. ಅವರಲ್ಲಿ ಈಗಲೂ ಕೆಲವರು ಎಸ್ಟೇಟಲ್ಲಿ ಹೆಲಿಕಾಪ್ಟರ್ ಇಟ್ಟುಕೊಂಡಿದ್ದಾರೆ' ಅಂದರು. 'ಅವರು ಒಬ್ಬ ಆರೇಳು ಅಣ್ಣತಮ್ಮಂದಿರು ಎಲ್ಲರೂ ಚೆನ್ನಾಗಿದ್ದಾರೆ ಇವನೊಬ್ಬನು ಮಾತ್ರ ಹೀಗಾದ ಬಾಳ ಕುಡುಕ ಸಾರ್ ಅವನು. ನಾಯಿ ಸಾಕೋದು ನಮಗಾಗೊಲ್ಲ ಸಾರ್' ಅಂದರು. 'ಸಾರ್ ನಾಯಿ ಜೊತೇಲೇ ತಟ್ಟೆಯಲ್ಲಿ ಊಟ ಮಾಡುತ್ತಾನೆ. ಒಂದೇ ಲೋಟದಲ್ಲಿ ನಾಯಿ ಜೊತೆ ನೀರು ಕುಡೀತಾನೆ ಸಾರ್ ಅಸಹ್ಯ' ಅಂದರು. ಅವರೆಲ್ಲರಿಗೂ ನಾನು ಆ ನಡು ಮಧ್ಯಾಹ್ನ ಮರಳು ಗೋಪಾಲನನ್ನು ಹುಡುಕಿಕೊಂಡು ಓಡಾಡುತ್ತಿರುವುದನ್ನು ನೋಡಿ ಅಚ್ಚರಿಯಾಗಿತ್ತು. ಆಮೇಲೆ ಆಕಾಶವಾಣಿಯವನು ಎಂದು ಗೊತ್ತಾದ ಮೇಲೆ 'ಓ ಹಾಗಾ' ಎಂದು ಸುಮ್ಮಗಾಗಿದ್ದರು. ನಾನು ಗೋಪಾಲನನ್ನು ಹುಡುಕಿ ಬೇಜಾರಾಗಿ ಮರಳಿ ಬಂದಿದ್ದೆ. ಮತ್ತೆ ಸಂಜೆ ಚಿರಿಚಿರಿ ಮಳೆಯಲ್ಲಿ ಇನ್ನೊಮ್ಮೆ ಹುಡುಕಿದೆ. ಹೋಗಿ ನೋಡಿದರೆ ಗೋಪಾಲ ಕಂದುಬಣ್ಣದ ಇನ್ನೊಂದು ನಾಯಿಯ ಜೊತೆ ಮೋರಿ ಕಟ್ಟೆಯೊಂದರಲ್ಲಿ ತಲೆಯ ಮೇಲೆ ಕೈಇಟ್ಟುಕೊಂಡು ಕುಳಿತಿದ್ದ. ಏನು ಯೋಚನೆ ಎಂದು ಕೇಳಿದೆ. 'ಏನೂ ಇಲ್ಲ ಸಾರ್. ಬೇಜಾರಾಗಿತ್ತು' ಅಂತ ಎದ್ದು ಬಂದ.

ಆಮೇಲೆ ಆತ ಯಾವುದೋ ಮುಚ್ಚಿದ ಅಂಗಡಿಯೊಂದರ ಜಗಲಿಯಲ್ಲಿ ಕುಳಿತು ನನ್ನ ಜೊತೆ ಬಹಳ ಹೊತ್ತು ಏನೇನೋ ಮಾತನಾಡಿದ. 'ಅಪ್ಪ ಬಡ್ಡಿ ಮಗ ಸಾರ್ ಬಾಳಾ ಹೊಡೀತಿದ್ದ ಸಾರ್' ಅಂದ. 'ಹೆಂಗಸರು ದೇವರು ಸಾರ್. ಪಾಪ ಆದ್ರೂ ಏನೋ ತಪ್ಪು ಮಾಡ್ತಾರೆ' ಅಂದ. 'ಸುಮ್ಮನೆ. ಆಲದ ಕಟ್ಟೆಯಲ್ಲಿ ಮಲಗಿದ್ದೆ ಸಾರ್. ಪೊಲೀಸರು ಎತ್ತಿಕೊಂಡು ಹೋಗಿ ಜೈಲಿಗೆ ಹಾಕಿದ್ರು ಸಾರ್. ಎಲ್ಲಾ ಕೊಂದಾಕಿ ಬಿಡ್ತಾರೆ ಸಾರ್' ಅಂದ. 'ಎಲ್ಲ ಸುಮ್ನೆ ಸಾರ್ ಈ ಜನ್ಮದಲ್ಲಿ ನಾನು ಏನೂ ಹೇಳೋದಿಲ್ಲ ಸಾರ್. ಈ ಜನ್ಮದಲ್ಲಿ ನಾನು ಏನೂ ಮಾತಾಡಬಾರದು ಅಂತ ಅವನು ಹೇಳಿದ್ದಾನೆ ಸಾರ್' ಅಂದ. 'ಯಾರು' ಅಂತ ಕೇಳಿದೆ 'ಇನ್ನು ಯಾರು ಸಾರ್ ಆ ಭಗವಂತ ಪರಮಾತ್ಮ ಅಂತ' ತುಂಬ ಹೆಸರುಗಳನ್ನು ಹೇಳಿದ. 'ನಾಯಿ ಯಾಕೆ ಸಾಕ್ತೀಯಾ?' ಅಂತ ಕೇಳಿದೆ. 'ನಾಯಿಗಳಿಗೆ ಬೇರೆ ಯಾರಿದ್ದಾರೆ ಸಾರ್.. ಈ ಕರಿಯನನ್ನ ನೀವು ಸಾಕ್ತೀರಾ ಸಾರ್. ಇವನಿಲ್ಲದಿದ್ದರೆ ನಾನು ಎಲ್ಲಿಗೋ ಹೊರಟು ಹೋಗ್ತಿದ್ದೆ. ಸಾಕ್ತೀರಾ ಸಾರ್? ಅಂತ ಪುನಃ ಕೇಳಿದ ನನಗೂ ಅವನ ಹಾಗೆ ಸ್ವಂತ ಮನೆ ಇಲ್ಲ ಅಂತ ಹೇಳಿದೆ 'ಬಿಡಿ ಸಾರ್ ನೀವು ಶ್ರೀಮಂತರು. ಸುಳ್ಳು ಹೇಳ್ತೀರಾ' ಅಂತ ಹೇಳಿದ. 'ನಾಯಿ ಒಳ್ಳೇದು ಸಾರ್. ನಾಯಿ ಹಲ್ಲು ಕತ್ತಿಗೆ ಕಟ್ಟಿಕೊಂಡರೆ ಕಾಯಿಲೆ ಬರೋಲ್ಲ ಸಾರ್' ಅಂದ. 'ನಮ್ಮ ಅಮ್ಮ ಒಂದು ಚೀಲ ನಾಯಿ ಹಲ್ಲು ಇಟ್ಟುಕೊಂಡಿದ್ದರು' ಅಂದ.

ಇವನು ಹೇಳುವುದನ್ನೆಲ್ಲಾ ಕೇಳುತ್ತಾ ಇರಲು ನನಗೂ ಮರುಳೇ ಎಂದು ಹೊರಟುಬಂದೆ.

ದಾರಿಯಲ್ಲಿ ಹಿರಿಯರಾದ ಸ್ನೇಹಿತರೊಬ್ಬರ ಕಿರಾಣಿ ಅಂಗಡಿ ಇದೆ. ಇವರೂ ನಾನೂ ಕೆಲವೊಮ್ಮೆ ಕಷ್ಟಸುಖ ಮಾತಾಡ್ತಾ ಕೂತಿರುತ್ತೇವೆ. ಅವರು ರಾಜಕೀಯದ ಹಳೆ ಹುಲಿ.

ಸಮಾಜವಾದಿ. ಜೆ. ಪಿ, ಜನತಾಪಾರ್ಟಿ, ವಿಚಾರವಾದ ಅಂತ ಬಹಳ ಬಡಿದಾಡಿದವರು. ಅವರಲ್ಲಿ ಗೋಪಾಲನ ಬಗ್ಗೆ ಕೇಳಿದೆ 'ಬಡ್ಡೀಮಗ, ವಂಡರ್‌ಫುಲ್ ಮನುಷ್ಯ ಸಾರ್. ನಾಯಿಗಳ ಜೊತೆ ಸೇರಿಕೊಂಡು ಹಾಳಾಗಿ ಹೋದ ಸಾರ್' ಅಂದರು. ಗೋಪಾಲ ಬಹಳ ಚೆನ್ನಾಗಿ ಚಿತ್ರ ಬರೆಯುತ್ತಿದ್ದನಂತೆ. ರಸ್ತೆಯಲ್ಲಿ ಜನತಾ ಪಾರ್ಟಿಯ ನೇಗಿಲು ಹೊತ್ತ ರೈತನ ಚಿತ್ರವನ್ನು ನೀಟಾಗಿ ಬರೀತಿದ್ದನಂತೆ. ಒಂದು ಸಲ ಈತನ ನಾಯಿ ಸಹವಾಸ ನೋಡಿ ಸಹಿಸಲಾರದೆ 'ಸ್ಟುಪಿಡ್' ಅಂತ ಬೈದರಂತೆ 'ನೀವೇ ಸ್ಟುಪಿಡ್' ಅಂತ ತಿರುಗಿ ಬೈದು ಹೋದನಂತೆ. 'ನಿಮ್ಮ ಜೊತೆ ಇದ್ದ ಯಾರು ಯಾರೆಲ್ಲಾ ಏನೆಲ್ಲಾ ಆದರು. ಸಿ.ಎಂ.ಆದರು, ಪಿ.ಎಂ. ಆದರು. ನೀವು ಮಾತ್ರ ಕಿರಾಣಿ ಅಂಗಡಿಯೊಳಗೆ ಹಾಗೇ ಬೇಳೆ ತೂಗುತ್ತಾ ಇದ್ದೀರಾ ನೀವೇ ಸ್ಟುಪಿಡ್' ಅಂತ ಹೇಳಿದನಂತೆ. ಹಾಗೆ ಹೇಳಿ ಹೋದವನು ಎಷ್ಟೋ ವರ್ಷ ಇರಲೇ ಇಲ್ಲವಂತೆ. ಆಮೇಲೆ ಜೈಲಿನಿಂದ ತಿರುಗಿ ಬಂದನಂತೆ. ಅವರು ಗೋಪಾಲನ ಇನ್ನಷ್ಟು ಕತೆಗಳನ್ನು ಹೇಳುವ ಉತ್ಸಾಹದಲ್ಲಿದ್ದರು. ಮಳೆ ಜೋರಾಗುವ ಸಂಭವವಿದ್ದರಿಂದ ನಾನು ಹೊರಟುಬಂದೆ.

ಚದುರಂಗರ ಮಗ ವಿಕ್ರಮರು ಹೇಳಿದ ಕಥೆ

ನನ್ನ ಪ್ರೀತಿಯ ಬರಹಗಾರ ದಿವಂಗತ ಚದುರಂಗ ಅವರ ನಿಜವಾದ ಹೆಸರು ಎಂ. ಸುಬ್ರಹ್ಮಣ್ಯ ರಾಜೇ ಅರಸ್ ಎಂಬುದು ಬಹಳ ಕಾಲದವರೆಗೆ ನನಗೆ ತಿಳಿದಿರಲಿಲ್ಲ. ಎಂ. ಅಂದರೆ ಮುದ್ದುರಾಜ ಅರಸ್. ಮುದ್ದುರಾಜ ಅರಸರು ಚದುರಂಗರ ತಂದೆ. ಅವರು ತಲಕಾಡಿನ ರಾಜವಂಶಕ್ಕೆ ಸೇರಿದವರು. ತಲಕಾಡು ಮರಳಿನಿಂದ ಮುಚ್ಚಿದಾಗ ಇವರ ಹಿರಿಯರು ಅಲ್ಲಿಂದ ಸಮೀಪದ ಪಾಳ್ಯಕ್ಕೆ ಹೋಗಿ ನೆಲೆಸಿ ಪಾಳ್ಯದ ಚತುರಂಗ ಅರಸು ಮನೆತನದವರು ಅಂತ ಹೆಸರಾದವರು. ಈ ಮನೆತನದ ಅರಸರು ಚದುರಂಗ ಕ್ರೀಡೆಯಲ್ಲಿ ಪ್ರವೀಣರಾಗಿದ್ದರಿಂದ ಇವರಿಗೆ ಆ ಹೆಸರು ವಂಶಪಾರಂಪರ್ಯವಾಗಿ ಬಂದಿತ್ತು. ನಾನು ಬಹಳ ಕಾಲದವರೆಗೆ ಚದುರಂಗ ಎನ್ನುವುದು ಒಂದು ಕಾವ್ಯನಾಮ ಎಂದೇ ತಿಳಿದಿದ್ದೆ. ಸುಮಾರು ಇಪ್ಪತ್ತು ವರ್ಷಗಳ ಹಿಂದೆ ಯುವಕನಾಗಿದ್ದ ನನ್ನನ್ನು ಬೆಂಗಳೂರಿನ ಚಾಮರಾಜಪೇಟೆಯ ಹಳೆಯ ಕಾಲದ ಪಬ್ ಒಂದರಲ್ಲಿ ಪ್ರೀತಿಯಿಂದ ಕೂರಿಸಿಕೊಂಡು ಚದುರಂಗರು ಕಥೆ ಬರೆಯುವುದು ಹೇಗೆ ಎಂದು ಸೊಗಸಾಗಿ ಪಾಠ ಹೇಳಿಕೊಟ್ಟಿದ್ದರು. ಅರೆಬಿಯನ್ ರಾತ್ರಿಗಳ ಶಹಜಾದೆಯ ಕಥೆ ಹೇಳಿ 'ಕಥೆಯೆಂದರೆ ಹೀಗಿರಬೇಕಯ್ಯ' ಎಂದು ಬೆನ್ನು ತಟ್ಟಿದ್ದರು. ಜುಲೈಕಾ ಮತ್ತು ಯೂಸುಫ್ ಎಂಬ ಅಮರ ಪ್ರೇಮಿಗಳ ಕಥೆ ಹೇಳಿದ್ದರು. ನಾನು ನನ್ನ ಮೊದಲ ಕಥೆ ಬರೆದಾಗ ಅದರಲ್ಲಿ ಈ ಕತೆಯನ್ನೂ ಒಂದು ಚೂರು ಸೇರಿಸಿ ಖುಷಿ ಪಟ್ಟಿದ್ದೆ. ಅದನ್ನು ಓದಲು ಚದುರಂಗರಿಗೆ ಕೊಡಲು ಮರೆತುಬಿಟ್ಟಿದ್ದೆ. ಅದು ನಡೆದು ಕೆಲವು ವರ್ಷಗಳ ನಂತರ ಒಂದು ದೀಪಾವಳಿಯ ದಿನ ಚದುರಂಗರು ಜಯಲಕ್ಷ್ಮೀಪುರಂನಲ್ಲಿ ತಾವೇ ಕಟ್ಟಿಸಿದ

ಮನೆಯಲ್ಲಿ ಮಲಗಿ ಒಂದೊಂದೇ ಇಂಚು ಸಾವನ್ನು ಆವಾಹಿಸಿಕೊಳ್ಳುತ್ತಾ ನಗುತ್ತಾ ತೀರಿಹೋಗಿದ್ದರು. ಜನನ ಮರಣ ಇತ್ಯಾದಿಗಳಲ್ಲಿ ನಂಬಿಕೆ ಕಳೆದುಕೊಂಡಿರುವ ನಾನು ತೀರಿಕೊಂಡ ಅವರನ್ನು ನೋಡಲು ಹೋಗಿರಲಿಲ್ಲ. ಆದರೂ ನನ್ನೊಳಗೆ ಒಂದು ಪ್ರಶ್ನೆ ಇದ್ದೇ ಇತ್ತು. ಉಯ್ಯಾಲೆ, ವೈಶಾಖ, ಸರ್ವಮಂಗಳಾ, ಹೆಜ್ಜಾಲದಂತಹ ಸಾಮಾಜಿಕ ಕಾದಂಬರಿಗಳನ್ನು ಬರೆದ ಚದುರಂಗರು ಯಾಕೆ ಎಲ್ಲೂ ಕೂಡಾ ತಲಕಾಡಿನ ಪಾಳ್ಯದ ಚತುರಂಗ ಮನೆತನದ ರೋಮಾಂಚಕರವೂ ವಿಷಾದಕರವೂ ಆದ ಏಳು ಬೀಳುಗಳ ಕುರಿತು ಬರೆಯಲಿಲ್ಲ ಎಂದು ಆಗಾಗ ಯೋಚಿಸುತ್ತಿದ್ದೆ. ನನಗೆ ಅರೆಬಿಯನ್ ರಾತ್ರಿಗಳ ಕಥೆ ಹೇಳಿದ ಅವರು, ಅವರ ಮೈಸೂರಿನ ಅರಮನೆಯ ಹಗಲು ರಾತ್ರಿಗಳ ಕುರಿತು ಯಾಕೆ ಹೇಳಲಿಲ್ಲ ಎಂದು ಯೋಚಿಸುತ್ತಿದ್ದೆ. ಆಮೇಲೆ ಅವರವರ ಕಥೆಗಳ ಹಣೆಯಬರಹದ ಕುರಿತು ಹೆಚ್ಚು ಯೋಚಿಸುವುದು ಒಳಿತಲ್ಲ, ಹಾಗೆ ನೋಡಿದರೆ ನನ್ನ ರಾತ್ರಿಗಳ ಎಲ್ಲ ಕಥೆಗಳನ್ನೂ ಎಲ್ಲಿಯಾದರೂ ಬರೆಯಲು ಹೋದರೆ ಏನೆಲ್ಲಾ ನಡೆಯಬಹುದು ಎಂದು ಯೋಚಿಸಿ ಬೆಚ್ಚಿಬೀಳುತ್ತಿದ್ದೆ.

ಮೊನ್ನೆ ಶುಕ್ರವಾರ ಸಂಜೆ ಚದುರಂಗರ ಮಗ ಹಾಗೂ ನನ್ನ ಹಿರಿಯ ಸ್ನೇಹಿತರಾದ ಪ್ರೊಫೆಸರ್ ವಿಕ್ರಮರಾಜ ಅರಸರ ಜೊತೆ ಮೈಸೂರಿನ ಪಬ್ ಒಂದರಲ್ಲಿ ಕುಳಿತು ಚತುರಂಗ ಮನೆತನದ ಕಥೆ ಕೇಳಿಸಿಕೊಳ್ಳುತ್ತಿದ್ದೆ. ಕಥೆ ಹೇಳುತ್ತಾ ಹೇಳುತ್ತಾ ವಿಕ್ರಮರಾಜ ಅರಸರು ಉದ್ವಿಗ್ನರಾಗ ತೊಡಗಿದ್ದರು. 'ಉದ್ವಿಗ್ನರಾಗಬೇಡಿ. ಕಥೆ ಹೇಳಿ' ಎಂದು ಅವರನ್ನು ನಡುನಡುವೆ ಛೇಡಿಸುತ್ತಿದ್ದೆ. ಇದು ಉದ್ವಿಗ್ನತೆ ಅಲ್ಲ, ವಿಷಾದ ಎಂದು ಅವರು ಸ್ಪಷ್ಟೀಕರಣ ನೀಡುತ್ತಿದ್ದರು. ಕಥೆ ಎಲ್ಲ ಹೇಳಿ ಮುಗಿಸಿದ ಮೇಲೆ ಗಟಗಟನೆ ಬಿಯರ್ ಕುಡಿದು ಮುಗಿಸಿ ಕತೆ ಹೇಗಿತ್ತು ಎಂದು ಕೇಳಿದರು. ಕಥೆಯ ಅಂಶ ಕಡಿಮೆ ಇತ್ತು ತತ್ವಶಾಸ್ತ್ರ ಕೊಂಚ ಜಾಸ್ತಿ ಆಯಿತು ಎಂದು ಪುನಃ ಕೀಟಲೆ ಮಾಡಿದೆ. 'ಹಾಗಾದರೆ ನಡೆಯಿರಿ ಕಥೆ ಹೇಳುವುದು ಬೇಡ. ತೋರಿಸಿಯೇ ಬಿಡುತ್ತೇನೆ' ಎಂದು ಕೈಹಿಡಿದು ಕರಕೊಂಡು ಚದುರಂಗರು ಅರಸರಂತೆ ಬಾಳಿ ಬದುಕಬೇಕಿದ್ದ 'ಚತುರಂಗ ಭವನ' ಎಂಬ ಸುಂದರವು ಭವ್ಯವೂ ವಿಶಾಲವೂ ಆದ ಮಹಲ್ಲನ್ನು ತೋರಿಸಿದರು.

ನಾವು ಹೋದಾಗ ಅಲ್ಲಿ ನಟ ವಿಷ್ಣುವರ್ಧನ್ ಅಭಿನಯಿಸುತ್ತಿರುವ ಚಿತ್ರವೊಂದರ ಚಿತ್ರೀಕರಣ ನಡೆಯುತ್ತಿತ್ತು. ಯಾವು ಯಾವುದೋ ಭಾಷೆಗಳನ್ನು ಮಾತನಾಡುವ, ನೋಡಲು ಹೇಗೆ ಹೇಗೋ ಇರುವ ಕುರುಚಲು ಗಡ್ಡದ, ನಿದ್ರೆಯಿಲ್ಲದ ಕಣ್ಣುಗಳ ಲೈಟ್‌ಬಾಯ್‌ಗಳೂ, ಸ್ಪಾಟ್‌ಬಾಯ್‌ಗಳೂ ಚತುರಂಗ ಭವನದ ತುಂಬೆಲ್ಲ ತಮ್ಮ ಲೈಟ್‌ಗಳನ್ನೂ, ಬೋರ್ಡುಗಳನ್ನೂ ಹರವಿಕೊಂಡು ತಲ್ಲೀನರಾಗಿದ್ದರು. ಯಾವುದೋ ಮದ್ಯ ತಯಾರಿಕೆಯ ಕಾರ್ಖಾನೆಯೊಂದರ ವಿಶ್ರಾಂತಿಗೃಹವಾಗಿ ಹೋಗಿರುವ ಚತುರಂಗ ಭವನ ಶಾಪಗ್ರಸ್ತ ಕನ್ಯೆಯಂತೆ ಸಂಸಾರ ಸುಖವಿಲ್ಲದೆ ಹಾಗೇ ನಾಜೂಕಾಗಿ ಉಳಕೊಂಡು ಬಿಟ್ಟಿತ್ತು. ಒಂದು ಕಾಲದಲ್ಲಿ ಚದುರಂಗರನ್ನು ಹುಡುಕಿಕೊಂಡು ಬರುತ್ತಿದ್ದ ಆನಂದ, ಅ.ನ.ಕೃ., ತರಾಸು, ನಿರಂಜನ ರಂತಹ ಲೇಖಕರನ್ನೂ, ಕೇರಳದ ಆ ಕಾಲದ ಭೂಗತ ಕಮ್ಯೂನಿಷ್ಟ್ ನಾಯಕರನ್ನೂ ಕಂಡಿದ್ದ ಆ ರಾಜಮಹಲ್ ಇದೀಗ ನಟ

ನಟಿಯರ ಕಲರವದಿಂದ ತುಂಬಿಕೊಂಡಿತ್ತು. ಹಾಗೇ ನೋಡಿದರೆ ಆ ಮಹಲಿನಲ್ಲಿ ಸುಖವಾಗಿರುವವನು ಅಲ್ಲಿಯ ಕೆಲಸದ ಕಾವಲುಗಾರ ಒಬ್ಬ ಮಾತ್ರ ಅನಿಸಿತ್ತು. ಆ ಕಾವಲುಗಾರನ ಮಗು ಚಿತ್ರೀಕರಣದ ನಡುವಲ್ಲಿ ಗಾಳಿಯಿಲ್ಲದ ಚೆಂಡೊಂದನ್ನು ಒದ್ದು ಆಟವಾಡುತ್ತಿತ್ತು. ಅದನ್ನು ಕಂಡು ನನ್ನ ಮನಸಲ್ಲಿದ್ದ ಯೋಚನೆಯನ್ನು ವಿಕ್ರಮರಾಜ ಅರಸರೂ ಬಾಯಿಬಿಟ್ಟು ಹೇಳಿದರು.

ನಮಗಿಬ್ಬರಿಗೂ ಏಕ ಕಾಲದಲ್ಲಿ ಒಂದೇ ಸತ್ಯ ಹೊಳೆಯಲು ತೊಡಗಿತ್ತು. ದಾರಿಯಲ್ಲಿ ಹಿಂತಿರುಗಿ ಬರುವಾಗ 'ಸಾರ್ ನೀವು ದಯವಿಟ್ಟು 'ಚತುರಂಗ ಭವನ' ಎಂಬ ಕಾದಂಬರಿಯನ್ನು ಬರೆಯಬೇಕು' ಎಂದು ನಾನು ಅವರಲ್ಲಿ ಕೇಳಿಕೊಳ್ಳುತ್ತಿದ್ದೆ 'ಇಲ್ಲ ನೀವೇ ಬರೆಯಬೇಕು' ಎಂದು ಅವರು ನನ್ನನ್ನು ಕೇಳಿಕೊಳ್ಳುತ್ತಿದ್ದರು. 'ಹಾಗಾದರೆ ಸಂಯುಕ್ತವಾಗಿ ಬರೆಯೋಣ, ನಿಮ್ಮ ತತ್ವಜ್ಞಾನ ನನ್ನ ಕಥನ ನಿಮ್ಮ ವಿಷಾದ ಮತ್ತು ನನ್ನ ಉದ್ವಿಗ್ನತೆ' ಎಂದು ಹೇಳಿದೆ. ನಾವು ಆಮೇಲೆ ಇನ್ನೂ ಬಹಳ ಹೊತ್ತು ಮಾತನಾಡಿದೆವು.

ವಿಕ್ರಂ ರಾಜ ಅರಸರು ಹೇಳಿದ ಚತುರಂಗ ಭವನದ ಕಥೆ ಸಂಕ್ಷಿಪ್ತವಾಗಿ ಹೀಗಿದೆ:

ಚತುರಂಗ ಬಸವರಾಜ ಅರಸಿನವರ ಮಗ ಅನಂತರಾಜ ಅರಸಿನವರು. ಇವರು ಹತ್ತೊಂಬತ್ತನೆಯ ಶತಮಾನದ ಆದಿ ಭಾಗದಲ್ಲಿ ಹುಟ್ಟಿದವರು. ಇವರು ಚತುರಂಗ ಪ್ರವೀಣರು. ಜೊತೆಗೆ 'ಗ್ರಹಣ ದರ್ಪಣ' ಎಂಬ ಪುಸ್ತಕವನ್ನು ಬರೆದಿದ್ದಾರೆ. ಕಾಲಕಾಲಕ್ಕೆ ಸಂಭವಿಸುವ ಗ್ರಹಣಗಳನ್ನು ಎಲ್ಲ ಕನ್ನಡಿಗರೂ ಸುಲಭವಾಗಿ ಅರ್ಥಮಾಡಿಕೊಳ್ಳಲು ಸಂಸ್ಕೃತ ಪದಗಳನ್ನು ಕನ್ನಡದಲ್ಲಿ ಬರೆದು ತೋರಿಸಿದ್ದಾರೆ. ಶ್ರೀ ಮುಮ್ಮಡಿ ಕೃಷ್ಣರಾಜ ಒಡೆಯರ ಆಜ್ಞೆಯಂತೆ ಬರೆಯಲ್ಪಟ್ಟ ಈ ಕೃತಿಯನ್ನು ೧೮೬೩ರಲ್ಲಿ ಸನ್ನಿಧಾನಕ್ಕೆ ಅರ್ಪಿಸಲಾಗಿದೆ. ಈ ಗ್ರಂಥ ಬರೆಯುವ ಹೊತ್ತಲ್ಲೇ ಅನಂತರಾಜ ಅರಸರ ಜೀವನದಲ್ಲಿ ಇನ್ನೊಂದು ಆಘಾತಕರ ಘಟನೆ ನಡೆದಿದೆ.

ಅದೇನೆಂದರೆ ಚದುರಂಗದಾಟ ಪ್ರವೀಣರಾಗಿದ್ದ ಅವರು ಒಂದು ಸಂಜೆ ಮಹಾರಾಜರೊಡನೆ ಚದುರಂಗವಾಡುತ್ತಾ ಆಟದ ಉತ್ಸಾಹದಲ್ಲಿ ಔಚಿತ್ಯ ಪ್ರಜ್ಞೆಯನ್ನೂ ಮರೆತು ಮಹಾರಾಜಾ ಮುಮ್ಮಡಿ ಕೃಷ್ಣರಾಜ ಒಡೆಯರನ್ನೇ ಚದುರಂಗದಲ್ಲಿ ಸೋಲಿಸಿದ್ದಾರೆ. ಇದರಿಂದ ಕುಪಿತರಾದ ಮಹಾರಾಜರು ವಜ್ರ ವೈಢೂರ್ಯ ಖಚಿತವಾದ ಚದುರಂಗದ ದಾಳವೊಂದನ್ನು ಅನಂತರಾಜರ ಮುಖಕ್ಕೆ ನೆತ್ತರು ಒಸರುವಂತೆ ಬಿಸಾಡಿದ್ದರೆ. ರಾಜರ ಕೋಪಕ್ಕೆ ತುತ್ತಾದ ಅನಂತರಾಜ ಅರಸರು ವ್ಯಾಕುಲರಾಗಿ ದೊಡ್ಡಕೆರೆಯ ದಡದಲ್ಲಿ ಕಣ್ಣೀರು ಹಾಕುತ್ತಾ ಕುಳಿತಿದ್ದಾರೆ. ಆಗ ಆ ಹಾದಿಯಲ್ಲಿ ಬಂದ ಕಲ್ಲಹಳ್ಳಿಯ ಅರಸು ಮನೆತನದ ರೈತರೊಬ್ಬರು ಅನಂತರಾಜರಿಗೆ ಸಾಂತ್ವನ ಹೇಳಿ ಹಳ್ಳಿಗೆ ಕೊಂಡೊಯ್ದು ಅವರಿಗೆ ಕೃಷಿಭೂಮಿಯನ್ನು ಒದಗಿಸಿ ಹಳ್ಳಿಯ ಮಕ್ಕಳಿಗೆ ಪಾಠ ಹೇಳುವ ಕೆಲಸವನ್ನೂ ವಹಿಸಿ ಅವರು ವ್ಯಾಕುಲವನ್ನು ಮರೆಯುವಂತೆ ಮಾಡಿದ್ದಾರೆ. ಅನಂತರಾಜ ಅರಸರು ತಮ್ಮ ಜೀವನದ ಕೊನೆಯವರೆಗೂ ಕಲ್ಲಹಳ್ಳಿಯಲ್ಲೇ ಕಳೆದಿದ್ದಾರೆ.

ಕಾದಂಬರಿಕಾರ ಚದುರಂಗರೂ, ದಿವಂಗತ ಮುಖ್ಯಮಂತ್ರಿ ಡಿ. ದೇವರಾಜ ಅರಸರೂ ಹೀಗೆ ಕಲ್ಲಹಳ್ಳಿಯ ರೈತಾಪಿ ಜನರ ನಡುವಿಂದ ಬಂದಿದ್ದಾರೆ. ಚದುರಂಗರು

ಅನಂತರಾಜ ಅರಸರ ಮೊಮ್ಮಗ. ಅವರ ಹಿರಿಯ ಸಹೋದರ ಬಸವರಾಜ ಅರಸರು ರಾಜಕುಮಾರಿ ಲೀಲಾವತಿ ದೇವಿಯವರನ್ನು ಮದುವೆಯಾಗಿ ಮೈಸೂರು ಅರಸರ ಮನೆತನದ ಜೊತೆ ಪುನಃ ಸಂಬಂಧ ಬೆಳೆಸಿಕೊಂಡರು. ಮೈಸೂರಿನ ಜಯಲಕ್ಷ್ಮಿ ವಿಲಾಸ, ಚಿತ್ತರಂಜನ್ ಮಹಲು, ಲೋಕರಂಜನ್ ಮಹಲ್ ಅರಮನೆಗಳಲ್ಲಿ ಇದ್ದವರು. ಒಂದರಲ್ಲಿ ಶಯನ,ಇನ್ನೊಂದರಲ್ಲಿ ವಿರಾಮ ಮತ್ತೊಂದರಲ್ಲಿ ಮಾತುಕತೆ ಎಂದು ಅವುಗಳಲ್ಲಿ ಕಳೆದವರು. ಹಳ್ಳಿಯಿಂದ ಬಂದ ತನ್ನ ತಾಯಿ ಮತ್ತು ತಮ್ಮ ಚದುರಂಗರಿಗಾಗಿ ಚತುರಂಗಭವನ ಎಂಬ ಈ ಮಹಲನ್ನು ಕಟ್ಟಿಸಿದ್ದರು.

ಬಸವರಾಜ ಅರಸರಿಗೆ ತನ್ನ ತಮ್ಮ ಚದುರಂಗ ಅಲಿಯಾಸ್ ಸುಬ್ರಹ್ಮಣ್ಯರಾಜ ಅರಸ್ ಅವರೂ ಕೂಡಾ ರಾಜಮನೆತನದ ಕನ್ಯೆಯೊಬ್ಬಳನ್ನು ಕೈಹಿಡಿಯ ಬೇಕೆಂಬ ಆಸೆ ಇತ್ತು. ಅರಮನೆಯಿಂದಲೂ ಈ ಪ್ರಸ್ತಾಪ ಬಂದಿತ್ತು. ಮದುವೆಯೂ ತೀರ್ಮಾನವಾಗಿತ್ತು. ರಾಜಮನೆತನದ ಆ ಸುಂದರಿಯೂ ಅಪೂರ್ವವಾಗಿದ್ದರು. ಆದರೆ ಆಗಲೇ ಸಾಹಿತಿಯೂ ಪ್ರಗತಿಶೀಲನೂ, ಬಂಡಾಯಗಾರನೂ, ಪ್ರಜಾಪ್ರಭುತ್ವವಾದಿಯೂ, ಪ್ರೇಮಿಯೂ ಆಗಿದ್ದ ಚದುರಂಗ ಎಂಬ ಯುವಕ ಹೇಳದೇ ಕೇಳದೇ ರಾತ್ರೋರಾತ್ರಿ ಮೈಸೂರಿನಿಂದ ಪರಾರಿಯಾಗಿ ರಾಜ ಸಂಬಂಧದಿಂದ ಪಾರಾಗಿದ್ದರು. ಏಕೆಂದರೆ ಅವರು ಆಗಲೇ ಕಲಾವಿದೆಯೂ ಸೂಕ್ಷ್ಮ ಮತಿಯೂ ಆದ ದೊಡ್ಡಮಣ್ಣಿ ಎಂಬ ರೈತರ ಮಗಳನ್ನು ಪ್ರೀತಿಸುತ್ತಿದ್ದರು. ಅವರಿಬ್ಬರ ಏಕೈಕ ಪುತ್ರನೇ ಈಗ ಇಂಗ್ಲಿಷ್ ಪ್ರೊಫೆಸರ್ ಆಗಿರುವ ವಿಕ್ರಂರಾಜೇ ಅರಸ್. ವಿನಾಕಾರಣವಾಗಿ ನನ್ನಂತಹ ಕೀಟಲೆಕೋರನನ್ನು ಕಾದಂಬರಿಕಾರನಾಗು ಎಂದು ಒತ್ತಾಯಿಸುತ್ತಿರುವ ನನ್ನ ಹಿರಿಯ ಸ್ನೇಹಿತರು. ನನ್ನ ಜೊತೆ ಸಿಗರೇಟನ್ನೂ ಬಿಯರನ್ನೂ ಚತುರಂಗ ಭವನದ ಕಥೆಗಳನ್ನೂ ಹಂಚಿಕೊಳ್ಳುತ್ತಿರುವ ಉದಾರ ಹೃದಯವಂತರು.

ವಿಕ್ರಮರಾಜ ಅರಸರು ಹೇಳಿದ ಚತುರಂಗ ಭವನದ ನಿಜವಾದ ಕಥೆ ಇರುವುದು ಇಬ್ಬರು ಅಣ್ಣತಮ್ಮಂದಿರ ನಡುವೆ. ಇಬ್ಬರೂ ರಾಜಯೋಗವಿದ್ದವರು. ಅಣ್ಣ ರಾಜಕುಮಾರರಾದರು. ತಮ್ಮ ಕಾದಂಬರಿಕಾರರಾದರು. ಇಬ್ಬರೂ ಒಳಗೊಳಗೆ ತಮ್ಮ ಹಠವೇ ಸರಿ ಎಂದು ಸಾಧಿಸಿದರು. ಈಗ ಇಬ್ಬರು ಇಲ್ಲ. ಆದರೆ ಬಸವರಾಜ ಅರಸರು ಬಾಳಿದ ಹಾಗೂ ಸುಬ್ರಹ್ಮಣ್ಯರಾಜೇ ಅರಸ್ ಉರುಫ್ ನನ್ನ ಪ್ರೀತಿಯ ಚದುರಂಗ ತಿರಸ್ಕರಿಸಿದ ಈ ಚತುರಂಗ ಭವನ ಈಗ ಯಾವಾಗಲೂ ನಟನಟಿಯರಿಂದ ಕ್ಯಾಮರಾ ದೀಪಗಳಿಂದ ಗಿಜಿಗಿಡುತ್ತಿರುತ್ತದೆ. ಆದರೆ ಇಲ್ಲಿ ಯಾರೂ ಸಂಸಾರ ಹೂಡುವುದಿಲ್ಲ. ಏಕೆಂದರೆ ಇದು ಶಾಪಗ್ರಸ್ತ ಅರಮನೆ ಎಂದು ಬಹಳ ಕತೆಗಳೇ ಇವೆ.

ಯೋಗಾಚಾರ್ಯ ನಾಗರಾಜ ಸೂರ್ಯನಾರಾಯಣ ಪಾಂಡೆ

ನಿನ್ನೆ ಸಂಜೆ ಮೈಸೂರಿನಲ್ಲಿ ಇನ್ನೇನು ಮಳೆ ಸುರಿಯುವ ಹಾಗೆ ಇತ್ತು. ಆದರೆ ಹಾಗೇನೂ ಆಗಲಿಲ್ಲ. ನಾನು ಸುಮಾರು ಎರಡು ಗಂಟೆಗಳ ಹೊತ್ತು ಯೋಗಾಚಾರ್ಯ ನಾಗರಾಜ ಸೂರ್ಯನಾರಾಯಣ ಪಾಂಡೆಯವರ ಬಳಿ ಕಥೆ ಕೇಳುತ್ತಾ ಕುಳಿತಿದ್ದೆ. ಒಂದಂತೂ ನಿಜ, ಇನ್ನು ನೂರಾರು ವರ್ಷಗಳಷ್ಟು ಕಾಲ ಬರೆಯುವಷ್ಟು ವಿಷಯಗಳು ಅವರ ಬಳಿ ಇರುವುದು ಗೊತ್ತಾಯಿತು. ನನಗೆ ಮೈಸೂರಿನಲ್ಲಿ ಮಾತನಾಡಲು, ನನ್ನನ್ನು ಹರಸಲು ಇನ್ನೊಬ್ಬರು ಮಹಾ ಗುರುಗಳು ದೊರಕಿದರು ಎಂಬ ಆನಂದದಿಂದ ಅವರ ಬಳಿಯಿಂದ ಹೊರಟು ಬಂದು ಇದನ್ನು ಬರೆಯುತ್ತಿರುವೆ. ನಾಗರಾಜ ಸೂರ್ಯನಾರಾಯಣ ಪಾಂಡೆಯವರು ನನಗೆ ಮೊದಲು ಪರಿಚಯವಾಗಿದ್ದು ಸುಮಾರು ಆರು ತಿಂಗಳುಗಳ ಹಿಂದೆ ಆಕಸ್ಮಿಕವಾಗಿ. ಹಳೆಯಕಾಲದ ಕೀ ಕೊಡುವ ಕೈಗಡಿಯಾರಗಳನ್ನು ಸರಿಪಡಿಸುವ ತಜ್ಞರು ಯಾರಾದರೂ ಇದ್ದಾರೆಯೇ ಎಂದು ಮೈಸೂರಿನ ಮಕ್ಕಾಜಿ ಚೌಕದ ಬಳಿಯಿರುವ ಒಲಂಪಿಯಾ ಥಿಯೇಟರಿನ ಅಕ್ಕ ಪಕ್ಕ ಹುಡುಕುತ್ತಿದ್ದೆ. ಆಗ ಯಾರೋ ಪಾಂಡೆಯವರ ಹೆಸರು ಹೇಳಿದರು. ಹೋಗಿ ನೋಡಿದರೆ ಆ ಹಳೆಯ ಗಡಿಯಾರದ ಅಂಗಡಿಯಲ್ಲಿ ಪಾಂಡೆಯವರ ಪುತ್ರ ಇದ್ದರು. ಪಾಂಡೆಯವರು ಈಗ ಗಡಿಯಾರಗಳ ಗೊಡವೆಗೆ ಹೋಗುವುದಿಲ್ಲವೆಂದೂ ಈಗ ಅವರು ಪತಂಜಲೀ ಯೋಗವನ್ನು ಅರ್ಹರಿಗೆ ಹೇಳಿಕೊಡುತ್ತಿದ್ದಾರೆಂದೂ ಗೊತ್ತಾಯಿತು. ದೂರವಾಣಿಯಲ್ಲಿ ಪಾಂಡೆಯವರನ್ನು ಮಾತನಾಡಿಸಿ 'ಏನು ಪಾಂಡೆಯವರೇ ಗಡಿಯಾರದ ಸಹವಾಸ ತೊರೆದು ಯೋಗಾಚಾರ್ಯರಾಗಿದ್ದೀರಲ್ಲಾ..?' ಎಂದು ಕೇಳಿದೆ. 'ಈಗ ಯೋಗದ ಮೂಲಕ ಕಾಲವನ್ನು ಅಳೆಯುತ್ತಿದ್ದೇನೆ' ಎಂದು ತೀರಾ ಅಪರೂಪದ, ಆಳದ ಧ್ವನಿಯಲ್ಲಿ ಹೇಳಿದರು. ಅವರ ಧ್ವನಿ ಕೇಳಿದರೇ ಪುಳಕಿತವಾಗುವ ಹಾಗೆ ಇತ್ತು. ಆಮೇಲೆ ಅವರ ಜೊತೆ

ರಾಜಯೋಗದ ಕುರಿತು, ಪತಂಜಲಿಯ ಕುರಿತು ಕೇಳಿದೆ. ಅವರ ಜೊತೆ ಮಾತನಾಡುತ್ತಾ ಈ ಮನುಷ್ಯ ಬಹಳ ದೊಡ್ಡವರು ಅನಿಸಿತು. ಹುಡುಗನಾಗಿರುವಾಗ ಬಹಳ ಕಷ್ಟಪಟ್ಟಿದ್ದಾರೆ ಅನಿಸಿತು.

ಯೋಗದ ಜೊತೆಗೆ ಕಾವ್ಯ, ಗಡಿಯಾರದ ಜೊತೆಗೆ ಭಗವಂತ, ಹಸಿವಿನ ಜೊತೆ ಅಧ್ಯಾತ್ಮ, ಕಾಮದ ಜೊತೆ ಏಕಾಂಗಿತನ, ಹಷೀಸಿನ ಜೊತೆ ಆತ್ಮಹತ್ಯೆ, ಆತ್ಮ ಸಾಕ್ಷಾತ್ಕಾರದ ಜೊತೆ ಒಲವು ಎಲ್ಲವನ್ನು ಬಲ್ಲವರಾಗಿದ್ದಾರೆ ಅನಿಸಿತು. ಅದಕ್ಕಾಗಿ ನಿನ್ನೆ ಪುನಃ ಅವರ ಜೊತೆ ಇನ್ನಷ್ಟು ಮಾತನಾಡಿದೆ. ಅವರ ಕಥೆ, ಕಾವ್ಯ, ಹಾಡು, ಅಧ್ಯಾತ್ಮ, ಹಸಿವು, ಏಕಾಂಗಿತನ ಮತ್ತು ಎಡೆಬಿಡದ ಅಲೆದಾಟ– ಎಲ್ಲವನ್ನೂ ಕೇಳಿಸಿಕೊಂಡು ಸಖತ್ ಸುಸ್ತಾಗಿ ಹೋದೆ. ಅದೊಂದು ತರಹದ ಸೋಲಿನ ಸುಸ್ತು. ಜ್ಞಾನಿಯ ಎದುರಲ್ಲಿ ಸೋಲುವ ಪ್ರಣಯಿಯ ಹಾಗೆ. ಅವರೂ ನನ್ನ ವಯಸ್ಸಿನಲ್ಲಿ ಇಂತಹ ಹಲವು ಸೋಲುಗಳನ್ನು ಕಂಡಿರುವರು ಅನಿಸಿತು. ಬರುವಾಗ ಕೈಮುಗಿದೆ. 'ನಿಮ್ಮನ್ನು ನಾನು ಕಂಡಿದ್ದು ಒಂದು ತರಹದ ವಿಧಿಲಿಖಿತದ ಹಾಗಿದೆ. ಇನ್ನೇನೆಲ್ಲಾ ಆಗಲಿಕ್ಕಿದೆಯೋ' ಅಂದೆ. 'ಇದು ನನ್ನ ಅಹಂಕಾರದ ಮಾತಲ್ಲ. ನಿನಗೆ ನೂರು ವರುಷಗಳಷ್ಟು ಕಾಲ ಹೇಳಬಲ್ಲ ಕಥೆಗಳು ನನ್ನ ಬಳಿ ಇದೆ. ನನ್ನನ್ನು ಸ್ವೀಕರಿಸು' ಎಂದು ಅವರು ಅಂದರು. 'ಅಹುದಹುದು' ಎಂದು ಅಲ್ಲಿಂದ ಹೊರಟು ಬಂದೆ.

ಪಾಂಡೆಯವರು ಕನ್ಯಾಕುಬ್ಜ ಎಂಬ ವೈದಿಕ ಜನಾಂಗಕ್ಕೆ ಸೇರಿದವರು. ಬಿಹಾರ ಮತ್ತು ಉತ್ತರ ಪ್ರದೇಶದ ನಡುವಿನ ಕನೌಜ್ ಪ್ರದೇಶದವರು. ಪಾಠಕ್, ತ್ರಿವೇದಿ, ದ್ವಿವೇದಿ, ಶುಕ್ಲ, ಪಾಂಡೆ, ವಾಜಪೇಯಿ ಎಂಬ ಹೆಸರುಗಳಿಂದ ಕರೆಯಲ್ಪಡುವ ಈ ಜನಾಂಗದವರು ಈಗಲೂ ಅಲ್ಲಿ ಜೀವಿಸುತ್ತಿದ್ದಾರೆ. ಹದಿನೆಂಟನೆಯ ಶತಮಾನದಲ್ಲಿ ಔರಂಗಜೇಬನ ಕಾಟವನ್ನು ತಡೆಯಲಾರದೆ ಇವರ ಹಿರಿಯರಲ್ಲಿ ಹಲವರು ಆಗಲೇ ಸಾಮೂಹಿಕವಾಗಿ ಚಿತೆಗೆ ಏರಿದ್ದಾರೆ. ಉಳಿದವರಲ್ಲಿ ಹಲವರು ಭೂಮಿಕಾಣಿಗಳನ್ನು ಮಾರಿ, ಕುದುರೆಯೇರಿ, ಕತ್ತೆಗಳ ಮೇಲೆ ಚಿನ್ನಾಭರಣಗಳನ್ನು ಹೊರೆಸಿಕೊಂಡು, ಹಲವೆಡೆ ಚೆಲ್ಲಾಪಿಲ್ಲಿಯಾಗಿದ್ದಾರೆ.

ನಾಗರಾಜ ಪಾಂಡೆಯವರ ಪೂರ್ವಜ ಕಲ್ಯಾಣ ಪಾಂಡೆ ಎಂಬವರು ಹದಿನೆಂಟನೆಯ ಶತಮಾನದಲ್ಲಿ ಶಿವಮೊಗ್ಗದ ಬಳಿಯ ಕುಂಸಿಗೆ ಬಂದು ನೆಲಸಿದ್ದಾರೆ. ಮನೆದೇವರು ವೈಷ್ಣೋದೇವಿಯನ್ನು ಅಗಲಿ, ಧರ್ಮಸ್ಥಳದ ಮಂಜುನಾಥನನ್ನು ಹೊಸ ಮನೆ ದೇವರೆಂದು ಒಪ್ಪಿಕೊಂಡಿದ್ದಾರೆ. ಅವರ ಮಗ ರಘುನಾಥ ಪಾಂಡೆ ಮೈಸೂರು ಮಹಾರಾಜರ ಅನುಮತಿಯಿಂದ ಕುಂಸಿಯಲ್ಲಿ ಒಂದು ಕೋಟೆ ಕಟ್ಟಿಸಿ,ಅದರ ಸುತ್ತ ಕಾಲುವೆ ಹರಿಸಿ, ಅದರೊಳಗಡೆ ಏಳು ಅಂತಸ್ತಿನ ಮಣ್ಣಿನ ಅರಮನೆಯನ್ನು ನಿರ್ಮಿಸಿದ್ದಾರೆ. ಕಾಲಾಂತರದಲ್ಲಿ ಅಂದರೆ ನಾಗರಾಜ ಪಾಂಡೆಯವರ ತಾತ ಶಿವರಾಮ ಪಾಂಡೆಯವರ ಕಾಲದಲ್ಲಿ ಯಾವುದೋ ಅಹಮ್ಮಿನ ಕಾರಣದಿಂದ ಆ ಮನೆ ಪಾಲಾಗಿದೆ. ಒಂದು ಆಷಾಢ ಶುಕ್ರವಾರ ಅಣ್ಣತಮ್ಮಂದಿರು ಜಗಳವಾಡಿ ಆ ಮಣ್ಣಿನ ಅರಮನೆ ಭಾಗವಾಗಿ ಚಿನ್ನದ ವರಹಗಳನ್ನು ಕೊಳಗದಲ್ಲಿ ವಿಂಗಡಿಸಿ ಹಂಚಿಕೊಂಡು ಜೂಜಿನಲ್ಲಿ ಅದನ್ನೂ ಕಳೆದುಕೋಂಡಿದ್ದಾರೆ. ೧೯೬೩ರಲ್ಲಿ ಎಂಬತ್ತ ಮೂರು ಏಕರೆಗಳಷ್ಟು ಇದ್ದ ಅವರ ಸಾಮ್ರಾಜ್ಯ ೧೯೭೬ರ ದೇವರಾಜ ಅರಸರ ಭೂ ಮಸೂದೆಯ

ಹೊತ್ತಿಗೆ ಸೊನ್ನೆಯಾಗಿದೆ. ಅವರು ಹತ್ತಿರ ಹತ್ತಿರ ಬಿಕಾರಿಗಳಾಗಿದ್ದಾರೆ. ೧೯೪೨ರಲ್ಲಿ ಹುಟ್ಟಿದ ನಾಗರಾಜ ಪಾಂಡೆಯವರು ೧೯೫೧ರಲ್ಲಿ ತಾಯಿಯನ್ನು ಕಳೆದುಕೊಂಡಿದ್ದಾರೆ. ಪಾಂಡೆಯವರ ತಂದೆ ಸೂರ್ಯನಾರಾಯಣ ಪಾಂಡೆಯವರು ಎರಡನೇ ವಿಶ್ವಯುದ್ಧದಲ್ಲಿ ಬ್ರಿಟಿಷರ ಪರವಾಗಿ ಜರ್ಮನ್ ನಾಝಿಗಳ ಎದುರು ಫ್ರಾನ್ಸ್, ಇಂಗ್ಲೆಂಡ್‌ಗಳಲ್ಲಿ ಹೋರಾಡಿ ಕಾಲಿಗೆ ಏಟು ಮಾಡಿಕೊಂಡು ಬಂದಿದ್ದಾರೆ. ಹೆಂಡತಿ ತೀರಿಹೋದಾಗ ಏಕಾಂಗಿಯಾಗಿ ಆಳುಗಳ ಸಹಾಯದಿಂದ ಅವರ ಅಂತ್ಯಕ್ರಿಯೆಯನ್ನು ಅಮಾನುಷವಾಗಿ ಮುಗಿಸಿದ್ದಾರೆ. ಹೆಂಡತಿ ತೀರಿ ಹೋದ ಮೂರು ತಿಂಗಳಲ್ಲೇ ಹೊಸಬ ಹೆಂಡತಿಯನ್ನು ಮದುವೆಯಾಗಿದ್ದಾರೆ. ನಾಗರಾಜ ಪಾಂಡೆಯವರ ಹಾಲುಗಲ್ಲದ ಇಬ್ಬರು ತಮ್ಮಂದಿರೂ ದೊಡ್ಡವರ ನಿರ್ಲಕ್ಷ್ಯದಿಂದ ಹೊಟ್ಟೆಗಿಲ್ಲದೆ ತೀರಿಹೋಗಿದ್ದಾರೆ. ನಾಲ್ಕು ವರ್ಷದ ಹುಡುಗನಾಗಿದ್ದ ನಾಗರಾಜ ಪಾಂಡೆ ಕೇವಲ ತನ್ನ ಆತ್ಮಬಲದಿಂದ ಬದುಕಿ ಉಳಿದಿದ್ದಾರೆ. ಆ ವಯಸ್ಸಿನಲ್ಲೇ ಆ ಬಾಲಕನಿಗೆ ದೇವರ ಮೇಲೆ ನಂಬಿಕೆ ಹೊರಟು ಹೋಗಿದೆ. ಶಿವಮೊಗ್ಗದ ಡಿ.ವಿ.ಎಸ್. ಶಾಲೆಯ ಒಂದು ಕಣ್ಣಿನ ಮೇಷ್ಟ್ರು ಅಳಸಿಂಗಾಚಾರರಿಂದ ಹೆದರಿಕೊಂಡು ಪಾಠ ಹೇಳಿಸಿಕೊಂಡಿದ್ದಾರೆ. ಇನ್ನೊಬ್ಬರು ಗಣಿತದ ಮೇಷ್ಟ್ರು ಅವರಿಗೆ ಗಣಿತ ಹೇಳುವ ಬದಲು ಕಥೆಗಳನ್ನು ಹೇಳಿ ಬದುಕಿಸಿದ್ದಾರೆ. ಡಿ.ವಿ.ಎಸ್. ಶಾಲೆಯಲ್ಲಿ ಯಾರೋ ಸರ್ಕಸ್ಸಿನ ಕಂಪೆನಿಯವರು ಬಿಟ್ಟುಹೋದ ಪ್ರಾಣಿಗಳ ಪಂಜರದೊಳಗೆ ಕೂತು ಮಧ್ಯಾಹ್ನದ ಬುತ್ತಿಯನ್ನು ತಿಂದಿದ್ದಾರೆ. ಮನೆಯಲ್ಲಿ ಅಪ್ಪನ ಆರ್ಭಟ, ಮಲತಾಯಿಯ ಅವಜ್ಞೆ ತಾಳಲಾರದೆ ತನ್ನ ಹದಿನಾರನೆಯ ವಯಸ್ಸಿನಲ್ಲಿ ಕುಂಸಿಯಿಂದ ಭದ್ರಾವತಿಯ ಕಬ್ಬಿಣದ ಕಾರ್ಖಾನೆಗೆ ಮ್ಯಾಂಗನೀಸ್ ಅದಿರು ಸಾಗಿಸುವ ಲಾರಿ ಹತ್ತಿ ಮೈಯನ್ನೆಲ್ಲಾ ಕೆಂಪುಮಾಡಿಕೊಂಡು, ಅದೇ ಕೆಂಪು ಅಂಗಿಯಲ್ಲಿ ಶಿವಮೊಗ್ಗದಿಂದ ಹರಿಹರದವರೆಗೆ ನಡೆದು, ರೈಲು ಹತ್ತಿ, ಟಿಕೇಟಿಲ್ಲದೆ, ಹಸಿವಿನಿಂದ ಅದೇ ಕೆಂಪು ಮೈಯಲ್ಲಿ ಬೊಂಬಾಯಿ ತಲುಪಿದ್ದಾರೆ.

ನಾಗರಾಜ ಪಾಂಡೆಯವರು ನಿನ್ನೆ ಬೊಂಬಾಯಿಯ ತಮ್ಮ ಕಥೆಯನ್ನು ಹೇಳುವಾಗ ನಾನು ಕಣ್ಣೆಲ್ಲ ಕಿವಿಯಾಗಿ ಕೇಳಿಸಿಕೊಳ್ಳುತ್ತಿದ್ದೆ. ಅವರು ಹೇಳುತ್ತಿದ್ದ ಪದಗಳು ನನ್ನ ಕಣ್ಣಿಗೆ ಕಾಣಿಸುತ್ತಿದ್ದವು. ಅರವತ್ತರ ದಶಕದ ಹಿಂದಿ ಸಿನೆಮಾವೊಂದರ ರೋಚಕ ಕಥೆಯಂತೆ ಕಾಣಿಸುತ್ತಿತ್ತು. ಹಾಡು, ಹೊಡೆದಾಟ, ಹಸಿವು, ಮದ್ಯಪಾನ, ಏಕಾಂಗಿತನಗಳ ಕಥೆ. ಅದು ಬ್ಲಾಕಿನಲ್ಲಿ ಸಿನೆಮಾ ಟಿಕೇಟು ಮಾರಿ, ಬೀದಿಯ ಕೇಡಿಗಳೊಂದಿಗೆ ಕಾದಾಡಿ, ಗೋಣಿಚೀಲದ ಮೇಲೆ ಮಲಗಿ, ಹಸಿವಿನಲ್ಲಿ ಕಾತರಿಸಿ, ದೇವರು, ಜಾತಿ, ಆಹಾರ, ನಿದ್ದೆಗಳ ಹಂಗು ತೊರೆದು ಆತ್ಮಹತ್ಯೆ ಮಾಡಿಕೊಳ್ಳಲು ಹೋದ ಕನ್ನಡದ ಕವಿಯೊಬ್ಬನ ಕಥೆ ಅದು. ಬಹುಶಃ ಪಾಂಡೆಯವರು ಆ ಕಾಲದಲ್ಲಿ ತಮ್ಮ ಅತ್ಯುತ್ತಮ ಕವಿತೆಗಳನ್ನು ಬರೆದಿದ್ದಾರೆ. ಕನ್ನಡದಲ್ಲಿ ಕವಿತೆಗಳನ್ನೂ, ಉರ್ದುವಿನಲ್ಲಿ ಶಾಯರಿಗಳನ್ನು ಹಿಂದಿಯಲ್ಲಿ ದೋಹಾಗಳ್ನು ರಚಿಸಿದ್ದಾರೆ. ನಿನ್ನೆ ಮಾತು ಮುಗಿಸಿ ಪಾಂಡೆಯವರು ಅರ್ಧ ಸಂಕೋಚದಿಂದ ಮತ್ತು ಪೂರಾ ಆತ್ಮ ವಿಶ್ವಾಸದಿಂದ ಅವರು ಬರೆದಿರುವ ಹಳೆಯ ಕವಿತೆಗಳನ್ನು ನನಗೆ ತೋರಿಸಿದ್ದಾರೆ. ಅಲ್ಲಿಯವರೆಗೆ ಅವರು ಕವಿಗಳು ಎಂದೂ ನನಗೆ ತಿಳಿದಿರಲಿಲ್ಲ. ಓದಿದ ಮೇಲೆ ವೇದ್ಯವಾಯಿತು. ಅಪೂರ್ವ ಹೊಳಹುಗಳುಳ್ಳ ಕವಿತೆಗಳು. ಆತ್ಮಹತ್ಯೆಯ ಅಂಚಿನ ತನಕ

ಹೋದ ಕವಿಯೊಬ್ಬನನ್ನು ಉಳಿಸಿದ ಸಾಲುಗಳಂತೆ ಕಾಣಿಸಿದವು.

'ಸಾರ್ ಯಾಕೆ ಇದನ್ನು ನೀವು ಪ್ರಕಟಿಸಲಿಲ್ಲ' ಎಂದು ಕೇಳಿದೆ 'ಇಲ್ಲ ನಿಮ್ಮ ಕನ್ನಡ ಸಾಹಿತ್ಯದಲ್ಲಿ ತುಂಬಾ ಗುಂಪುಗಾರಿಕೆಗಳಿವೆ. ಹಾಗಾಗಿ ಅದು ಹೀಗೇ ಇರಲಿ. ಪ್ರಕಟಗೊಂಡು ಕಲುಷಿತವಾಗುವುದು ಬೇಡ' ಅಂದರು. ಅವರೊಡನೆ ನಾನು ಕನ್ನಡ ಸಾಹಿತ್ಯದ ಪರವಾಗಿ ವಕಾಲತ್ತು ವಹಿಸುವ ಕಾರ್ಯ ಮಾಡುವುದು ಬೇಡ ಅನಿಸಿ ಸುಮ್ಮನಾದೆ, ಆದರೂ ಪಾಂಡೆಯವರ ಕವಿತೆಗಳನ್ನು ಹೀಗೆ ಸುಮ್ಮನೆ ರದ್ದಿಯವನ ಪಾಲು ಮಾಡುವುದು ಬೇಡ ಅನ್ನಿಸುತ್ತಿತ್ತು. ಏಕೆಂದರೆ ಈಗಾಗಲೇ ಅವರ ಮುಗ್ಧರಾದ ಮಡದಿ ತನ್ನ ಪತಿ ದೇವರ ಹಲವು ಕವಿತೆಗಳ ಕೈ ಬರಹದ ಪುಸ್ತಕಗಳನ್ನು ತೂಕಕ್ಕೆ ಮಾರಿದ್ದಾರೆ ಎಂದು ಅವರೇ ನಗುತ್ತಾ ಹೇಳುತ್ತಿದ್ದರು.

ಬೊಂಬಾಯಿಯ ಕಾದಾಟದ ಬದುಕು ಸಾಕಾಗಿ, ಒಂದು ಸಂಜೆ ನಾಗರಾಜ ಪಾಂಡೆಯವರು ಒಂದು ಲೋಟ ಮದ್ಯಕ್ಕೆ ವಿಷವನ್ನು ಬೆರೆಸಿ, ಅದನ್ನು ಸಮುದ್ರ ತೀರದಲ್ಲಿ ಎದುರಿಗಿಟ್ಟುಕೊಂಡು, ಇನ್ನೊಂದು ಲೋಟದಲ್ಲಿ ನೀರು ಬೆರೆಸದ ಮದ್ಯವನ್ನು ಸುರಿದುಕೊಂಡು ಸತ್ತು ಹೋಗಬೇಕು ಎಂದು ಕುಡಿಯುತ್ತಾ ಕೂತರಂತೆ. ಮದ್ಯ ತಲೆಗೇರಿದ ಮೇಲೆ ವಿಷಕುಡಿದರೆ ಸಾಯುವ ಸಂಕಟ ಗೊತ್ತಾಗುವುದಿಲ್ಲ ಎನ್ನುವುದು ಅವರ ಆಲೋಚನೆಯಾಗಿತ್ತಂತೆ. ಆದರೆ ಕುಡಿದ ಮದ್ಯ ಅವರ ತಲೆಗೇರಿ, ಹಾಗೇ ನಿದ್ದೆ ಬಂದು, ನಿದ್ದೆಯಲ್ಲಿ ಕಾಲುತಾಗಿ ವಿಷದ ಲೋಟ ಸಮುದ್ರದ ಮರಳಿನಲ್ಲಿ ಚೆಲ್ಲಿ ಹೋಯಿತಂತೆ. ತಾನು ತೀರಿಹೋಗಿ ನರಕದಲ್ಲಿರುವೆನು ಎಂದು ಭಾವಿಸಿ ನಾಗರಾಜ ಪಾಂಡೆಯವರು ಮುಂಜಾನೆ ಕಣ್ಣು ತೆರೆದರೆ ಇನ್ನೂ ಜುಹೂ ಬೀಚಿನಲ್ಲೇ ಇದ್ದರೆಂತೆ.

'ಕುಡಿತದ ಸತ್ಫಲಗಳು' ಎಂದು ನಾನು ನಗಾಡಿದೆ. ಆ ಮೇಲೆ ಪಾಂಡೆಯವರು ತಾವು ಬದಲಾದ ಕಥೆಯನ್ನು ಹೇಳಿದರು. ಗಡಿಯಾರ ರಿಪೇರಿಯ ಕೆಲಸ ಕಲಿತದ್ದು, ಜಾದೂ ಕಲಿತದ್ದು, ಯೋಗ ಕಲಿತದ್ದು, ರಾಜಯೋಗ ಕಲಿತದ್ದು, ಕುಂಸಿಯ ತಮ್ಮ ಹಳೆಯ ಕೋಟೆಯ ಕುರುಹುಗಳನ್ನು ಹುಡುಕುತ್ತಾ ಭಾರತವನ್ನು ಸುತ್ತಿದ್ದು, ಹಾರ್ಮೋನಿಯಂ ಹಿಡಿದಿದ್ದು, ತತ್ವಶಾಸ್ತ್ರ, ಮನಶಾಸ್ತ್ರ, ಕುವೆಂಪು, ಬೇಂದ್ರೆ, ತೇಜಸ್ವಿ, ಆಲನಹಳ್ಳಿ ಕೀಟ್ಸ್, ಕೋಲ್‌ರಿಜ್- ಎಲ್ಲರನ್ನೂ ಮೊಗೆ ಮೊಗೆದು ಕುಡಿದಿದ್ದು, ಈಗ ಹೆಂಡತಿ ಮಕ್ಕಳು, ಮೊಮ್ಮಕ್ಕಳು ಎಲ್ಲರ ಜೊತೆ ಬದುಕುತ್ತಿರುವುದು ಎಲ್ಲವನ್ನು ಹೇಳುತ್ತಿದ್ದರು.

'ಮತ್ತೆ ಮತ್ತೆ ಬರುತ್ತೇನೆ. ಕ್ಷಮಿಸಬೇಕು. ತೊಂದರೆ ಕೊಡುತ್ತಿರುತ್ತೇನೆ' ಅಂದಿದ್ದೆ. 'ಹಾಗೇನಿಲ್ಲ. ನಾವೆಲ್ಲಾ ಕ್ರಿಯೇಟಿವ್ ಇಂಟೆಲಿಜೆನ್ಸ್ ಏಜೆನ್ಸಿಗೆ ಸೇರಿದವರು ಬರುತ್ತಲೇ ಇರಿ' ಅಂದಿದ್ದಾರೆ.

ಬಹುಶಃ ನಾನು ನಾಗರಾಜ ಸೂರ್ಯನಾರಾಯಣ ಪಾಂಡೆಯವರ ಬಳಿ ಹೋಗುತ್ತಲೇ ಇರುತ್ತೇನೆ.

ಎಸ್. ಮನೋರಮಾ ಅವರು ಕಳ್ಳನನ್ನು ಹಿಡಿದ ಕಥೆ

ಚತುರ ಗೆರಿಲ್ಲಾ ಹೋರಾಟಗಾರನ ಹಾಗೆ ಮೈಸೂರಿನ ಒಂದೊಂದು ರಸ್ತೆಯ ಮೇಲೆ ಒಂದೊಂದು ಸಂಜೆ ದಾಳಿ ನಡೆಸಿ ಸಾಲುಮರಗಳ ಸೊಂಟ ಮುರಿಯುತ್ತಿರುವ ಹಠಾತ್ ಮಳೆ. ರೆಂಬೆ ಕೊಂಬೆಗಳನ್ನು ಹೂವಿನ ಸಮೇತ ಕಳೆದುಕೊಂಡು ಆಕ್ರಂದಿಸುತ್ತಿರುವ ಗುಲ್‌ಮೊಹರ್ ಮರಗಳು. ಈ ಆಕ್ರಮಣದ ನಡುವೆ ಹೊಂಚು ಹಾಕಿಕೊಂಡು ಹೋಗಿ ಹಳೆಯ ಕಾಲದ ಮನೆಯೊಂದರಳಗೆ ಕುಳಿತು ನಾನು ಎಸ್. ಸಾವಿತ್ರಮ್ಮನವರು ಹಾಡುತ್ತಿರುವ ಹಳೆಯ ಹಾಡುಗಳನ್ನು ಕೇಳಿಸಿಕೊಳ್ಳುತ್ತಿದ್ದೆ. ಮೈಸೂರಿನ ಪುರಾತನ ಎಲ್.ಎಂ.ಪಿ. ಡಾಕ್ಟರ್ ಶ್ರೀಕಂಠಯ್ಯನವರ ಮುದ್ದಿನ ಮಗಳು ಎಸ್. ಸಾವಿತ್ರಮ್ಮ come on come on my dear Krishna, sit down sit down my dear Krishna ಎಂದು ಆ ಮಳೆಯಲ್ಲಿ ಹಾಡುತ್ತಿದ್ದರು. ಸಾವಿತ್ರಮ್ಮನವರಿಗೆ ತಮಗೆ ಈಗ ಎಷ್ಟು ವರ್ಷ ಎನ್ನುವುದು ಮರೆತು ಹೋಗಿದೆ. ಆದರೆ ಹುಟ್ಟಿದ್ದು ಶ್ರೀಮತಿ ಇಂದಿರಾ ಗಾಂಧಿ ಹುಟ್ಟಿದ ಒಂದು ದಿನ ಹಿಂದೆ ಅಥವಾ ಒಂದು ದಿನ ಮುಂದೆ ಅಂತ ಕರಾರುವಾಕ್ಕಾಗಿ ಹೇಳುತ್ತಾರೆ. ಸಾವಿತ್ರಮ್ಮನವರು ಭಗವಾನ್ ಸಾಯಿಬಾಬಾರ ಭಕ್ತರು.

'ನಿನ್ನೆ ತಾನೇ ರಾತ್ರಿ ಕನಸಿನಲ್ಲಿ ಸಾಯಿಬಾಬಾ ಬಂದಿದ್ದರು. ಬಂದು ನಕ್ಕು ಮಾತನಾಡಿಸಿದರು, ಪ್ರತೀ ಗುರುವಾರ ಆರರಿಂದ ಏಳರವರೆಗೆ ಭಜನೆಮಾಡು, ನಿನಗೆ ಇನ್ನೂ ಆಯಸ್ಸು ಬಹಳ ಇದೆ. ನಾಲ್ಕು ಜನರಿಗೆ ಒಳ್ಳೆಯದು ಮಾಡು ಎಂದು ಹೇಳಿ ಹೋದರು' ಎಂದು ಸಾವಿತ್ರಮ್ಮನವರು ಹೇಳಿ ಇನ್ನೊಂದು ಭಜನೆ ಹೇಳಲು ಶುರುಮಾಡಿದರು. ಬಹುಶಃ ಅದು ಶುಕ್ರವಾರ ಅನ್ನುವುದನ್ನು ಅವರು ಮರೆತಿದ್ದ ಹಾಗಿತ್ತು.

ಆದರೆ ನಾನು ಅಲ್ಲಿಗೆ ಹೋಗಿದ್ದು ಸಾವಿತ್ರಮ್ಮನವರನ್ನು ಮಾತನಾಡಿಸಲು ಆಗಿರಲಿಲ್ಲ. ನಾನು ಕಾಣಬೇಕಾಗಿದ್ದುದ್ದು ಸಾವಿತ್ರಮ್ಮನವರ ಮಗಳು ಮನೋರಮಾ ಅವರನ್ನು. ಮನೋರಮಾ ಅವರಿಗೆ ಈಗ ೬೫ ವರ್ಷ. ಹೊಸತಾಗಿ ಕನ್ನಡದಲ್ಲಿ ಕಥೆಗಳನ್ನು ಬರೆಯಲು ಶುರುಮಾಡಿದ್ದರು. ಅವರ ಕಥೆಯೊಂದರ ಹಸ್ತಪ್ರತಿಯನ್ನು ಓದಿದ ನನಗೆ ಅವರನ್ನು ಕಾಣಬೇಕು ಅನ್ನಿಸಿತ್ತು. 'ನಮ್ಮಮನೆ ಸಣ್ಣಮನೆ, ನೀವು ಬಂದರೆ ಮುಜುಗರವಾಗುತ್ತದೆ. ಬೇರೆ ಎಲ್ಲಾದರೂ ಸಿಗೋಣ' ಎಂದು ಮನೋರಮಾ ಅವರು ನಮ್ಮ ಭೇಟಿಯ ದಿನವನ್ನು ಮುಂದಕ್ಕೆ ದೂಡುತ್ತಾ ಬಂದಿದ್ದರು. ಕೊನೆಗೆ

ನಾನೇ ಹಠ ಮಾಡಿ ನಿಮ್ಮನ್ನು ನಿಮ್ಮ ಮನೆಯಲ್ಲೇ ಕಾಣಬೇಕು ಎಂದು ಮುಲಾಜಿಲ್ಲದೆ ಹೇಳಿ ಹೋಗಿಬಿಟ್ಟಿದ್ದೆ. ಹೋಗಿ ನೋಡಿದರೆ ಅವರ ಮನೆ ದೊಡ್ಡದಾಗಿಯೇ ಇತ್ತು. ಅದೂ ಅಲ್ಲದೆ ಅವರ ತಾಯಿ ಸಾವಿತ್ರಮ್ಮ ಬಲು ಚೆನ್ನಾಗಿ ಭಜನೆ ಹಾಡುತ್ತಿದ್ದರು. ಆ ವಯಸ್ಸಿನಲ್ಲೂ ಅವರ ಹಾಡಿನ ಧಾಟಿ ಹೈಸ್ಕೂಲು ಹುಡುಗಿಯ ಹಾಡಿನ ಹಾಗೇ ಇತ್ತು.

ನನಗೆ ಎಸ್. ಮನೋರಮಾ ಅವರ ಪರಿಚಯವಾಗಿದ್ದು ಬಹಳ ಆಕಸ್ಮಿಕವಾಗಿ. ಮೈಸೂರು ಆಕಾಶವಾಣಿಯ ಬೆಳಗಿನ ನೇರ ಪ್ರಸಾರದ Chatshow ಒಂದರಲ್ಲಿ 'ಅಕಸ್ಮಾತ್ತಾಗಿ ನಡುರಾತ್ರಿಯಲ್ಲಿ ನಿಮ್ಮ ಮನೆಗೆ ಕಳ್ಳ ನುಗ್ಗಿದರೆ ಏನು ಮಾಡುತ್ತೀರಿ? ನುಗ್ಗಿದಾಗ ನೀವು ಏನು ಮಾಡಿದಿರಿ?' ಎಂದು ಕಳ್ಳರಿಂದ ನಡುರಾತ್ರಿಯಲ್ಲಿ ಮನೆ ದೋಚಿಸಿಕೊಂಡವರ ಜೊತೆ ಹರಟೆ ಹೊಡೆಯುತ್ತಾ ಇದ್ದೆ. ಎಲ್ಲರೂ ಕಳ್ಳ ನುಗ್ಗಿದ್ದನ್ನು ಒಂದು ತರಹದ ಸಂಭ್ರಮದಲ್ಲೇ ವಿವರಿಸುತ್ತಿದ್ದರು. ಕಳ್ಳನ ಬಣ್ಣ, ಕಳ್ಳನ ಚಹರೆ, ಕಳ್ಳನ ಹೆಜ್ಜೆಯ ಸದ್ದು, ಆತನ ಮಾತುಕತೆ, ಪೊಲೀಸರಿಂದ ಹೊಡೆತ ತಿಂದಾಗ ಆತ ಕಿರುಚಿಕೊಂಡಾಗ ತಮಗೆ ತಲ್ಲಣವಾಗಿದ್ದು ಇತ್ಯಾದಿಗಳನ್ನು ನೆನಪಿಸಿಕೊಂಡು ಮಾತನಾಡುತ್ತಿದ್ದರು. ಅದರಲ್ಲಿ ಹಗಲು ಹೊತ್ತಲ್ಲಿ, ನಡು ಮಧ್ಯಾಹ್ನ ಹೊತ್ತಲ್ಲಿ ಕಳ್ಳರಿಂದ ದೋಚಿಸಿಕೊಂಡವರೂ ಇದ್ದರು. ಮನೆಗೆ ನುಗ್ಗಿದ್ದ ಕಳ್ಳರೂ ಆ ದಿನ ಮಾತನಾಡಿದ್ದರೆ ಕಳ್ಳತನದ ಎಲ್ಲ ಮಗ್ಗುಲುಗಳೂ ಪ್ರಸಾರವಾಗುತ್ತಿತ್ತು ಎಂದು ನನಗೆ ಅನ್ನಿಸುತ್ತಿತ್ತು. ಆದರೆ ಕಳ್ಳರನ್ನು ಹೇಗೆ ಕಂಡುಹಿಡಿಯುವುದು?

ಅದಾದ ಮೂರು ದಿನಗಳ ನಂತರ ನನ್ನ ಹೆಸರಿಗೆ ದೊಡ್ಡದಾದ ಪತ್ರವೊಂದು ಬಂದಿತ್ತು. ಅದನ್ನು ಎಸ್. ಮನೋರಮಾ ಬರೆದಿದ್ದರು. ತಮ್ಮ ಹೆಸರಿನ ಮುಂದೆ ಆವರಣದಲ್ಲಿ ೬೫ ವರ್ಷ ಎಂದು ಬರೆದಿದ್ದರು. ಆ ಕಾಗದದಲ್ಲಿ ಅವರು ಒಬ್ಬ ಕಳ್ಳನನ್ನು ಪೊಲೀಸರು ಹಿಡಿಯಲು ತಾವೂ ಕಾರಣವಾಗಿದ್ದನ್ನು ಬರೆದಿದ್ದರು. 'ಪಾಪ ಈಗ ಆ ಕಳ್ಳ ಎಲ್ಲಿದ್ದಾನೋ ಗೊತ್ತಿಲ್ಲ. ಆದರೆ ಇದನ್ನು ನಿಮ್ಮ ಜೊತೆ ರೇಡಿಯೋದಲ್ಲಿ ಮಾತನಾಡಬೇಕು ಅಂತ ಅನ್ನಿಸುತ್ತಿತ್ತು ಆಗಲಿಲ್ಲ. ಈಗ ಅದನ್ನು ಬರೆದುಕಳಿಸುತ್ತಿದ್ದೇನೆ' ಎಂದು ಬರೆದಿದ್ದರು. ಅದನ್ನು ಓದಿದ ನನಗೆ ಒಂದು ಒಳ್ಳೆಯ ಕಥೆ ಓದಿದ ಹಾಗಾಗಿತ್ತು. ಅವರಿಗೆ ಪತ್ರವೊಂದನ್ನು ಬರೆದು 'ನಿಮ್ಮ ಕನ್ನಡ ಚೆನ್ನಾಗಿದೆ ನಿಮಗೆ ಒಳ್ಳೆಯ ನಿರೂಪಣಾ ಶಕ್ತಿ ಇದೆ. ನೀವು ಯಾಕೆ ಕಥೆಗಳನ್ನು ಕಾದಂಬರಿಗಳನ್ನು ಬರೆಯಬಾರದು. ಕನ್ನಡಕ್ಕೆ ನಿಮ್ಮಂತಹ ಕಥೆಗಾರರ ತುರ್ತು ಅಗತ್ಯವಿದೆ' ಎಂದು ಬರೆದಿದ್ದೆ. ಅದಕ್ಕೆ ಅವರು ಉತ್ತರಿಸಿ 'ಹತ್ತು ಪುಟಗಳು, ಐದು ಪುಟಗಳು, ಬಿಳಿ ಹಾಳೆಯ ಒಂದೇ ಮಗ್ಗುಲು.. ಹೀಗೆಲ್ಲಾ ಬರೆದು ಗೊತ್ತಿಲ್ಲ. ಬರೆಯುತ್ತೇನೆ. ಬರೆದಾಗ ಕಳಿಸುತ್ತೇನೆ. ಈಗ ನನಗೆ ಸಮಯವೇ ಇಲ್ಲ. ಹಾಸಿಗೆ ಹಿಡಿದಿರುವ ತಾಯಿಯ ಆರೈಕೆಗೇ ಸಮಯ ಸಾಲುವುದಿಲ್ಲ ಕ್ಷಮಿಸಬೇಕು. ನಿಮಗೂ ನಿಮ್ಮ ಮಕ್ಕಳಿಗೂ ದೇವರು ಆರೋಗ್ಯ ಕೊಡಲಿ' ಎಂದು ಬರೆದಿದ್ದರು.

ಮತ್ತೊಮ್ಮೆ ಹಠಾತ್ತಾಗಿ ಹುಡುಕಿಕೊಂಡು ಬಂದು ಸಂಕೋಚದಲ್ಲಿ ಮಾತನಾಡಿ ಹೆಚ್ಚು ಏನೂ ಹೇಳದೆ ಹೋಗಲು ಹೊರಟಿದ್ದರು. ಅವರು ನಡೆಯುವುದಕ್ಕೆ ಕೊಂಚ

ಕಷ್ಟ ಪಡುತ್ತಿದ್ದರು. ಹಾಗಾಗಿ ನಾನು ಬೈಕಿನ ಹಿಂದೆ ಅವರನ್ನು ತಾಯಿಯಂತೆ ಕೂರಿಸಿಕೊಂಡು ಮಾರುಕಟ್ಟೆಯಲ್ಲಿ ಬಿಟ್ಟಿದ್ದೆ. ಅವರಿಗೆ ಮಾರುಕಟ್ಟೆಯಿಂದ ಹಾಲು ತರಕಾರಿ ಮೊಸರು ಹಣ್ಣು ಕೊಳ್ಳಬೇಕಿತ್ತು. ಜೊತೆಯಲ್ಲಿ ಪೋನ್ ಬಿಲ್ಲು, ಲೈಟ್ ಬಿಲ್ಲು, ಬ್ಯಾಂಕಿನ ಪಾಸ್‌ಪುಸ್ತಕ ಇತ್ಯಾದಿ ಕೆಲಸಗಳೂ ಇತ್ತು. ಬೈಕಿನಿಂದ ಇಳಿದವರು ನನಗಾಗಿ ಕಿತ್ತಳೆ ಹಣ್ಣುಗಳನ್ನು ಕೊಂಡು ಕೊಳ್ಳಲು ನೋಡಿದರು. ನಾನು 'ಬೈಕಿನಲ್ಲಿ ಹಣ್ಣುಗಳನ್ನು ತೂಗಿಸಿಕೊಂಡು ಹೋಗಲು ಆಗುವುದಿಲ್ಲ ಬಿದ್ದು ಹೋಗುತ್ತದೆ' ಎಂದು ಸುಳ್ಳು ಹೇಳಿದ್ದೆ. ನನ್ನ ತಾಯಿಯನ್ನು ಜೀವನದಲ್ಲಿ ಇದುವರೆಗೆ ಒಂದು ಬಾರಿಯೂ ಬೈಕಿನ ಹಿಂದೆ ಕೂರಿಸಲು ಆಗಿರಲಿಲ್ಲ. ಮನೋರಮಾ ಅವರು ಕೂತರಲ್ಲ ಎಂದು ಖುಷಿಯಾಗಿತ್ತು.

ಮೊನ್ನೆ ಶುಕ್ರವಾರ ಗೆರಿಲ್ಲಾ ಮಳೆಯ ನಡುವೆ ಮನೋರಮಾ ಅವರ ೮೫ ವರ್ಷದ ತಾಯಿ ಸಾವಿತ್ರಮ್ಮ ಭಜನೆಗಳನ್ನು ಹಾಡಿ ಮುಗಿಸಿ ಪ್ರಸಾದ ಕೊಟ್ಟಮೇಲೆ ನಾನು ಮನೋರಮಾ ಅವರಿಗೆ ನಿಮ್ಮ ಕಥೆ ಹೇಳಿ ಎಂದು ಹೇಳಿದ್ದೆ. 'ಯಾವುದು ಆ ಕಳ್ಳನ ಕಥೆಯಾ?' ಅಂತ ಕೇಳಿದರು. 'ಇಲ್ಲ ನಿಮ್ಮ ಕಥೆ' ಅಂತ ಹೇಳಿದೆ. ಅದಕ್ಕಾಗಿಯೇ ಕಾದು ಕುಳಿತಿದ್ದರೋ ಎನ್ನುವ ಹಾಗೆ ಮನೋರಮಾ ಅವರು ತಮ್ಮ ಕಥೆ ಹೇಳಿದರು.

ಮೈಸೂರು ಪ್ರಾಂತ್ಯದಲ್ಲಿ ಆ ಕಾಲದಲ್ಲೇ ಪ್ರಖ್ಯಾತ ವೈದ್ಯರಾಗಿದ್ದ ಶ್ರೀಕಂಠಯ್ಯನವರ ಮೊಮ್ಮಗಳು ಎಸ್. ಮನೋರಮಾ. ಅವರ ತಾಯಿ ಮೊದಲು ಹೇಳಿದ ಸಾವಿತ್ರಮ್ಮ. ತಂದೆ ನಾಗರಾಜರಾವ್ ರೈಲ್ವೆ ಇಲಾಖೆಯಲ್ಲಿದ್ದರು. ಇವರಿಬ್ಬರ ಏಳು ಜನ ಮಕ್ಕಳಲ್ಲಿ ಮೂರನೆಯವರು ಮನೋರಮಾ. ಸಾವಿತ್ರಮ್ಮನ ಅಕ್ಕನಿಗೆ ಮಕ್ಕಳಿರಲಿಲ್ಲ. ಹಾಗಾಗಿ ಮೂರೂವರೆ ವರ್ಷದ ಮನೋರಮಾ ಎಂಬ ಮುದ್ದಿನ ಮಗಳನ್ನು ಅಕ್ಕನಿಗೆ ಸಾಕಲು ಕೊಟ್ಟುಬಿಟ್ಟರು. ಮನೋರಮಾ ಆವತ್ತಿನಿಂದ ೧೯೯೬ರ ತನಕ ಮೈಸೂರಿನಿಂದ ದೂರವಾಗಿ ಎಲ್ಲೆಲ್ಲೋ ಬದುಕಿದ್ದರು. ಬೆಂಗಳೂರು, ನವದೆಹಲಿ, ನಾಗಪುರ ಹೀಗೆ ಹೀಗೆ ಎಲ್ಲೆಲ್ಲೋ ಬದುಕಿದ್ದರು. ತಾಯಿಯ ಆರೋಗ್ಯ ತೀರಾ ಹದಗೆಟ್ಟಾಗ ಮೈಸೂರಿಗೆ ಮರಳಿ ಬಂದಿದ್ದರು. 'ಪುಟ್‌ಬಾಲ್ ತರಹ ನನ್ನ ಲೈಫು' ಅಂತ ಹೇಳಿ ತಮ್ಮ ಕಥೆ ಮುಗಿಸಿದರು. ಮನೋರಮಾ ಅವರು ಮದುವೆ ಆಗಿಲ್ಲ. ಅವರಿಗೆ ಚಿಕ್ಕ ವಯಸ್ಸಿನಿಂದಲೂ ಆಂಜನೇಯನನ್ನು ಕಂಡರೆ ಪ್ರೀತಿ. ಈಗಲೂ ಅವರ ಕತ್ತಿನಲ್ಲಿ ಆಂಜನೇಯನ ಮೂರ್ತಿ ಇದೆ. ಅದನ್ನು ಸವರುತ್ತಾ ಅವರು ಅವರ ಕಥೆಯನ್ನು ಹೇಳುತ್ತಿದ್ದರು.

ಮನೋರಮಾ ಅವರನ್ನು ಸಾಕಿದ ದೊಡ್ಡಮ್ಮ ಇದ್ದದ್ದು ಬೆಂಗಳೂರಿನ ಮಾವಳ್ಳಿಯಲ್ಲಿ. ಅಲ್ಲಿನ ಆಂಜನೇಯ ದೇವಸ್ಥಾನದ ಅರ್ಚಕರಿಗೆ ಆಗಲೇ ಎಂಬತ್ತು ವರ್ಷವಾಗಿತ್ತಂತೆ. ಏನು ಕಾಯಿಲೆಯಾದರೂ ಆಂಜನೇಯನ ಮೂರ್ತಿಯನ್ನು ತಬ್ಬಿಕೊಂಡು ಪ್ರಾರ್ಥಿಸಿ ಗಟ್ಟಿಮುಟ್ಟಾಗಿದ್ದರಂತೆ. ಅದನ್ನು ಕಂಡ ಬಾಲಕಿ ಮನೋರಮಾ, ಆಂಜನೇಯನಿಗೆ ಒಲಿದು ಈಗಲೂ ಮದುವೆಯಾಗದೆ ಉಳಿದಿದ್ದಾರೆ. ಬೆಂಗಳೂರಿನಲ್ಲಿ ಅವರು ಬಾಡಿಗೆಗಿದ್ದ ಮನೆಯ ಹೆಸರು ಮಾರುತಿ ನಿಲಯ. ಎಸ್.ಎಸ್.ಎಲ್.ಸಿ. ಮುಗಿಸಿದ ಬಳಿಕ ಮೂವತ್ತೊಂದು ವರ್ಷ ಟೀಚರಾಗಿ ಕೆಲಸ ಮಾಡಿದ್ದು ಮಾರುತಿ ವಿದ್ಯಾಲಯದಲ್ಲಿ. ಅವರು ಕೆಲಸ ಶುರುಮಾಡಿದಾಗ

ಬರುತ್ತಿದ್ದ ಸಂಬಳ ಎಂಬತ್ತೊಂಬತ್ತು ರೂಪಾಯಿ. ಅದರಲ್ಲಿ ತಮ್ಮ ತಂಗಿಯಂದಿರಿಗೆ ತಿಂಗಳಿಗೆ ಹತ್ತತ್ತು ರೂಪಾಯಿ ಓದಲು ಕಳಿಸುತ್ತಿದ್ದರಂತೆ. ಪ್ರಖ್ಯಾತ ವೈದ್ಯರಾಗಿದ್ದರೂ ಸರಳವಾಗಿ ಬದುಕಿದ್ದ ತಾತ ಶ್ರೀಕಂಠಯ್ಯನವರಿಗೆ ಹೋಟೆಲ್ಲಿನಲ್ಲಿ ತಿಂಡಿ ತಿಂದು ಖುಷಿಯಾಗಿರಲು ಬೇಡ ಬೇಡವೆಂದರೂ ತಿಂಗಳಿಗೆ ಹತ್ತು ರುಪಾಯಿ ಕಳಿಸುತ್ತಿದ್ದರಂತೆ. ಮೂರು ಪೈಸೆ ಬಸ್‌ಚಾರ್ಜ್ ಉಳಿಸಿ ಮಾವಳ್ಳಿಯಿಂದ ವಿಲ್ಸನ್‌ಗಾರ್ಡನ್ ವರೆಗೆ ನಡೆದುಕೊಂಡೇ ಶಾಲೆಗೆ ಪಾಠ ಹೇಳಲು ಹೋಗುತ್ತಿದ್ದರಂತೆ. ಉಳಿಸಿದ್ದ ಹಣದಲ್ಲಿ ಸೀರೆ ಬಟ್ಟೆ ದೊಡ್ಡಮ್ಮನ ಆಸ್ಪತ್ರೆ ಖರ್ಚು, ತಮ್ಮಂದಿರ ತಂಗಿಯರ ಮಕ್ಕಳ ಬಾಣಂತನಕ್ಕೆ ಉಡುಗೊರೆ ಇತ್ಯಾದಿಗಳಿಗೆ ಖರ್ಚು ಮಾಡುತ್ತಿದ್ದರಂತೆ.

ಮನೋರಮಾ ಅವರು ದೆಹಲಿಗೆ ತಮ್ಮ ಅಕ್ಕನ ಬಾಣಂತನಕ್ಕೆ ಹೋಗಿದ್ದರಂತೆ. ಆಗ ಅವರು ಇನ್ನೂ ಬಾಲಕಿ. 'ಮನೋರಮಾ ಡೆಲ್ಲಿಗೆ ಹೋದ್ಳು' ಅಂತ ಶಾಲೆಯಲ್ಲೆಲ್ಲ ಸುದ್ದಿ ಯಾಗಿತ್ತಂತೆ. ಒಂದು ಸಲ ಡೆಲ್ಲಿಯಲ್ಲಿ ಅಕ್ಕನ ಮನೆಯಲ್ಲಿ ಮನೋರಮಾ ಅವರ ಮರೆವಿನಿಂದಾಗಿ ಒಲೆಯಲ್ಲಿದ್ದ ಹಾಲು ಉಕ್ಕಿ ಹೋಯಿತಂತೆ. ಆದರೂ ಯಾರೂ ಬೈಯಲಿಲ್ಲವಂತೆ. ಅದನ್ನು ಯೋಚಿಸಿಕೊಂಡು ಹೇಳುವಾಗ ಮನೋರಮಾ ಅವರಿಗೆ ಈಗಲೂ ಅಳುಬರುತ್ತಿತ್ತು. 'ನನ್ದೇ ತಪ್ಪು ಸಾರ್. ಆದರೂ ಯಾರೂ ಬೈಯ್ಯಲೇ ಇಲ್ಲ' ಅಂತ ಹೇಳುವಾಗ ಅವರ ಕಣ್ಣಂಚು ಒದ್ದೆಯಾಗುತ್ತಿತ್ತು. ಡೆಲ್ಲಿಯಲ್ಲಿ ಅಕ್ಕನ ಮನೆಯಲ್ಲಿ ಉಪ್ಪಿನಕಾಯಿ ಹಾಕುವ ಮರಗಿ ಇರಲಿಲ್ಲ. ಮೈಸೂರಿನಿಂದ ಒಯ್ಯಲು ಮರೆತು ಹೋಗಿ ಉಪ್ಪಿನಕಾಯಿ ಹೇಗೆ ಹಾಕುವುದು ಎಂದು ಒದ್ದಾಡುತ್ತಿದ್ದರಂತೆ. ಒಂದು ದಿನ ಬೀದಿಯಲ್ಲಿ ಯಾವನೋ 'ಮರಗಿ ಮರಗಿ' ಅಂತ ಮಾರಿಕೊಂಡು ಹೋಗುತ್ತಿದ್ದನಂತೆ. ಮನೋರಮಾ ಅವನನ್ನು ಕರೆದರಂತೆ. ಆತ ಬಂದವನು ಬುಟ್ಟಿಯಿಂದ ಕೋಳಿಗಳನ್ನು ತೆಗೆದು ಮನೆಯೊಳಕ್ಕೆ ಬಿಟ್ಟನಂತೆ. ನೋಡಿ ಆತ 'ಮುರ್ಗಿ ಮುರ್ಗಿ' ಅಂತ ಹೇಳಿದ್ದು ನನಗೆ 'ಮರಗಿ ಮರಗಿ' ಅಂತ ಕೇಳಿ ಎಷ್ಟು ತಪ್ಪಾಯಿತು. ಆದರೂ ನನಗೆ ಯಾರು ಬೈಯಲಿಲ್ಲ ಎಂದು ಮನೋರಮಾ ಮತ್ತೆ ಸಂಕಟ ಪಡುತ್ತಿದ್ದರು.

ನನಗೆ ೫೦ ವರ್ಷಗಳ ಹಿಂದೆ ಬಾಲಕಿ ಮನೋರಮಾಳ ಆ ಭಯಂಕರ ಪ್ರಮಾಧದಿಂದಾಗಿ ದೆಹಲಿಯ ಆ ಮನೆಯೊಳಗೆ ನುಗ್ಗಿದ್ದ ಕೋಳಿಗಳ ಚಿತ್ರ ಕಣ್ಮುಂದೆ ಬರುತ್ತಿತ್ತು. ಮಳೆ ಮತ್ತೆ ಆವರಿಸಿಕೊಳ್ಳಲು ಮೈಸೂರಿನ ಮೇಲೆ ಹೊಂಚು ಹಾಕುತ್ತಿತ್ತು.

'ಅದು ಹೋಗಲಿ ಬಿಡಿ. ನೀವು ಮೈಸೂರಿನಲ್ಲಿ ಕಳ್ಳನನ್ನು ಹಿಡಿದ ಆ ಕಥೆಯನ್ನು ಇನ್ನೊಮ್ಮೆ ಹೇಳಿ' ಎಂದು ಕೇಳಿಕೊಂಡೆ. ಮನೋರಮಾ ಅವರು ಹೇಳಿದರು. 'ಪಾಪ ಆ ಕಳ್ಳ ಈಗ ಹೇಗಿದ್ದಾನೋ ಎಲ್ಲಿದ್ದಾನೋ ನೋಡಲು ಬೆಳ್ಳಗಿದ್ದ, ಕೆಂಪು ಟೋಪಿ ಹಾಕಿದ್ದ. ಅವನನ್ನು ಹಿಡಿಸಿಕೊಟ್ಟು ಒಂದು ತಿಂಗಳು ನಾನು ನರಳಿದೆ. ಬೀದಿಯಲ್ಲಿ ಎಲ್ಲಿ ಹೋದರೂ ಆತ ಕಾಣುತ್ತಾನಾ ಎಂದು ಹೆದರಿಕೊಂಡು ನಡೆಯುತ್ತಿದ್ದೆ' ಎಂದರು. 'ಆತ ನೋಡಲು ನಿಜವಾಗಿ ಹೇಗಿದ್ದ ಹೇಳಿ' ಎಂದು ಕೇಳಿದೆ.

'ಪಾಪ, ನಿಮ್ಮ ಹಾಗೆಯೇ ಇದ್ದ' ಎಂದು ಮನೋರಮಾ ಮುಗ್ಧವಾಗಿ ಹೇಳಿದರು.

ನಾನೂ, ಸಾವಿತ್ರಮ್ಮನವರೂ ಅಲ್ಲಿ ನೆರೆದಿದ್ದ ಮನೋರಮಾ ಅವರ ಅಣ್ಣನ

ಮಕ್ಕಳೂ ತಂಗಿಯ ಮಕ್ಕಳೂ ಎಲ್ಲರೂ ಜೋರಾಗಿ ನಕ್ಕೆವು. ಮನೋರಮಾ ಅವರಿಗೆ ನಾವು ನಕ್ಕದ್ದೇಕೆ ಅಂತ ಗೊತ್ತಾಗಲಿಲ್ಲ. 'ಪಾಪ ಮಳೆ ಮತ್ತೆ ಬರೋಹಾಗೆ ಇದೆ. ಹೇಗೆ ಹೋಗುತ್ತೀರಿ, ಕೊಡೆ ಕೊಡಲಾ' ಅಂತ ಕೇಳಿದರು. ಬೈಕಿನಲ್ಲಿ ಕೊಡೆ ಹಿಡಿದುಕೊಂಡು ಹೋಗಲಾಗುವುದಿಲ್ಲ ಎಂದು ಪಾಪ ಅವರಿಗೆ ಗೊತ್ತಾಗಲಿಲ್ಲ.

ಮನೋರಮಾ ಅವರಿಗೆ ಈಗ ಇದನ್ನು ಬರೆಯುತ್ತಿರುವ ಹೊತ್ತಲ್ಲಿ ಇನ್ನೊಮ್ಮೆ ಫೋನ್ ಮಾಡಿ 'ನಿಮ್ಮ ಬಗ್ಗೆ ಬರೆಯುತ್ತಿದ್ದೇನೆ, ಆಶೀರ್ವಾದ ಮಾಡಿ' ಎಂದು ಹೇಳಿದೆ. 'ಪಾಪ ನೀವು ದೊಡ್ಡವರು ಕನ್ನಡದಲ್ಲಿ ಎಷ್ಟು ಚೆನ್ನಾಗಿ ಮಾತನಾಡುತ್ತೀರಿ, ನಾನು ಹೇಗೆ ಆಶೀರ್ವದಿಸಲಿ' ಅಂದರು.

'ಆದರೆ ನೀವು ಕಳ್ಳನನ್ನು ಹಿಡಿದ ಕಥೆಯನ್ನು ಬರೆಯೋದಿಲ್ಲ. ಅದನ್ನು ನೀವೇ ಬರೆಯಬೇಕು ಅದು ನಿಮ್ಮ Copyright' ಎಂದು ಹೇಳಿ ಪುನಃ ಬರೆಯಲು ಕೂತೆ.

www.ingramcontent.com/pod-product-compliance
Lightning Source LLC
LaVergne TN
LVHW012243200825
819220LV00034B/544
* 9 7 8 8 1 9 4 7 1 6 6 3 1 *